" Education through self-helf is our motto " -Karmaveer

रयत शिक्षण संस्थेचे
दादा पाटील महाविद्यालय

कर्जत, जि. अहमदनगर

भारतीय लोकशाही समोरील आव्हाने

संपादक

प्राचार्य डॉ. बाळ कांबळे

सहसंपादक

डॉ. एकनाथ खांदवे

डायमंड पब्लिकेशन्स

भारतीय लोकशाही समोरील आव्हाने

संपादक : प्राचार्य डॉ. बाळ कांबळे, सहसंपादक : डॉ. एकनाथ खांदवे

Bharatiya Lokshai Samoril Avhane

Editor : Prin. Dr. Bal Kamble, Asst. Editor : Dr. Eknath Khandve

प्रथम आवृत्ती : २०१२

ISBN 978-81-8483-438-3

© संपादक

अक्षरजुळणी
डायमंड पब्लिकेशन्स

मुखपृष्ठ
शाम भालेकर

प्रकाशक
डायमंड पब्लिकेशन्स
२६४/३ शनिवार पेठ, ३०२ अनुग्रह अपार्टमेंट
ओंकारेश्वर मंदिराजवळ, पुणे-४११ ०३०
☎ ०२०-२४४५२३८७, २४४६६६४२
info@diamondbookspune.com

ऑनलाईन पुस्तक खरेदीसाठी भेट द्या
www.diamondbookspune.com

प्रमुख वितरक
डायमंड बुक डेपो
६६१ नारायण पेठ, अप्पा बळवंत चौक
पुणे-४११ ०३० ☎ ०२०-२४४८०६७७

मनोगत

आज भारतीय लोकशाही एका स्थित्यंतरातून मार्गक्रमण करीत आहे. तरीही देशात लोकशाही ६० वर्षे यशस्वीपणे वाटचाल करीत असताना तिच्यासमोरील यशापयशाच्या आव्हानांचा आढावा घेऊन ती निकोप व समाजाभिमूख करणे आवश्यक आहे. ही बाब समोर ठेवून रयत शिक्षण संस्थेच्या दादा पाटील महाविद्यालयातील राज्यशास्त्र विभागाने 'भारतीय लोकशाही समोरील आव्हाने' या विषयावर १०, ११ आणि १२ फेब्रुवारी २०१२ असे तीन दिवसीय राष्ट्रीय चर्चासत्राचे आयोजन केले होते. या चर्चासत्रामध्ये देशातील विविध विभागातून सहभागी अभ्यासकांनी लोकशाही समोरील आव्हानांचा वेगवेगळ्या अंगानी परामर्श घेतला आहे. तो लोकशाहीला सर्वस्पर्शी व अर्थपूर्ण करणारा ठरणारा आम्हास वाटला म्हणून आम्ही या चर्चासत्रामध्ये सादर करण्यात आलेल्या निवडक पेपर पुस्तकरूपाने प्रकाशित करीत आहोत.

उच्च शिक्षणाच्या वर्तुळात होणाऱ्या चर्चा निरर्थक व वांझोट्या असतात. अशा चर्चा म्हणजे 'आळवावरचे पाणी' असेही म्हटले जाते. चर्चासत्रांचा उपयोग काय? असेही प्रश्न उपस्थित केले जातात; या प्रतिक्रियांचा कानोसा घेऊन चर्चासत्रामधून हाती आलेले संचित राज्यशास्त्राचे अभ्यासक, विद्यार्थी व समाज यांना उपलब्ध करून देण्याच्या हेतूने प्रस्तुत पुस्तक प्रकाशनाचे धाडस आम्ही हाती घेतले व तडीस नेले आहे.

देशात व समाजात होणारी स्थित्यंतरे व परिवर्तने अभ्यासकांनी टिपून ते अक्षररूपात जतन केले पाहिजे. अभ्यासकांनी नवा विचार व कृती समाजासमोर सादर करून आपली समाजाप्रतीची बांधिलकी सिद्ध केली पाहिजे असा उच्चप्रतीचा आग्रह व ध्यास असणारे आमच्या संस्थेचे चेअरमन ॲड. रावसाहेब शिंदे यांची या प्रयत्नामागे प्रेरणा व आदर्श आहे. आम्ही राष्ट्रीय चर्चासत्राचा विषय जेव्हा त्यांच्यासमोर मांडला तेव्हा त्यांनी या उपक्रमाचे कौतुक केले मात्र तिथे सादर होणारे शोधनिबंध ग्रंथित केले पाहिजेत असे सांगितले. त्याची कृती म्हणजे हे पुस्तक आहे. त्यांच्या प्रेरणेमुळेच हे पुस्तक आम्ही प्रकाशित करू शकलो असे आम्हाला वाटते.

प्रस्तुत पुस्तक प्रकाशित करण्यासाठी जेव्हा शोधनिबंध पाठविण्याचे आवाहन केले तेव्हा राज्याच्या कानाकोपऱ्यातून अनेक शोधनिबंध प्राप्त झाले. आम्ही सर्वच शोधनिबंध या पुस्तकात प्रकाशित करू शकलो नाहीत याबद्दल खंत वाटते.

प्रस्तुत चर्चासत्राच्या आयोजनामध्ये रयत शिक्षण संस्थेचे चेअरमन मा. ॲड. रावसाहेब शिंदे, माजी चेअरमन मा. प्रा. एन. डी. पाटील, व्हाईस चेअरमन डॉ. अनिल पाटील, सचिव प्राचार्य डॉ. अरविंद बुरुंगले, उच्च शिक्षण विभागाचे सहसचिव प्राचार्य डॉ. नानासाहेब गायकवाड व दादा पाटील महाविद्यालयाच्या स्थानिक व्यवस्थापन समितीच्या पदाधिकाऱ्यांचे मार्गदर्शन व सहकार्य लाभले.

संपादक : डॉ. बाळ कांबळे
सहसंपादक : डॉ. एकनाथ खांदवे

अनुक्रम

१

भारतीय राजकारण आणि अंतर्गत सुरक्षाव्यवस्था

डॉ. उमाकांत सावंत आणि डॉ. पी. डी. सूर्यवंशी

स्वातंत्र्यप्राप्तीच्या काळापासून आजपर्यंत आपल्या देशांतर्गत सुरक्षाव्यवस्थेचा प्रश्न वारंवार निर्माण झाला आहे. या प्रश्नाने भारताच्या राजकीय व्यवस्थेसमोर वारंवार आव्हान निर्माण केले आहे. राज्यांतर्गत नागरिकांचे रक्षण करणे देशांतर्गत शांतता सुव्यवस्था प्रस्थापित करणे हे कोणत्याही राजकीय व्यवस्थेचे अनिवार्य स्वरूपाचे कार्य होय. त्याशिवाय स्थिर शासनव्यवस्थाच अस्तित्वात येऊ शकत नाही. अंतर्गत सुरक्षाव्यवस्थेचा प्रश्न निर्माण झाल्यास जनतेच्या मनात सत्तारूढ सरकारविषयी असंतोष आणि अविश्वास निर्माण होतो, राजकीय अस्थिरता निर्माण होते.

भारतीय संदर्भात विचार केल्यास असे अनुभवास येते की, या देशाच्या राजकारणाचे मूलभूत आधारच प्रामुख्याने अंतर्गत असुरक्षितता निर्माण करण्यास कारणीभूत आहेत. स्वातंत्र्यप्राप्तीच्या वेळेपासूनच या देशाच्या राजकारणाला फुटिरतावादाची लागण झाली आहे. स्वतंत्र पाकिस्तानच्या निर्मितीपासूनच या देशात अंतर्गत सुरक्षाव्यवस्थेचा प्रश्न निर्माण झाला. भारतीय राजकारणाचे स्वरूपच प्रामुख्याने अंतर्गत असुरक्षिता निर्माण करण्यास जबाबदार ठरले आहे. ध्येयनिष्ठ आणि विकासाच्या राजकारणाचा या ठिकाणी मोठ्या प्रमाणात अभाव आहे. दुर्दैवाने भारतीय राजकारणच संप्रदायवाद, वांशिक, भाषिक तसेच अलगतावादी मुद्यांवर आधारित असल्यामुळे अंतर्गत सुरक्षाव्यवस्थेचा प्रश्न आणि राजकारण यांचा जवळचा संबंध आहे. राजकारण्यांनीही धर्म, भाषा, वंश, प्रांत, जात इत्यादी आधारांवर राजकारण करून अंतर्गत सुरक्षेचा प्रश्न सातत्याने चिघळत ठेवला. या देशाच्या अंतर्गत सुरक्षेला तसेच या ठिकाणच्या राजकारणाला सातत्याने खालील प्रमुख प्रश्नांनी प्रभावित केले आहे.

(१) फुटिरतावाद :

भारत स्वातंत्र्याच्या उंबरठ्यावर असतानाच या ठिकाणी फुटिरतावादाची लागण झाली आणि नंतरच्या काळात या फुटिरतावादी चळवळींनी भारताच्या अंतर्गत सुरक्षाव्यवस्थेलाच आव्हान दिले. भारतीय सुरक्षाव्यवस्थेसमोर अनेक यक्ष प्रश्न या फुटिरतावादी चळवळींनी निर्माण केले. स्वतंत्र काश्मीरची मागणी, स्वतंत्र बोडोलँड, खलिस्तान, द्रविडीस्तान यासारख्या स्वतंत्र राष्ट्राचीच मागणी करणाऱ्या फुटिरतावादी चळवळींनी भारतीय सार्वभौमत्वालाच आव्हान दिले. राष्ट्रीय एकात्मतेसमोर एक फार मोठे आव्हान यातून उभे राहिले. अर्थात भारताची अखंडता टिकून असली तरी या चळवळींमधून उदयास आलेल्या दहशतवादाने भारताच्या तत्कालीन राजकारणाला प्रभावित केले. प्रामुख्याने तत्कालीन पंतप्रधान इंदिरा गांधी आणि राजीव गांधी यांच्या रूपाने भारतीय राजकारणाला फार मोठी किंमत चुकवावी लागली.

(२) दहशतवाद :

पाकिस्तानकडून १९८९ पासून छुप्या (Proxy war) सुरुवात झाली. पाकिस्तानने प्रत्यक्ष युद्धाच्या मार्गाचा त्याग करून छुपे दहशतवादी हल्ले करून भारताच्या अंतर्गत विकासप्रक्रियेत अडथळे निर्माण करण्यास सुरुवात केली. आजघडीला भारतामध्ये ९०० पेक्षाही अधिक दहशतवादी संघटना कार्यरत असल्याचे मानले जाते. चीन, बांगलादेश यासारख्या शेजारील राष्ट्राकडूनही भारतातील दहशतवादास मदत पुरविली जाते. मागील अनेक वर्षांपासून दहशतवाद्यांनी नियोजित हल्ले करून मोठ्या प्रमाणात जीवित व वित्त हानी घडवून आणली आहे. दहशतवादाने संपूर्ण भारतीय अंतर्गत सुरक्षाव्यवस्था खिळखिळी केली आहे. भारतातील प्रमुख धार्मिक स्थळांना लक्ष्य करणे, धार्मिक दंगली घडवून आणणे, शाळकरी मुले, राजकीय नेते, अधिकारी, परकीय नागरिक याचे अपहरण करणे, त्यांची हत्या करणे, मानवी हत्याकांड घडवून आणणे, बॉम्बस्फोट घडवून आणून मोठ्या प्रमाणात जीवित व वित्तहानी घडवून आणणे, सार्वजनिक ठिकाणी अंधाधुंद गोळीबार करणे, पोलिस दल आणि लष्करी ठिकाणांवर हल्ले करणे, परदेशी दूतावासांवर हल्ले करणे अशा अनेक दहशतवादी कारावायांमधून दहशतवाद्यांनी भारताच्या अंतर्गत सुरक्षेलाच आव्हान दिले आहे. मागील काही वर्षात देशांतर्गत घडलेल्या महत्त्वपूर्ण घटनांवरून आपणाला अंतर्गत सुरक्षाव्यवस्थेची कल्पना येईल.

काही प्रमुख दहशतवादी हल्ले :

(१) मुंबई जी देशाची आर्थिक राजधानी समजली जाते त्या ठिकाणी दि. १२ मार्च १९९३ ला १३ बॉम्बस्फोटांची मालिका घडवून आणली. ज्यामागे कुख्यात

अंडरवर्ल्डचा गुंड दाउद इब्राहीमचा हात प्रमुख मानला जातो. या बॉम्बस्फोटांमध्ये २६० लोकांना प्राण गमवावे लागले तर ७१३ जखमी झाले.

(२) कोईम्बतूर येथे दि. १४ फेब्रुवारी १९९८ ला १३ बॉम्बस्फोट घडवून आणले त्यामध्ये ४६ लोक मृत्युमुखी पडले तर २०० पेक्षा अधिक जखमी झाले.

(३) दि. २४ डिसेंबर १९९९ रोजी पाकिस्तान घुसखोरांकडून भारतीय प्रवासी विमानाचे काठमांडूहून दिल्लीला अपहरण केले. या विमानात १८९ प्रवासी होते. एका प्रवाशाची हत्या करण्यात आली.

(४) दि. २२ डिसेंबर २००० ला लष्कर ए तोयबा या दहशतवादी संघटनेने लाल किल्ल्यातील लष्करी कार्यालयावर हल्ला केला यामध्ये दोन जवान व एक नागरिक मारले गेले.

(५) दि. ०१ ऑक्टोबर २००१ दहशतवाद्यांकडून काश्मीरच्या विधिमंडळावर आत्मघाती हल्ला करण्यात आला यामध्ये २१ जण मृत्युमुखी पडले.

(६) दि. १३ डिसेंबर २००१ ला लष्कर ए तोयबाच्या अतिरेक्यांकडून भारतीय संसदेवर हल्ला करण्यात आला. या हल्ल्यात अतिरेक्यांसहीत १२ मृत्युमुखी पडले.

(७) दि. २२ जानेवारी २००२ लष्कर ए तोयबाकडून कोलकाता स्थित अमेरिकन दूतावासावर हल्ला करण्यात आला. त्यामध्ये ४ मृत्युमुखी पडले.

(८) दि. ३० मार्च २००२ रघुनाथ मंदिरावर पाकिस्तान दहशतवाद्यांचा हल्ला. ७ हिंदू ठार.

(९) दि. १४ मे २००२ जम्मू नजीक लष्करी दलावर दहशतवादी हल्ला. ३० जवान शहीद.

(१०) दि. २४ सप्टेंबर २००२ गुजराथमधील अक्षरधाम मंदिरावर लष्कर ए तोएबाच्या दहशतवाद्यांचा हल्ला. ३५ मृत्युमुखी.

(११) दि. ६ डिसेंबर २००२ घाटकोपर बस बॉम्बस्फोट २ ठार

(१२) दि. २७ जानेवारी २००३ विलेपार्ले बॉम्बस्फोट १ ठार ३० जखमी.

(१३) दि. १३ मार्च २००३ मुलुंड रेल्वे बॉम्बस्फोट ११ ठार ६५ जखमी

(१४) दि. २८ जुलै २००३ मुंबई बसमध्ये बॉम्बस्फोट ३ ठार ३१ जखमी

(१५) दि. २३ ऑगस्ट २००३ लष्कर ए तोयबा आणि सिमीकडून गेट वे ऑफ इंडिया आणि मुंबादेवी परिसरात बॉम्बस्फोट ५२ ठार १६७ जखमी.

(१६) दि. ५ जुलै २००५ रामजन्मभूमीवर बांगलादेशी दहशतवाद्यांकडून हल्ला १ नागरिक ठार.

(१७) दि. २९ ऑक्टोबर २००५ दिल्लीतील बाजारात बॉम्बस्फोटाची मालिका. ६७ ठार २२४ जखमी.

(१८)   दि. ०७ मार्च २००६ वाराणसी येथील दोन बॉम्बस्फोटात २० ठार आणि १०१ जखमी.

(१९)   दि. ११ जुलै २००६ मुंबई रेल्वे बॉम्बस्फोट मालिका २०९ मृत्युमुखी ७०० जखमी.

(२०)   दि. २६ नोव्हेंबर २००८ मुंबईत बंदुकधारी अतिरेक्यांकडून नियोजित हल्ला. अंधाधुंद गोळीबार आणि बॉम्बस्फोट १६४ ठार, ३०८ जखमी

(२१)   दि. १३ फेब्रुवारी २०१० पुणे, जर्मन बेकरी बॉम्बस्फोट १४ ठार.

वरील प्रमुख दहशतवादी हल्ल्यांवरून आपल्या देशाच्या अंतर्गत सुरक्षाव्यवस्थेची स्थिती लक्षात येते. वरील प्रमुख हल्ल्यांव्यतिरिक्त काश्मीर, आसाम, बिहार, पंजाब यासारख्या राज्यांमध्ये विशिष्ट जाती,जमाती आणि धर्माच्या लोकांचे अमानुषपणे सामूहिक नरसंहार करण्यात आलेले आहेत. यावरून भारताच्या अंतर्गत सुरक्षाव्यवस्थेची स्थिती अतिशय गंभीर असल्याचे स्पष्ट होते. दहशतवाद हा सीमावर्ती भागापुरताच मर्यादित राहिला नसून तो देशाच्या प्रत्येक राज्यात पोहचला आहे. वरील प्रत्येक दहशतवादी हल्ल्यामुळे वेळोवेळी केंद्रीय आणि राजस्तरीय राजकारणावर मोठा आघात झालेला आहे.

(३) नक्षलवाद :

आपल्या देशाच्या अंतर्गत सुरक्षाव्यवस्थेसमोरील आणखी एक महत्त्वाचे आव्हान म्हणजे नक्षलवाद होय. १९७० पासून नक्षलवादी चळवळ अनेक राज्यात पसरली आहे. नक्षलवादी अनेक संघटना कार्यरत असून पीपल्स वॉर ग्रुप, मार्क्सवादी कम्युनिस्ट सेंटर (MCC) या प्रमुख संघटना आहेत. इतर नक्षलवादी गटांच्या तुलनेत यांची उपद्रवक्षमता तसेच संघटना अधिक प्रबळ आहे. पश्चिम बंगाल, बिहार, झारखंड, मध्यप्रदेश, छत्तीसगड, ओरिसा, आंध्रप्रदेश, तमिळनाडू, महाराष्ट्र या प्रमुख राज्यांमध्ये नक्षलवादाचा प्रभाव आहे. नक्षलग्रस्त भागाच्या संदर्भात तर सत्ता कुणाची भारत सरकारची की, नक्षलवाद्यांची असा प्रश्न उपस्थित केला जातो. तथापि नक्षलवादी हे कोणी परकीय नसून स्वकीयच आहेत हे मान्य करूनही अंतर्गत सुरक्षेचा प्रश्न मिटत नाही. अंतर्गत यादवी युद्धाप्रमाणे या प्रश्नाने रूप धारण केले आहे. नक्षलवादी चळवळ पूर्णत: नष्टही होत नाही आणि विशिष्ट मर्यादेपेक्षा अधिक उग्र रूपही धारण करत नाही. विशिष्ट भागापुरतीच तिची व्याप्ती मर्यादित असून ती अधिक व्यापकही होत नाही. नक्षलवादाला निश्चित विचारसरणीचे अधिष्ठान असले तरीही स्वकीयांविरुद्ध स्वकीय असेच या संघर्षाचे स्वरूप आहे. पोलिस दलातील अधिकाऱ्यांचे, राजकीय नेत्यांचे अपहरण करून त्यांची हत्या करणे किंवा त्या बदल्यात खंडणी वसूल करणे, सामूहिक मानवी हत्याकांड, पोलिस ठाणे, लष्करी छावण्या, गस्त

घालणाऱ्या सरकारी वाहनांवर हल्ले करणे, सरकारी मालमत्तेचे नुकसान घडवून आणणे असे नक्षलवाद्यांकडून वापरण्यात येणाऱ्या मार्गाचे स्वरूप आहे.

अलीकडील काळात नक्षवाद्यांनी केलेले काही प्रमुख हल्ले :

(१) दि. १६ जुलै २००८ ओरिसा राज्यात मालकनगिरी येथे पोलिस व्हॅनवर हल्ला २१ पोलिस ठार.

(२) दि. २९ जून २००९ ओरिसातील बालीमेला पोलीस ठाण्यावर माओवाद्यांचा हल्ला ३८ ठार.

(३) दि. ८ ऑक्टोबर २००९ महाराष्ट्रातील गडचिरोली जिल्ह्यात लाहेरी पोलिस स्टेशनवर माओवाद्यांचा हल्ला १७ पोलिस ठार.

(४) दि. २६ सप्टेंबर २००९ भाजप खासदार बालाघाट बळिराम कश्यप यांच्या मुलांची जगदालपूर, छत्तीसगढ नक्षलवाद्यांकडून हत्या.

(५) दि. ४ सप्टेंबर २००९ नक्षलवाद्यांकडून बिजापूर, छत्तीसगढ ४ ग्रामस्थांची हत्या.

(६) दि. १५ फेब्रुवारी २०१० सिल्डा, जि. पश्चिम मिदनापूर, पश्चिम बंगाल, माओवाद्यांकडून EFR च्या २४ जवानांची हत्या.

(७) दि. ४ एप्रिल २०१० कोरापूर, ओरिसा, भुसुरुंग स्फोट घडवून माओवाद्यांकडून ११ सुरक्षा कर्मचाऱ्यांची हत्या.

(८) दि. ०६ एप्रिल २०१० दन्तेवाडा, छत्तीसगढ. माओवाद्यांचा CRPE च्या जवानांवर हल्ला. ७६ जवान व ०८ माओवादी ठार.

(९) दि. २७ जुलै २०१० दन्तेवाडा, छत्तीसगढ. नक्षलवाद्यांकडून ६जणांची हत्या.

(१०) दि. १० जून २०१० रोजी झारखंडमध्ये गस्त घालणाऱ्या पोलिस व्हॅनला नक्षलवाद्यांनी उडविले पोलिस व्हॅनमधील CRPFE सहित ९ ठार.

(११) दि. १८ मे २०१० दन्तेवाडा, छत्तीसगढ. नक्षलवाद्यांचा हल्ला ४० ठार. ज्यामध्ये ३५ स्पेशल पोलिस ऑफिसरचा समावेश आहे.

(१२) दि. २२ मे २०१० गडचिरोली, महाराष्ट्र. माओवाद्यांकडून जंगलात १६ पोलीसांची हत्या.

नक्षलवाद्यांना स्थानिक आदिवासींकडून असलेल्या समर्थनामुळे ही चळवळ टिकून आहे तसेच नक्षलवादाच्या विरोधात व्यापक प्रमाणात आणि कठोर स्वरूपाची लष्करी कार्यवाही करण्यावर भारत सरकारवरही मोठ्या प्रमाणात मर्यादा येतात. त्यामुळे नक्षलवादविरोधी लष्करी कार्यवाही यथास्थिती कायम आहे. प्रामुख्याने दक्षिण पूर्व भारतातील घटकराज्यांच्या राजकारणावर नक्षलवादाचा फार मोठा परिणाम झालेला आहे. केंद्र सरकारलाही या नक्षलवादी संघटनासमोर अनेकवेळेस झुकती भूमिका घ्यावी लागली आहे.

याशिवाय भारताच्या अंतर्गत सुरक्षाव्यवस्थेला प्रभावित करणाऱ्या खालील प्रमुख बाबींमुळेही भारतीय राजकारण प्रभावित झालेले आहे.

(१) पोलिस राजकारणी आणि गुन्हेगार यांच्या संगनमताने गुन्हेगारी घटकांना प्रोत्साहन मिळत आहे. त्यांच्या या कृत्यांमुळे कायद्याचा प्रभाव कमी झाला आहे. त्यांना कायद्याची भीती राहिली नाही. यातून राजकारणाचे मोठ्या प्रमाणात गुन्हेगारीकरण घडून आले आहे. गुन्हेगारी स्वरूपाची पार्श्वभूमी असणारे अनेक उमेदवार निवडणुकांमध्ये निवडून आल्यामुळे कायदा व सुव्यवस्थेचा प्रश्न बिकट बनला असून सर्वसामान्य जनतेत राजकारणी व राजकारण यांच्याविषयी घृणा निर्माण झाली आहे.

(२) समाजातील फार मोठा लोकसमुदाय आर्थिक विवंचनेत आहे. त्यांच्या मूलभूत गरजांचीही पूर्तता होऊ शकत नाही. तो सद्यस्थितीत उपजीविका करण्यास संघर्ष करीत आहे. तो राजकीय व्यवस्थेबाबत कमालीचा उदासिन बनलेला आहे.

(३) मूलगामी शक्तीचा उदय सुरक्षाव्यवस्थेला कमालीचा धोका निर्माण करणारा आहे. त्यांना धार्मिक आस्था आहे. शेजारील राष्ट्रांच्या गुप्तचर संघटनांचा त्यांना पाठिंबा आहे. सुरुवातीला भारताच्या सीमाभागापुरताच मर्यादित असलेला दहशतवाद आता भारताच्या मध्यभागापर्यंत पोहोचला आहे. भारतीय राजकारणावर हिंदू, मुस्लिम आणि शीख जमातवादाचा प्रभाव असल्यामुळेही अंतर्गत सुरक्षतेचा प्रश्न निर्माण झाला आहे.

(४) इस्लामच्या मुद्याचा वापर पाकिस्तानने आपल्या परराष्ट्र धोरणात जाणीवपूर्वक केला आणि संधी मिळेल तेव्हा भारतविरोधी प्रचारात भारतात इस्लाम असुरक्षित आहे असा प्रचार जागतिक स्तरावर करण्यास सुरुवात केली. त्यामुळे दोन्ही राष्ट्रातील तणाव मोठ्या प्रमाणात वाढला आणि त्याचा परिणाम भारतीय मुस्लिमांची मानसिकता अधिकच अस्थिर आणि असुरक्षित झाली. मुस्लिमांच्या या अलगतावादी मानसिकतेचा फायदा निवडणुकांमधील वोट बँक म्हणून करून घेण्यासाठी अनेक राजकीय पक्षांमध्ये स्पर्धा असते. काही हिंदुत्ववादी पक्ष याच्या विरोधी भूमिका घेऊन हिंदू धर्मीयांची मते मिळविण्याचा प्रयत्न करतात.

संदर्भ :

(१) Indias internal Security Challenges, Ved Marweb

(२) Strategic Analysis, Vol. 27, Institute for Defense Studies and Analyses, Oct. - Dec. 2003

(३) Naxalite Movement & Law and order (Article) - M. V. Krishnarao (I. P.S.)

(४) Naxalite Terroism - K. Arvindrao (I.P.S.)

(५) Naxalite Politics in India - J. C. Johari.

(६) www.idsa.com

(७) www.wikipedea.com

(८) www.satp.com

(९) साधने आंतरराष्ट्रीय दहशतवादाची, अर्थबोधपत्रिका, भारतीय ज्ञानवर्धिनी, पुणे. जुलै २०१०

(१०) नक्षलवादी चळवळीची विचारसरणी आणि राजकारण - डॉ. उमाकांत सावंत, भारतीय गणराज्याचे शासन आणि राजकारण, पिपळाखुरे ॲण्ड कं. पब्लिशर्स, नागपूर, २००३

(११) जमातवाद राष्ट्र, धर्म आणि धर्मनिरपेक्षता, भोळे भा. ल. (संपादित), साकेत प्रकाशन, औरंगाबाद, १९९७

२

महिलांचा राजकीय सहभाग : भारतीय लोकशाहीला एक आव्हान

डॉ. वैशाली पवार

प्रस्तावना

लोकशाहीमध्ये महिला व पुरुष हे दोन घटक समान आहेत. भारतीय राज्यघटनेने दोघांना समान राजकीय अधिकार व समान संधी दिलेल्या आहेत. परंतु भारतीय लोकशाहीच्या गेल्या ६० वर्षांच्या राजकीय व्यवहारांमध्ये पुरुषांच्या तुलनेत महिलांचा लोकसभा व विधानसभा पातळीवरील राजकीय सहभाग अत्यल्प राहिला आहे. स्थानिक शासन संस्थामध्ये महिलांचा राजकीय सहभाग ३३ टक्यांवरून ५० टक्के एवढा झाला आहे. या पातळीवर महिलांचे राजकीय सबलीकरण होत आहे. मात्र लोकसभा व विधानसभा पातळीवर महिलांचा राजकीय सहभाग अल्प आहे. त्यामुळे हे एक भारतीय लोकशाहीपुढील आव्हान आहे. हा मुद्दा महाराष्ट्र विधानसभेमध्ये निवडून आलेल्या महिला व पुरुष या दोन चलांच्या तुलनेवरून दिसून येतो. १९६२ ते २००४ या दरम्यान महाराष्ट्राच्या विधानसभेमध्ये २८२० सदस्यांपैकी केवळ १०६ महिला निवडून आल्या तर २७१४ पुरुष निवडून आले. लोकसभा व महाराष्ट्राच्या विधानसभा पातळीवरील राजकीय प्रक्रियेमध्ये महिलांचा सहभाग वाढविणे ही भारतीय लोकशाहीपुढील खरी समस्या आहे. म्हणून १९६२ ते २००४ या दरम्यान महाराष्ट्राच्या विधानसभेमध्ये १०६ महिला निवडून आल्या आहेत त्यांचे विश्लेषण या शोधनिबंधात केले आहे.

संयुक्त महाराष्ट्राचे राजकारण १९६० मध्ये सुरू झाले. या दरम्यान महिलांचा राजकीय सहभाग फारच कमी होता. या दरम्यान निवडून आलेल्या महिला आमदार काँग्रेसपक्षाशी संबंधित होत्या. १९७२ पर्यंत काँग्रेस पक्षासाठी महिलांनी राजकारण केले. १९७८ मध्ये महाराष्ट्राच्या राजकारणात काँग्रेस विरोधी राजकारण सुरू झाले. त्यामुळे महिलांना काँग्रेस

पक्षाच्या बाहेर जनता पक्ष हे एक व्यासपीठ उपलब्ध झाले. त्यामुळे १९७८ मध्ये ५ महिला जनता पक्षाकडून निवडून आल्या. १९८० मध्ये पुन्हा राजकारणात बदल झाला. पण महिलांचे राजकारण काँग्रेस (आय) विरोधी भाजप गटात विभागले गेले. १९८५ ला पुन्हा राजकारणात बदल झाला. भाजपाची एकही महिला उमेदवार निवडून आली नाही. परंतु अपक्ष म्हणून वनिता सावंत, मृणाल गोरे या काँग्रेस चौकटीबाहेरील महिला निवडून आल्या होत्या. याशिवाय काँग्रेस पक्षाच्या पुष्पाताई हिरे (दाभाडे), उषा जगदाळे (दौंड) निवडून आल्या होत्या. म्हणजेच थोडक्यात काँग्रेस पक्ष महिलांना सामावून घेण्यास अपुरा ठरत होता. १९९० च्या विधानसभा निवडणुकीत काँग्रेसच्या केवळ दोन महिला उमेदवार निवडून आल्या होत्या. तर भाजपाच्या तीन महिला निवडून आल्या होत्या. जनता दलाची एक महिला निवडून आली होती. म्हणजेच थोडक्यात १९९० मध्ये महिला राजकारण काँग्रेसकडून भाजपकडे सरकत गेले. १९९५ च्या निवडणुकीमध्ये काँग्रेस पक्षाची केवळ एकच महिला निवडून आली होती. शेतकरी कामगार पक्षाची एक महिला निवडून आली. उरलेल्या सर्व महिला आमदार भाजप शिवसेनेच्या होत्या. अशीच परिस्थिती १९९९ मध्ये राहिली. २००४ मध्ये मात्र शिवसेना भाजप पक्ष मागे पडले व काँग्रेस, राष्ट्रवादी काँग्रेसच्या महिला आमदार २००४ मध्ये निवडून आल्या.

तक्ता क्र. १.१
महाराष्ट्र विधानसभा सदस्यांचे महिला – पुरुषनिहाय वर्गीकरण (१९६२-२००४)

अ. क्र.	वर्षे	महिला सदस्य संख्या	पुरुष सदस्य संख्या	एकूण संख्या
१.	१९६२	१३	२५१	२६४
२.	१९६७	०९	२६१	२७०
३.	१९७२	००	२७०	२७०
४.	१९७८	०८	२८०	२८८
५.	१९८०	१९	२६९	२८८
६.	१९८५	१६	२७२	२८८
७.	१९९०	६	२८२	२८८
८.	१९९५	११	२७७	२८८
९.	१९९९	१२	२७६	२८८
१०.	२००४	१२	२७६	२८८
	एकूण	१०६	२७१४	२८२०

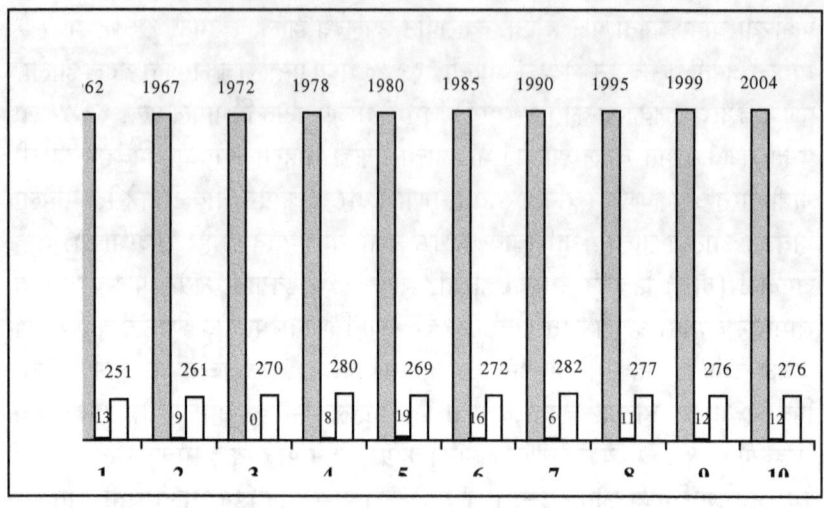

62	1967	1972	1978	1980	1985	1990	1995	1999	2004
251	261	270	280	269	272	282	277	276	276
13	9	0	8	19	16	6	11	12	12
१	२	३	४	५	६	७	८	९	१०

१९६२ ते २००४ या कालखंडात महाराष्ट्र विधानसभेच्या एकूण १० सार्वत्रिक निवडणुका झाल्या. १९६२ ते २००४ या कालखंडात महाराष्ट्र विधानसभेमध्ये एकूण २८२० उमेदवार निवडून आले. या उमेदवारांमध्ये २७१४ पुरुष उमेदवार होते. तर १०६ महिला उमेदवार निवडून आल्या आहेत. म्हणजेच ९६.२४ टक्के पुरुष उमेदवार निवडून आले होते. तर ३.७५ टक्के महिला उमेदवार निवडून आल्या होत्या. पुरुष उमेदवारांच्या तुलनेत महिला उमेदवार निवडून येण्याचे प्रमाण महाराष्ट्र विधानसभेमध्ये अत्यंत कमी असल्याचे दिसते (पहा तक्ता क्र. ५.१).

१९६२ च्या सार्वत्रिक निवडणुकीमध्ये २६४ जागांपैकी २५१ जागा म्हणजेच ९५.०७ टक्के पुरुष आमदार निवडून आले तर १३ जागा म्हणजेच ४.९ टक्के महिला आमदार निवडून आल्या.

१९६७ च्या सार्वत्रिक निवडणुकीमध्ये २७० जागांपैकी (९६.६६ टक्के) पुरुष व ०९ (३.३३ टक्के) महिला निवडून आल्या. १९६२ च्या निवडणुकीच्या तुलनेत १९६७ च्या निवडणुकीमध्ये महिला उमेदवार निवडून येण्याचे प्रमाण कमी झालेले दिसते.

१९७२ च्या तिसऱ्या सार्वत्रिक निवडणुकीमध्ये महाराष्ट्र विधानसभेचे सर्व म्हणजेच २७० पुरुष उमेदवार निवडून आले. यात एकही महिला उमेदवार निवडून आली नाही. १९७८ च्या चौथ्या सार्वत्रिक निवडणुकीमध्ये २८८ जागांपैकी २८० (९७.२२ टक्के) पुरुष उमेदवार तर ०८ (२.७७ टक्के) महिला उमेदवार निवडून आल्या होत्या. १९६२, १९६७ यावर्षीच्या निवडणुकीमध्ये निवडून येणाऱ्या महिला उमेदवारांचे प्रमाण हे १९८७ च्या तुलनेमध्ये जास्त आलेले दिसते.

१९८० च्या पाचव्या सार्वत्रिक निवडणुकीमध्ये २८८ जागांपैकी २६९ (९३.४०

टक्के) पुरुष उमेदवार व १९ (६.५९ टक्के) महिला उमेदवार निवडून आल्या. या १९८० वर्षाचे प्रमाण हे १९६२ ते १९८० या कालखंडातील सर्वात जास्त महिला उमेदवार महाराष्ट्र विधानसभेमध्ये निवडून आल्याचे दिसून येते.

१९८५ च्या सहाव्या सार्वत्रिक महाराष्ट्र विधानसभेच्या निवडणुकीमध्ये २८८ जागांपैकी २७२ (९४.४४ टक्के) पुरुष उमेदवार व १६ (५.५५ टक्के महिला उमेदवार निवडून आल्या. १९८० मध्ये निवडून आलेल्या महिला उमेदवारांच्या प्रमाणापेक्षा १९८५ मध्ये महिला उमेदवारांचे प्रमाण कमी झाल्याचे दिसते.

१९९० च्या सातव्या सार्वत्रिक महाराष्ट्र विधानसभेच्या निवडणुकीमध्ये २८८ जागांपैकी २८२ (९७.९१ टक्के) पुरुष उमेदवार व ०६ (२.०८ टक्के) महिला उमेदवार निवडून आल्या. १९६२ ते १९९० या कालखंडामध्ये निवडून आलेल्या महिला उमेदवारांच्या प्रमाणापेक्षा १९९० मध्ये महिला उमेदवारांचे प्रमाण सर्वात कमी झाल्याचे दिसते.

१९९५ च्या आठव्या सार्वत्रिक निवडणुकीमध्ये २८८ जागांपैकी २७७ (९६.१८ टक्के) पुरुष उमेदवार व ११ (३.८१ टक्के) महिला उमेदवार निवडून आल्या. या १९९० च्या सार्वत्रिक महाराष्ट्र विधासभेच्या निवडणुकीमध्ये निवडून येणाऱ्या महिला उमेदवारांच्या संख्येपेक्षा १९९५ च्या सार्वत्रिक महाराष्ट्र विधानसभेच्या निवडणुकीमध्ये महिला उमेदवारांचे निवडून येण्याचे प्रमाण हे जास्त दिसून येते.

१९९९ व २००४ च्या नवव्या व दहाव्या सार्वत्रिक निवडणुकीमध्ये २८८ जागांपैकी प्रत्येकी १२ (४.१६ टक्के) महिला उमेदवार निवडून आल्या होत्या. तर २७६ (९५.८३ टक्के) पुरूष उमेदवार निवडून आले होते (पहा तक्ता क्र. २.२).

तक्ता क्र. २.२

महाराष्ट्र विधानसभा सदस्यांचे महिला-पुरुष टक्केवारी (१९६२-२००४)

अ. क्र.	निवडणूक वर्षे	महिला सदस्य टक्केवारी	पुरुष सदस्य टक्केवारी
१	१९६२	४.९२	९५.७
२	१९६७	३.३३	९६.६६
३	१९७२	००	१००
४	१०७८	२.७७	९७.२२
५	१९८०	६.५९	९३.४०
६	१९८५	५.५५	९४.४४
७	१९९०	२.०८	९७.९१
८	१९९५	३.८१	९६.१८
९	१९९९	४.१६	९५.८३
१०	२००४	४.१६	९५.८३

0
500
1000
1500
2000
2500
1962
4.92
95.7
1
1967
3.33
96.66
2
1972
0
100
3
1978
2.77
97.22
4
1980
6.59
93.4
5
1985
5.55
94.44
6
1990
2.08
97.91
7
1995
3.81
96.18
8
1999
4.16
95.83
9
2004
4.16
95.83
10

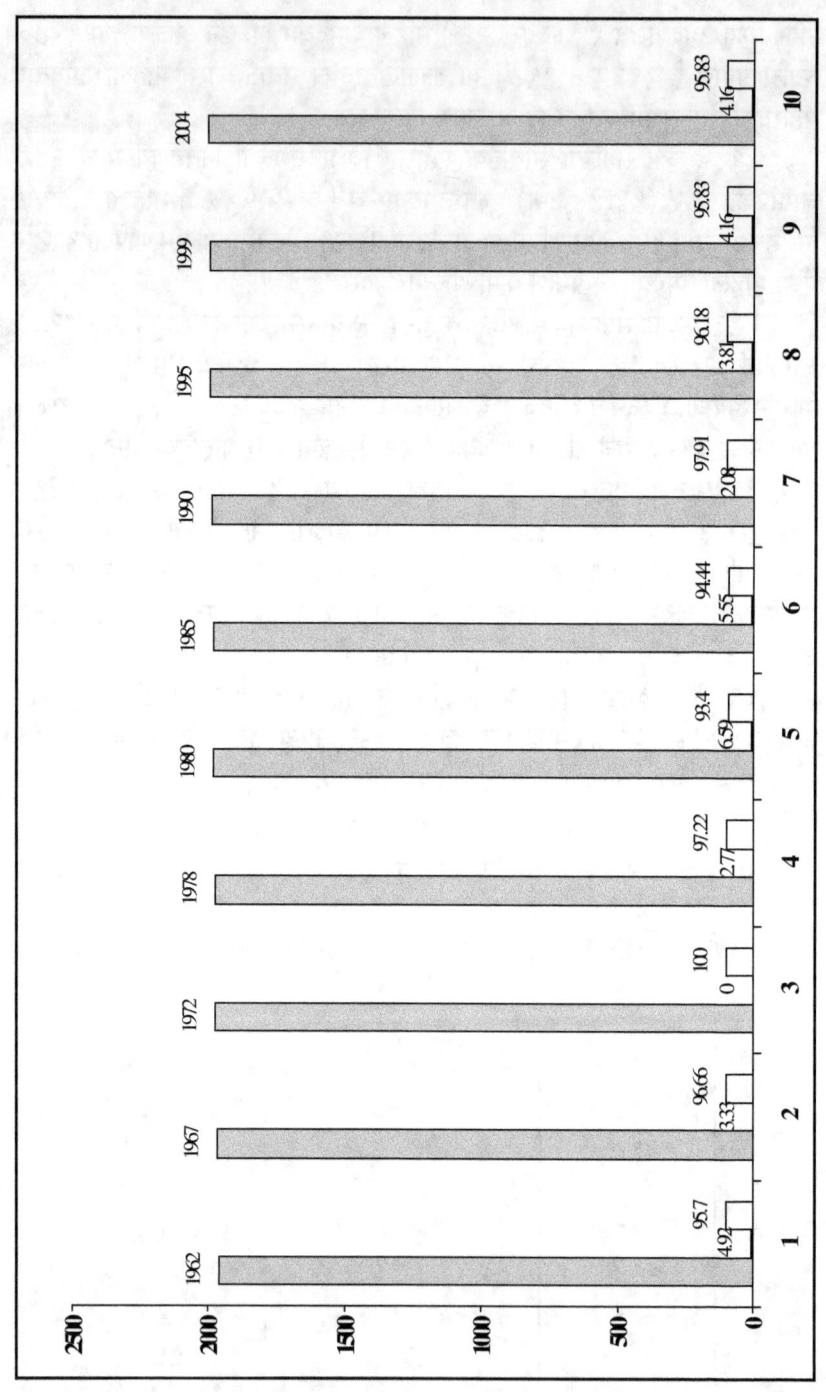

१९६२ ते २००४ या कालखंडात महाराष्ट्र विधानसभेमध्ये एकूण १०६ महिला आमदार निवडून आल्या. काँग्रेस, भारतीय जनता पक्ष, शिवसेना, राष्ट्रवादी काँग्रेस, समाजवादी काँग्रेस, रिपब्लिकन पक्ष, जनता पक्ष, शेतकरी कामगार पक्ष, जे. एन. पी. यासारख्या राष्ट्रीय व प्रादेशिक राजकीय पक्षांकडून महिला आमदार निवडून आल्या आहेत. यामध्ये सर्वात जास्त महिला आमदार या काँग्रेस पक्षांकडून निवडून आल्या आहेत. १९६२, १९६७ या दोन सार्वत्रिक निवडणुकांमध्ये २२ महिला निवडून आल्या. या सर्व २२ महिला काँग्रेस पक्षाच्या होत्या. १९७८ ला जे. एन. पी या पक्षाच्या ०५ महिला आमदार निवडून आल्या होत्या. म्हणजे प्रथमच बिगर काँग्रेसी पक्षांकडून महिला आमदार निवडून आल्या होत्या. १९८० मध्ये भाजपच्या ०२ तर १९८५ मध्ये समाजवादी पक्षांकडून ०२, जनता पक्षांकडून ०१ व अपक्ष ०१ अशा काँग्रेस शिवाय महिला निवडून आल्या आहेत. १९९० मध्ये भाजप व जनता दल या पक्षांकडून १९९५ मध्ये शिवसेना व शेकाप या पक्षांकडून, १९९९ मध्ये राष्ट्रवादी, शेकाप, भाजप व शिवसेना या काँग्रेस व्यतिरिक्त इतर पक्षांकडून महिला निवडून आल्या होत्या. २००४ च्या निवडणुकीच्या भाजप, शिवसेना, राष्ट्रवादी काँग्रेस या राजकीय पक्षांकडून महिला निवडून आल्या होत्या.

१०६ महिला आमदारांपैकी ६२ (५८.४९ टक्के) महिला काँग्रेस पक्षांकडून आमदार झाल्या आहेत. यानंतर भाजपाकडून १६ (१५ टक्के), शिवसेना ०८ (७.५४ टक्के), राष्ट्रवादी काँग्रेस ०७ (६.६० टक्के), जे. एन. पी. ०५ (४.७१ टक्के), समाजवादी व शेकापकडून प्रत्येकी ०२ (१.८८ टक्के) महिला आमदार झाल्या आहेत. तर इतर रिपब्लिकन पक्ष, जनता दल, जनता पक्ष, अपक्ष या सर्व पक्षांकडून प्रत्येकी एक महिला आमदार झाल्या आहेत.

एकूण काँग्रेस, भाजप, शिवसेना, राष्ट्रवादी काँग्रेस, जे. एन. पी., समाजवादी पक्ष, शेकाप, रिपब्लिकन पक्ष, जनता पक्ष, जनता दल, अपक्ष अशा क्रमाने राजकीय पक्षांकडून महिला आमदार झाल्या आहेत.

सारांश

भारतीय लोकशाहीपुढील आव्हान संपुष्टात आणण्यासाठी महिलांचा लोकसभा व विधानसभा पातळीवरील राजकीय सहभाग वाढणे गरजेचे आहे. ही लोकशाही आपली आहे हा विश्वास महिला घटकाला वाटणे गरजेचे आहे.

लोकसभा व विधान सभेत महिलांचा राजकीय सहभाग पुरुष नियंत्रणाखाली होत राहिला असल्यामुळे महिलांच्या राजकीय नेतृत्त्वाचा विकास झाला नाही. तसेच महिलांची धोरणे, योजना, महिलांसाठी अर्थसंकल्पात तरतुदी, महिलांच्या आरोग्यांसाठी उपाययोजना

सरकारी पातळीवर करण्यास महिला आमदार व खासदार यशस्वी झाले नाहीत. स्थानिक पातळीवर सहभाग वाढला, तरी तेथेही निर्णय निश्चितीचे क्षेत्र पुरुषांकडे राहिले. त्यामुळे लोकशाहीपुढे हे एक महत्त्वाचे आव्हान ठरले.

संदर्भ

(१) महाराष्ट्राचे राजकारण - राजकीय प्रक्रियेचे स्थानिक संदर्भ/संपा. डॉ. सुहास पळशीकर, डॉ. नितीन बिरमल, डॉ. प्रकाश पवार, प्रतिमा प्रकाशन, पुणे.

(२) महाराष्ट्रातील सत्तांतर - डॉ. राजेंद्र व्होरा, डॉ. सुहास पळशीकर, ग्रंथाली प्रकाशन, मुंबई.

३

भारतीय संसदीय लोकशाहीवरील आघाड्यांच्या
राजकारणाचा प्रभाव

डॉ. बाळ कांबळे आणि प्रा. माधव चोले

ब्रिटिश वसाहत काळात ब्रिटिशांनी केलेल्या विविध प्रशासकीय सुधारणा अधिनियमामुळे भारतात लोकशाही राजकारणाच्या प्रक्रियेला सुरुवात झाली आणि स्वातंत्र्यानंतर संविधानकारांनी विविध देशांचे संविधान आणि शासनप्रणाल्यांचा सखोल अभ्यास करून आपल्या देशाच्या सामाजिक-आर्थिक परिस्थितीस अनुकूल अशा पद्धती, तत्त्वे यांचा शहानिशा करून त्यांचा संविधानात समावेश केला. २६ जानेवारी १९५० ला संविधानांची अंमलबजावणी होऊन, या संविधानानुसार भारतात आधुनिक संसदीय लोकशाहीच्या प्रक्रियेला सुरुवात झाली.

विधिमंडळ आणि कार्यकारी मंडळ परस्पर घनिष्ठ संबंधित असून कार्यपालिकेची निर्मिती विधिमंडळातून होईल आणि कार्यपालिका आपल्या कार्याबद्दल विधिपालिकेस जबाबदार राहील यालाच संसदीय अथवा जबाबदार शासन पद्धती असे म्हणतात. संविधानात संसदेच्या 'मर्यादित सार्वभौमत्व' या तत्त्वाचा स्वीकार केलेला आहे. संविधानानुसार संसदेची भूमिका, विधिनिर्माण, शासनावर देखरेख व नियंत्रण आणि योग्य दिशेने सरकारला प्रभावित करणे आहे.

संसदीय लोकशाहीची व्यावहारिक भूमिका :

संसदीय लोकशाहीची भूमिका ही पक्षपद्धतीचे स्वरूप, नेतृत्व आणि संसदेतील पक्षाचे बहुमत अथवा अल्पमत यावरून बदललेली आहे. १९५० ते १९९० पर्यंत फक्त १९७७, १९७९, १९८९ चा अपवाद वगळता भारतात एकपक्ष प्रभुत्व पद्धती आणि प्रभावी नेतृत्व असल्याने पंतप्रधानांची भूमिका ही अध्यक्षात्मक स्वरूपाची होती. परिणामी

संसद शक्तिहीन बनली होती. मात्र १९९६ पासून आघाड्यांच्या राजकारणात कार्यपालिकेची शक्ती कमी होऊन संसदेच्या शक्तीत वाढ झाल्याचे दिसते.

एकपक्ष प्रभुत्व पद्धत आणि पंतप्रधानांची अध्यक्षात्मक भूमिका (१९५० ते १९९०) :

१९५० पासून १९९० च्या दशकापर्यंत फक्त १९७७, १९७९, १९८९ चा अपवाद वगळता केंद्रात काँग्रेसलाच स्पष्ट बहुमत होते. १९६७ च्या राज्यविधानसभा निवडणुकीत आठ राज्यात गैर काँग्रेसची सरकारे अस्तित्वात आलेली होती. तरीही भारतात एक पक्षप्रभुत्वशाही होती. या काळात पंतप्रधानांची भूमिका अध्यक्षात्मक स्वरूपाची होती. कारण एकाच पक्षाला स्पष्ट बहुमत, पं. नेहरू, इंदिरा गांधी, राजीव गांधी सारखे नेतृत्व, दीर्घकाळ सतत दुर्बल, विरोधी पक्ष, पंतप्रधानपदास पक्षांतर्गत जवळपास स्पर्धा नव्हती, संविधानात उपपंतप्रधानपदाचा अभाव आणि निवडणुकीत व्यक्तिपूजेला आलेले महत्त्व या कारणांमुळे पंतप्रधानांची भूमिका अमेरिकन अध्यक्षांसारखी बनल्यामुळे मंत्रिमंडळ आणि संसदेचे कार्य हे सल्ला आणि संमती देण्याचे राहिलेले आहे.

संसदेच्या भूमिकेबद्दल डॉ. लक्ष्मीमल्ल सिंघवींच्या मते - ''हे सत्य आहे की कायदे निर्माण करणे व कर लावण्याचे अधिकार संसदेचे आहेत पण वास्तवात विधि अधिनियमाचे गर्भाधान आणि जन्म मंत्रिमंडळात होते तर संसदेत केवळ मन्त्रोचारणाबरोबरच उपनयनसंस्कार केला जाऊन औपचारिक मान्यता दिली जाते.''

प्रो. जे. डी. सेठींच्या मते - ''सिद्धान्तानुसार मंत्रिमंडळ संसदेची मर्जी असेपर्यंत सत्तेवर असते पण व्यवहारात मात्र मंत्रिमंडळाने संसदेचे कार्ये आणि अधिकार अधिकाधिक आपल्या हातात घेतले आहेत त्यामुळे मंत्रिमंडळाची तानाशाही निर्माण झाली आहे.''

हम्फ्री बर्कलेंच्या मते - ''पंतप्रधानांच्या अध्यक्षात्मक भूमिकेमुळे संसदेच्या सर्वोच्चता सिद्धान्त भंग पावला आहे. त्यामुळे संसद फक्त रबरी स्टॅम्पप्रमाणे संमती देण्याचे औपचारिक कार्य करित आहे.''

आघाड्यांचे राजकारण आणि संसदीय लोकशाही :

१९७० च्या दशकात अनेक राज्यात वाढत्या राजकीय भानामुळे प्रादेशिक पक्षांचा उदय वेगवेगळ्या कारणांनी झाला. भारतातील प्रादेशिक विविधता, सांस्कृतिक विविधता, स्थानिक मुद्दे, जातीगत भावना, प्रादेशिक विकासाचा असमतोल, पक्षांतर्गत गटबाजी, व्यक्तिकेंद्रित राजकारण, सशस्त्र लढ्यातूनही प्रादेशिक पक्षांचा उदय झालेला आहे. उदा. उत्तरप्रदेशात मुलायमसिंगांचा समाजवादी पक्ष, बिहारमध्ये लालुप्रसाद यादवांचा राष्ट्रीय जनता दल, ओरिसात नवीन पटनाईकांचा बिजु जनता दल, तमिळनाडूत द्रमुक आणि

अण्णा द्रमुक, महाराष्ट्रात शिवसेना, पंजाबमध्ये अकाली दल, झारखंडमध्ये शिबु सोरेनांचा झारखंड पक्ष, तर जम्मू-काश्मीरमध्ये नॅशनल कॉन्फरन्स, केरळमध्ये मुस्लीम लीग, असे प्रादेशिक पक्ष भारतीय राजकारणात अस्तित्वात आले. या पक्षांनी स्थानिक मुद्यांचा आधार घेऊन, प्रभावी राजकारण करून राज्यातील सत्ता काबीज केली. १९६७ च्या राज्यविधानसभा निवडणुकीत आठ राज्यात गैरकाँग्रेसची सरकारे अस्तित्वात आल्यामुळे भारतीय राजकारणात काँग्रेसच्या एक पक्ष प्रभुत्वशाहीला उतरती कळा लागण्यास सुरुवात झाली. १९८० ला अस्तित्वात आलेल्या भाजपाने हिंदूचा सांस्कृतिक राष्ट्रवाद, समान नागरी कायदा, राम मंदिर, आक्रमक संरक्षण धोरण, जम्मू-काश्मीरचे ३७० कलम रद्द करणे हे मुद्दे घेऊन राजकारणात प्रभाव निर्माण केला. त्यामुळे भारतीय राजकारणात बहुपक्षपद्धती अस्तित्वात आली.

आघाड्यांच्या राजकारणाची अपरिहार्यता :

१९९० च्या दशकात सार्वजनिक निवडणुकांत शासन निर्माण करण्याइतपत स्पष्ट बहुमत कोणत्याच पक्षाला न मिळाल्याने, कोणत्याही पक्षाला राष्ट्रीय आणि प्रादेशिक पक्षांच्या सहकार्याने, त्यांच्या काही शर्ती, प्रस्ताव, अटी मान्य करून संयुक्त सरकारे निर्माण करण्याची प्रक्रिया सुरू झाली असे संयुक्त सरकारे निर्माण होण्याचे कारण - बहुपक्षपद्धतीचे स्वरूप, एकाच पक्षाला स्पष्ट बहुमत नाही, प्रादेशिक पक्षांचा वाढता प्रभाव, नेतृत्वामध्ये स्पर्धा, पक्षबदलाची प्रवृत्ती, पक्षांतर्गत गटबाजी, या कारणांनी भारतीय राजकारणात आघाडी सरकारे अस्तित्वात आली.

पहिल्यांदा १९७७ मध्ये मोरारजी देसाईच्या नेतृत्वाखाली समाजवादी पक्ष, भारतीय जनसंघ, संघटना काँग्रेस, लोकदल आणि जनता दलाने आघाडी शासन निर्माण केले. मात्र १९७९ ला आपसातील मतभेदांमुळे हे शासन संपुष्टात आले. या अनुभवामुळे आघाडीचे शासन चालविणे किती कठिण असते याची जाणीव झाली. यानंतर १९७९ ला चरणसिंगाचे, १९८९ ला विश्वनाथ प्रतापसिंगांचे, १९९० ला चंद्रशेखरांचे, १९९६ ला दैवेगौडांचे, १९९७ ला इंद्रकुमार गुजरालांचे, १९९८ भाजपाने वाजपेयींच्या नेतृत्वाखाली, रालोआ आघाडी शासन निर्माण केले. मात्र जयललिताने पाठिंबा काढून घेतल्याने केवळ १३ दिवसांतच सरकार अस्थिर बनले. १९९९ च्या लोकसभा निवडणुकीत भाजपा एक मोठा पक्ष म्हणून पुढे आला. भाजपाने रालोआ शासन निर्माण केले हे शासन २००४ पर्यंत होते. २२ मे २००४ मध्ये मनमोहनसिंगांच्या नेतृत्वाखाली, राष्ट्रीय जनतादल, भाकप, माकप, पी.डी.पी. जनशक्ती, राष्ट्रवादी काँग्रेस, तेलंगणा राष्ट्र समिती, द्रमुक आणि इतर पक्षांच्या सहकार्याने युपीए शासन निर्माण केले. आता २००९ मध्ये परत काँग्रेसची ताकत वाढल्याने मनमोहनसिंगांच्याच नेतृत्वाखाली युपीए सरकार अस्तित्वात

आलेले आहे. अशा आघाड्यांच्या राजकारणात भारतीय संसदीय लोकशाहीच्या भूमिकेत बदल झालेला आहे.

आघाडी शासनात पंतप्रधानांची भूमिका :

आघाडी शासनात पंतप्रधानांपेक्षा मंत्र्याचेच पारडे जड असते. आघाडीतील सहकारी पक्षांच्या दबावाखाली प्रधानमंत्री वावरत असतात. मंत्रिमंडळात कोणाला घ्यावे, कोणाकडे कोणते खाते सोपवावे आणि महत्त्वाच्या प्रश्नावर कोणते निर्णय घ्यावेत याबाबतीत पंतप्रधानांची भूमिका पूर्वी इतकी निर्णायक राहिलेली नाही. आघाडी शासनात पंतप्रधान प्रादेशिक पक्षांच्या हातातील बाहुले बनले आहे. त्याची भूमिका (१) मंत्रिमंडळातील सर्व पक्षांच्या मंत्र्याच्या सहकार्याने धोरणे निर्माण करावी लागतात. (२) मंत्रिमंडळाच्या निर्मितीत, पंतप्रधानांना सहकारी पक्षाचे पाठबळ पाहून मंत्र्यांचे खातेवाटप करावे लागते. त्यामुळेच शासनाची निर्मिती होण्यास वेळ लागतो. (३) परराष्ट्रांशी तह, करार करताना पहिल्यांदा संसदेत त्यावर चर्चा करून सहमती घेऊनच करावे लागते. अर्थात पंतप्रधानांच्या भूमिकेपेक्षा संसदेची सहमती महत्त्वाची बनली आहे. उदा. मनमोहनसिंगांनी अमेरिकेशी अणु करार करताना संसदेत मार्क्सवाद्यांनी विरोध करून पाठिंबा काढून घेतला होता. (४) पंतप्रधानांना पावलो-पावली तडजोडी कराव्या लागतात, सर्वच पक्षांच्या नेत्यांना खूश ठेवण्यासाठी मंत्रिमंडळाचा विस्तार करावा लागतो त्यातूनच मंत्रिमंडळाचा आकार सतत फुगत राहतो. (५) वास्तविकता जबाबदारीने कार्य करण्यापेक्षा विविध पक्षांच्या मंत्र्यामध्ये समन्वय व सहकार्य साधण्यातच प्रधानमंत्र्यांची शक्ती वाया जाते.

राजकारणांचे प्रादेशिकरण :

आघाड्यांच्या राजकारणात प्रादेशिक पक्षांची भूमिका निर्णायक ठरू लागल्याने भारतात केंद्रीय राजकारणाचे प्रादेशिकीकरण झालेले आहे. प्रादेशिक पक्ष आपापल्या शर्ती, अटी, प्रस्ताव मान्य करून घेण्यासाठी दबावाचे राजकारण करतात. प्रादेशिक हिताला प्राधान्य देऊन आपापले हित साध्य करण्याचा प्रयत्न करतात शिवाय राज्याला फायदा होईल असे खाते पदरात पाडून घेण्याचा प्रयत्न करतात. उदा. १९९९-२००४ या काळात जनता दल (यु) नितिशकुमारांनी रेल्वेमंत्री पद तर युपीए सरकारमध्ये लालुप्रसाद यादव आणि रामविलास पासवान यांच्यात रेल्वेमंत्री पदासाठी स्पर्धा होती. तेलगू देशमचे चंद्राबाबु नायडूंनी १९९६ ते २००४ मध्ये जवळपास ८ वर्षे आघाडी शासनात सहभाग घेऊन पूर्ण कायदा घेऊन केंद्रीय राजकारणात आपला प्रभाव निर्माण केला होता.

आपापले प्रादेशिक हित साध्य होत नसल्यास शासनाचा पाठिंबा काढून घेण्याच्या धमक्या दिल्या. त्यामुळे आघाडी शासनाला आपले संसदेतील बहुमत सांभाळण्यासाठी वारंवार दक्ष रहावे लागते. त्याचाच परिणाम म्हणून वाजपेयींचे पहिले आघाडी सरकार

१३ दिवसांतच संपुष्टात आले. कारण जयललितांनी पाठिंबा काढून घेतल्याने रालोआ सरकार कोसळून राजकीय अस्थिरतेला तोंड द्यावे लागले.

सौदेबाजी संघराज्य :

प्रादेशिक पक्ष आघाडी शासनास पाठिंबा देत असताना काही शर्ती, अटी मान्य करूनच देत असल्याने सौदेबाजी संघराज्य निर्माण झालेले आहे. काँग्रेसच्या युपीए सरकार मध्ये तमिळनाडूचे करुणानिधी, बिहारचे लालुप्रसाद यादव आणि रामविलास पासवान, महाराष्ट्राचे शरद पवार असे शक्तिशाली व प्रभावशील नेते असल्याने काँग्रेसची जुनी एकतर्फी निर्णय घेण्याची परंपरा मोडीत काढून कोणतेही निर्णय घेताना, नियुक्त्या करताना संयुक्त बैठकीत त्यांचा विचार घेण्यास सुरुवात झाली आहे.

आघाडी राजकारणाची सकारात्मक बाजू :

आघाड्यांच्या राजकारणामुळे नेत्यांची जबाबदारी वाढते. पंतप्रधानांना सर्व पक्षांच्या नेत्यांना विश्वासात घेऊन सामूहिकपणे निर्णय वा धोरणे आखावी लागतात. अर्थात प्रादेशिक आणि राष्ट्रीय पक्षांमध्ये मिळून-मिसळून कार्ये करण्याची संस्कृती निर्माण झालेली आहे. राजकीय सत्तेचे विकेंद्रीकरण होऊन विकास आणि आधुनिकीकरणाचे राजकारण सुरू होण्याची शक्यता आहे. आघाड्यांच्या राजकारणामुळे पंतप्रधानांची भूमिका कमजोर होऊन संसदेची भूमिका प्रभावी ठरत आहे.

नकारात्मक बाजू :

आघाड्यांच्या राजकारणामुळे वारंवार राजकीय अस्थिरतेला तोंड द्यावे लागत आहे. राजकारणाचे गुन्हेगारीकरण होऊन संसद आणि कार्यकारी मंडळ अपराध्यांच्या खिशात येत आहेत. संसदेत सध्या प्रभावी विरोधी पक्ष असल्याने वारंवार सत्तारुढ व विरोधी पक्षांमध्ये संघर्षाचे वातावरण निर्माण झाले आहे. मंत्रिमंडळातील सदस्य आपल्याच नेत्यांवर म्हणजे पंतप्रधानांवर टीका करीत आहेत. त्याचप्रमाणे सत्ताधारी पक्षांमध्ये एका निर्णयावर एकमत दिसत नाहीत तर विभिन्न मतमतांतरे दिसून येतात इत्यादी.

(१) धोरणात्मक निर्णयावर मर्यादा :

आघाड्यांच्या शासनात संसदेतील धोरणात्मक निर्णयावर प्रादेशिक आणि इतर पक्षांच्या संमतीची मर्यादा पडते. एखाद्या पक्षाने संमती नाकारल्यास सरकारला धोरणात्मक निर्णय रद्द करावा लागतो किंवा धोरणावरून एखादा पक्ष पाठिंबाही काढून घेतो, अशा वेळी सरकारला अविश्वासाला तोंड द्यावे लागते. सध्या यु. पी. ए. ने (२०११) रिटेल क्षेत्रातील ५०% परकीय गुंतवणुकीला तृणमूल काँग्रेसच्या ममता बॅनर्जींनी संमती नाकारल्याने, सरकारला माघार घ्यावी लागली.

(२) संवादाचा अभाव :

संसदेत समाजहिताच्या प्रश्नावर सत्ताधारी आणि विरोधी पक्षामध्ये संवाद शांतता संयमाच्या मार्गाने होणे हे संसदीय शासन प्रणालीसाठी पोषक असते पण आघाड्यांच्या शासनामध्ये वारंवार वादविवादावरून संसद दीर्घकाळ तहकूब करणे, तणावपूर्ण वातावरण निर्माण होणे यात सत्ताधारी पक्षांचा हटवादीपणा तसेच विरोधी पक्षांचा विरोधासाठी विरोध हे धोरण यामुळे संसदीय शासनातील संवादाची कमतरता दिसत आहे. यात पंतप्रधानांनी वादविवादाच्या विधेयकावर सर्व पक्षांची संयुक्त बैठक बोलावून प्रत्येक पक्षांचे मत जाणून सामाईक मुद्दे लक्षात घेऊन विधेयक आणणे आवश्यक आहे. तरच जनतेचा विश्वास संसदेवर राहील.

(३) किचन कॅबिनेटची वाढती भूमिका :

आघाड्यांच्या शासनात किचन कॅबिनेटची भूमिका सक्रिय झालेली आहे. त्यामुळे धोरणात्मक निर्णय हे किचन कॅबिनेटमध्येच होत आहेत. याचा उलट परिणाम म्हणून संसद केवळ संमतीची औपचारिक संस्था बनलेली आहे. संसदेत व्यापक चर्चा होत नाही, हे संसदीय शासनासाठी योग्य नाही.

(४) सरकारवर लोकांचा अविश्वास :

सरकारी यंत्रणेतील मंत्री खासदार, प्रशासकीय अधिकारी यांच्यावरचा लोकांचा विश्वास हा पूर्णपणे गमाविलेला आहे. राजकीय नेते हे निवडणुकीत काळ्या पैशांचा वापर करतात. वाढता भ्रष्टाचार, गुणवत्ताहीन व्यक्ती, गुंड, गुन्हेगार, संसद सदस्य बनल्यामुळे, नेत्यांचे जनहिताच्या प्रश्नाकडे दुर्लक्ष, खासदारांना संसदीय कार्यप्रणाली माहित नसणे. त्यांचा गैरहजरपणा त्यामुळे सर्वसामान्यपणे जनतेत नेत्यांविषयी, प्रशासकीय अधिकाऱ्यांविषयी आस्था कमी होत चाललेली आहे. हे संसदीय शासनासाठी धोकादायक आहे.

संदर्भ :

(१) भारतीय राजनीती का बदलता परिदृश्य - मानचंद्र खंडेला (गठबंधन सरकार : समस्याए और संभावनाये, पृष्ठ क्र. ८-९)

(२) भारतातील प्रादेशिक पक्षांची भूमिका - डॉ. अशोक चौसाळकर (साधना - १४ ऑगस्ट १९९९, पृष्ठ क्र. २४, २५, २६)

(३) संविधान और सरकार - डॉ. सुरेंद्र कुमार शर्मा (पृष्ठ क्र. १६२, १६४, १६६)

(४) समकालीन भारतीय राजकारणाचे विश्लेषण - डॉ सुहास पळशीकर, मराठी वाचन साहित्य मालिका क्र. २, २००९, राज्यशास्त्र लोकप्रशासन विभाग, पुणे विद्यापीठ, पुणे.

(५) भारतीय राज्यघटना, राजकारण (महाराष्ट्राच्या विशेष संदर्भासह) आणि कायदा - प्राचार्य डॉ. बाळ कांबळे, प्राचार्य डॉ. अलीम वकील, प्राचार्य डॉ. पी. डी. देवरे, २०१२, डायमंड प्रकाशन, पुणे

(६) भारताच्या राजकारणाचा ताळेबंद - डॉ. सुहास पळशीकर, मराठी वाचन साहित्य मालिका क्र. १, २००९, राज्यशास्त्र लोकप्रशासन विभाग, पुणे विद्यापीठ, पुणे.

(७) आघाडीच्या राजकारणातून संघटित अराजकाकडे - ग. प्र. प्रधान (सकाळ - सप्तरंग - १९ डिसेंबर २००४)

(८) निवडणूक २००४ - अस्वस्थांचा आविष्कार - डॉ. राजेश्वरी देशपांडे (समाज प्रबोधन पत्रिका - पृष्ठ क्र. ७१, ७३, ७६)

(९) राजस्थान पत्रिका (जयपुर) - 'गिरावट की हद' - कुलदिप नायर (२२ नोव्हें १९९८)

(१०) संसदिय समीक्षा - कुलदिप नायर (दै. लोकमत)

(११) भारतीय शासन में प्रधानमंत्री की भूमिका - विमल शुक्ल (इंडिया टुडे, ३१ मार्च १९९१)

(१२) भारतीय संसद की नयी दृष्टी - डॉ. लक्ष्मीमल्ल सिंघवी (नवभारत टाईम्स)

(१३) मॉडर्न डेमोक्रमी - लॉर्ड ब्राईस (कायदे मंडळाचा ऱ्हास)

(१४) विधिमंडळ - के. सी. व्हियर (संसदेच्या भूमिकेचा अभ्यास)

(१५) धर्मयुग - 'सुनो सांसद' (डॉ. लक्ष्मीमल्ल सिंघवी, २० जाने १९९०, पृष्ठ ३९)

(१६) इंडिया टुडे - (१५ जुलै १९९९, पृष्ठ ४३)

(१७) State level coalition Govts. and federal calculation, Kailash K. K. 2010, Dept. of Politics and Public administration, University of Pune.

(१८) A Demonatic Balance : Bureacracy Political Parities and Political Represantation, Pradeep Chhibber, 2010, Dept of politics and public administration, University of Pune.

४

भारतीय लोकशाहीपुढे प्रादेशिकतेचे आव्हान

डॉ. सुवर्णा बेनके

भारतीय संविधानानुसार १ ल्या कलमात इंडिया अर्थात भारत 'राज्याचा संघ' असा उल्लेख आहे. संविधानाच्या कलम २ आणि ३ मध्ये अनुक्रमे नवीन राज्य समाविष्ट करणे किंवा स्थापन करणे तसेच नवीन राज्याची निर्मिती आणि विद्यमान राज्याची सीमा किंवा नावे यात फेरबदल करण्याची तरतूद आहे. भारतीय संविधानात राज्यविषयक गोष्टींचा स्पष्ट उल्लेख आहे. परंतु, आज भारतात जातीवाद, धर्मवाद, भाषावाद, प्रांतवाद दैनंदिन निर्माण होत आहे. प्रादेशिकता वाढतेच आहे. काही राज्यांना स्वत:चे वेगळेपण हवे आहे. सामाजिक, सांस्कृतिक वेगळेपणाची जगाला ओळख करून देण्याच्या चळवळी सुरू आहेत. उदा. नागालँड, गुरखालँड, तेलगंणा इत्यादी. तर काही राज्यांना आर्थिक बाबी महत्त्वाच्या वाटतात, नेत्यांना नेतृत्वाची हाव आहे, तर काही राज्यांना आपल्यावर अन्याय होतो आहे असे वाटते. अशा अनेक कारणांमधून स्वतंत्र सार्वभौम राज्याची मागणी पुढे येते. प्रादेशिक पक्षांमध्ये प्रांताभिमान अधिक असतो, तर काही ठिकाणी धर्मवाद अधिक प्रखर असतो इत्यादी अनेक कारणांमुळे राज्य फुटून निघण्याची भाषा वापरतात. अर्थात, 'समान संस्कृती, समान इतिहास, समान हितसंबंधामुळे निर्माण झालेली वेगळेपणाची जाणीव आणि त्यावर राष्ट्रापेक्षा अधिक निष्ठा म्हणजे प्रादेशिकता होय.'

प्रादेशिकतेची सुरुवात :

प्रादेशिकतेची सुरुवात भाषावादातून झाली आहे. भाषावार प्रांतरचना करण्यास स्वातंत्र्यपूर्व काळात काँग्रेसने तत्त्वत: मान्यता दिली होती. पण स्वातंत्र्यानंतर फाळणीमुळे ही मागणी मागे पडली. भाषावार प्रांतरचनेच्या संदर्भात अलाहाबाद उच्च न्यायालयाचे न्यायमूर्ती एस. के. दार यांच्या अध्यक्षतेखाली एक आयोग नेमला गेला होता. या

आयोगाने भाषेऐवजी प्रशासकीय सोयीने प्रांत पुनर्रचना करावी असे सांगितले. अर्थात यास विरोध झाला. पुन्हा जे. व्ही. पी. समिती अस्तित्वात आली. या समितीनेही दार आयोगाच्या शिफारशीचा पुन:रुच्चार केला. या अहवालाच्या संदर्भात आंध्रप्रदेशातील पोट्टी श्रीरामलू यांनी आमरण उपोषण करून आत्मसमर्पण केले. अशा रीतीने भारत सरकारला भाषिक आधारावर पहिली मान्यता द्यावी लागली. पुढे अशा मागण्या वाढतच गेल्या. संयुक्त महाराष्ट्राचा लढा होऊन गुजरात आणि महाराष्ट्र ही स्वतंत्र राज्ये निर्माण झाली.

नेतृत्व :

१९६२ मध्ये अण्णादोराई यांनी दक्षिणेतील लोक उत्तरेपेक्षा वेगळ्या वंशाचे आहेत. हा सिद्धान्त मांडला. शीख नेते मास्टर तारासिंग यांनी १९४९ मध्ये स्वतंत्र शीख राज्याची मागणी केली. यावर आधारित खलिस्तानची चळवळ काही अतिरेक्यांनी चालविली. सर्वसामान्य शीख समाजाचा त्यास पाठिंबा नव्हता. आसाममधील मिझोंनी अशी फुटून निघण्याची चळवळ केली. हिंसक मार्ग व दहशतवादी कारवाया केल्या. त्यास चीन व पाकिस्तानने मदत केली. प्रादेशिक नेता लालडेंगाच्या पुढाकाराने मिझोराम अस्तित्वात आले. नागा लोकांनी नागालँड स्वतंत्र होण्यासाठी भारताच्या विरोधात युरोपियन राष्ट्रांची मदत घेतली होती. या चळवळीत देशद्रोहापर्यंत मजल गेली. अशा पद्धतीने जर स्वायत्तता हवी असेल तर देशासाठी झालेल्या स्वातंत्र्यलढ्याचे काय? स्वातंत्र्यासाठी झालेल्या त्यागाचे, बलिदानाचे काय? असे प्रश्न निश्चित मनात येतात.

स्वतंत्र राज्याची मागणी व राज्यांतर्गत संघर्ष :

१९५३ ला राज्यपुनर्रचना मंडळ स्थापन झाले व १९५३ ला मंडळाच्या शिफारशीवरून संसदेने एका कायद्याने भाषिक आधारावर राज्याची निर्मिती केली आणि छोट्या भागांना केंद्रशासित प्रदेशाचा दर्जा दिला. मद्रास प्रांतातील तेलगू भाग वेगळा करून आंध्र प्रदेशाची मागणी मान्य केली. १ मे १९६० ला मराठी भाषेवर आधारित महाराष्ट्राची निर्मिती झाली. विविध मागण्या, विविध भागातून पुढे येत राहिल्या व घटक राज्यांची संख्या वाढत राहिली. केंद्राचे अधिक प्राबल्य व केंद्राकडून होत असलेल्या अधिकाराच्या गैरवापरामुळे घटक राज्याकडून अधिक स्वायत्ततेची मागणी पुढे येते. स्वायत्ततेच्या मागणीत तमिळनाडू, आंध्रप्रदेश, कर्नाटक, बांगला हे आघाडीवर आहेत. राज्याला अधिक स्वायत्तता मिळावी म्हणून राज्यातील राज्यपालाचे पद रद्द करावे, राज्यसूचीतील विषयात वाढ करणे, ३५६ वे कलम रद्द करावे इत्यादी मागण्यांचा समावेश होता. देशाचे संविधान सार्वभौम आहे पण स्वायत्ततेच्या नावाने त्यातच बदल करण्याची मागणी होत आहे. अखंड भारताच्या दृष्टीने हे धोकादायक आहे.

अर्थात केंद्र यावर उपायासाठी अनेक प्रयत्नही करते आहे. त्याचाच भाग म्हणून प्रशासकीय सुधारणा आयोग, सरकारिया आयोग, स्वर्णसिंग समिती इत्यादी स्थापन केले गेले.

राज्याराज्यात संघर्ष :

प्रांतवादातून राज्या-राज्यात संघर्ष उद्भवले. भाषिक आधारावर निर्माण झालेले संघर्ष, सीमा प्रश्न, राजधानी स्वरूपात निर्माण झालेले प्रश्न, पाणी वाटप, स्थलांतर इत्यादी मधून प्रादेशिकतेचे स्वरूप अधिक तीव्र होत आहे. उदा. महाराष्ट्र व गुजरात संदर्भात मुंबईचा प्रश्न, पंजाब व हरियाणाचा चंदीगडचा प्रश्न, कावेरी पाणी प्रश्नावर कर्नाटक व तमिळनाडू संघर्ष, बेळगांव, निप्पाणी व कारवार यासंबंधी महाराष्ट्र व कर्नाटक राज्यातील संघर्ष इत्यादी. म्हणजेच, वेगळे करून दिले तरी प्रश्न, संघर्ष संपत नाहीत. त्यातून नवा वाद निर्माण होतो. संकुचितता अधिक वाढते आहे. प्रथम देशातून फुटून निघणे नंतर इतर राज्याविषयीची कटुता या समस्या दिवसेंदिवस वाढतच आहे व नेतृत्वाची हाव असणारे नेते यास अधिक खतपाणी घालतात. जनतेच्या प्रश्नांऐवजी स्वायत्तता महत्त्वाची ठरते आहे. स्थलांतरातूनच भूमिपुत्रांचा प्रश्न निर्माण होतो आहे. त्यातूनच आंदोलने होतात. उदा. आसाममध्ये लछीत सेना, पश्चिम बंगालमध्ये सुभाष सेना, महाराष्ट्रात शिवसेना, मनसे इत्यादी. प्रादेशिक पक्ष आंदोलनात सक्रीय भाग घेतात व स्वतःची व्होट बँक तयार करतात. आंदोलनामुळे तीव्र प्रादेशिक भावनेचा आविष्कार होतो. उदा. महाराष्ट्रात शिवसेना असे प्रतिपादन करते की, दाक्षिणात्यांनी मुंबईच्या सार्वजनिक जीवनावर वर्चस्व बसविले आहे. त्यांना हुसकावून लावल्याशिवाय मराठी माणसाला स्वाभिमानाने जगता येणार नाही. बिहारमध्ये, बिहार बचाव मोर्चा, त्रिपुरामध्ये, त्रिपुरा उपजातीजुवा समिती, आसाममध्ये ऑल आसाम स्टुडंटस युनियन (आसु), ऑल आसाम गणसंग्राम परिषद (आगप) वारंवार आंदोलने करतात.

राष्ट्रीय पक्षाची भूमिका :

विलिनीकरण आले, परंतु त्यानंतर सत्ताप्राप्तीचा स्वार्थ बाजूस ठेवून राष्ट्रीय पक्षांनी कार्य करणे आवश्यक होते. राष्ट्रीय विकास व राष्ट्रीय पक्षांनी कार्य करणे आवश्यक होते. राष्ट्रीय विकास व राष्ट्रीय एकात्मतेवर लक्ष केंद्रित करण्याची आवश्यकता होती, तसे झाले नाही. केंद्रसरकार विरोधी पक्षाच्या व प्रादेशिक पक्षाच्या प्रदेश सरकारांना दुज्याभावाची वागणूक देते. त्यामुळे प्रादेशिकता अधिक प्रखर होत जाते. केंद्र व घटक राज्यातील संघर्ष वाढत जातो. केंद्राची घटक राज्यावरील पकड ढिली होत आहे. याचा परिणाम आर्थिक विकासावर व राष्ट्रीय एकात्मतेवर निश्चित होतो.

प्रादेशिक पक्षांचे वर्चस्व :

१९९६ मध्ये देवेगौडा पंतप्रधान असताना केंद्रात प्रादेशिक पक्षाचे सरकार होते. १९९९ पासून वाजपेयी पंतप्रधान असताना त्यांना शिवसेना, तेलगू देसम, डी. एम. के. या प्रादेशिक पक्षांचा आधार होता. २००८ पासून मनमोहनसिंगांनादेखील राजद, मुस्लिम लीग, लोकजनशक्ती इत्यादींचा पाठिंबा घ्यावा लागतो. त्यामुळे प्रादेशिक पक्षाचे महत्त्व वाढते आहे. त्यांच्या मागण्याही जोर धरत आहेत. राष्ट्रीय पक्षांना प्रादेशिक पक्षाशी युती करावी लागते. त्याशिवाय प्रांतांमधून शासन निर्माण होणे अशक्य होते. म्हणूनच संमिश्र सरकारे येत आहेत. भारतीय जनता पक्षाच्या सरकारने छोट्या राज्यांच्या स्थापनेच्या मागणीस पाठिंबा दिला व त्याप्रमाणे मध्यप्रदेश, बिहार, उत्तरप्रदेश या मोठ्या राज्यांचे विभाजन करून छत्तीसगढ, झारखंड, उत्तरांचल या राज्यांची स्थापना झाली. या तीन राज्यांपैकी फक्त झारखंड भागातच वेगळ्या राज्याच्या मागणीची चळवळ तीव्र होती. छत्तीसगढ व उत्तरांचलमध्ये गेल्या काही वर्षात चांगल्याप्रकारे विकासही झाला आहे. परंतु , राजकीय अस्थिरता व योग्य नेतृत्वाचा अभाव यामुळे झारखंडचा म्हणावा तसा विकास झाला नाही.

नोव्हेंबर १९५६ साली नीलम संजीव रेड्डी आंध्रचे मुख्यमंत्री झाले आणि हैद्राबाद ही राज्याची राजधानी झाली. तेलंगणाचे नऊ जिल्हे मागासलेले होते व त्यामानाने आंध्रप्रदेशाचा भाग जास्त पुढारलेला होता. तेथे शेती व व्यापार मोठ्या प्रमाणात होता. हैदराबाद राजधानी झाल्यानंतर आंध्रातील उधमी लोकांनी तेथे मोठ्या प्रमाणात गुंतवणूक केली. तिथे जमिनी घेतल्या, कारखाने काढले, एकूण अर्थकारणात व राजकारणात आंध्रचा दबदबा वाढत होता आणि विकासासाठीचा बराच पैसा आंध्रच्या विकासासाठी वापरला जात होता. या काळात आंध्रसरकारने पाटबंधारे व धरणे बांधण्यात पुढाकार घेतला. आंध्रातील लाखो एकर जमीन पाण्याखाली आली. या काळात आपण सर्वच बाबतीत आंध्रपेक्षा मागासलेले आहोत अशी भावना तेलंगणात निर्माण झाली व आंदोलनेही तीव्र होत गेली. बऱ्याच राज्यात याप्रमाणे चित्र पाहावयास मिळते. जनतेत असंतोष निर्माण होतो. नेतृत्वाचे द्रष्टेपण कमी पडते आहे. राष्ट्रीय एकात्मतेस ते घातक ठरते आहे. लोकशाही बळकट होण्याऐवजी लोक राजकारणाकडे उदासिनतेच्या भूमिकेतून पाहत आहेत.

विकासाविषयी अनास्था :

१९९१ मध्ये अंगिकारलेल्या नव्या आर्थिक धोरणामुळे आर्थिक व्यवहारात खुल्याबाजारपेठेला मुक्त वाव ठेवावा; विकासाची गती वाढविण्यासाठी नवनवे आधुनिक तंत्रज्ञानावर आधारलेले उद्योग उभे करावेत व त्यासाठी परकीय भांडवलास मुक्त वाव द्यावा तशी धोरणेही राबविली जात आहेत. विकासाची गती न वाढविण्यात मागास

प्रदेशातील राजकीय नेतृत्वाच्या दोन उणिवा दिसून येत आहेत. संसदेत व विधीमंडळात निवडून गेलेले त्या प्रदेशातले प्रतिनिधी आपल्या भागांच्या विकासाच्या गोष्टीबद्दल पुरेसे जागरूक नाहीत. मग प्रगत प्रदेशाच्या नावाने खडे फोडून काय उपयोग? नेतृत्वात विधायक बदल होणे अपेक्षित आहे. विकासाच्या बाबींची चर्चा होणे अगत्याचे ठरते. जनतेसाठी आपण आहोत ही भावना जागृत व्हायला हवी. तसेच, मागास प्रदेशात विकासयोजना राबवण्यासाठी अनुभवी कंत्राटदारांची अनुपलब्धता यासारख्या अडचणी आहेत, 'प्रायव्हेट पार्टनरशिप' चे कार्यक्रमही प्रगत प्रदेशातच केले जात आहेत. दुसरे असे की, ७३ आणि ७४ व्या घटनादुरुस्तीने जिल्हा परिषद आणि ग्रामपंचायती यांना शेती, वाहतूक, शिक्षण आदीबाबत जास्त अधिकार देण्यात आले आहेत; पण त्यांचा उपयोग केला जात नाही. व्हॅटच्या उत्पन्नातील ठरावीक हिस्सा जिल्हापरिषदांना द्यावा, अशासारख्या राज्यवित्त आयोगाच्या शिफारशींची अंमलबजावणी प्रतिनिधी तसा आग्रह धरत नाहीत. जिल्हा नियोजन आणि विकासमंडळाचे अध्यक्षपद जिल्हा परिषद अध्यक्षाकडे द्यावे अशी शिफारस असताना अजूनही पालकमंत्रीच ते पद भूषवित आहेत. विकासाची गती वाढविण्यासाठी जे अधिकार घटनादुरुस्ती व इतर कायद्यांनी उपलब्ध करून दिले आहेत, त्यांचा वापर न करणारे राजकीय नेतृत्व राज्य बनविल्यानंतर तरी काय करतील? झारखंड, छत्तीसगढ, गोवा यासारखेच राजकारण तेथे चालू राहण्याची शक्यता जास्त आहे, असे खेदाने म्हणावे लागते.

मागास प्रदेशांच्या हिताची ज्यांना तळमळ आहे व समाजाच्या समतोल विकासाचे ज्यांना अगत्य आहे, अशा सर्वच नागरिकांनी छोट्या राज्याच्या मृगजळामागे न धावता आर्थिक धोरणांची दिशा बदलणे व जल, जंगल, जमीन, खनिज आदींच्या विवेकशील वापराबाबत ग्रामसभेने क्रियाशील होणे या दिशेने प्रयत्न केले पाहिजेत.

वेगळे राज्य असण्याचे फायदे :

काही ठिकाणी एक भाषक प्रदेश अन्यभाषक राज्यात राहिला आहे. त्यातून सीमावाद उभे राहिले. राज्याचा कारभार लोकभाषेतून चालवायला गती आली. त्यामुळे लोकशाहीकरणाची प्रक्रिया गतिमान झाली. भाषावार राज्यरचनेमुळे राष्ट्रीय एकात्मतेला कसलाही धोका निर्माण झाला नाही. काही सीमावाद ठसठसत असले, तरी ते फारच सीमित आहेत. राज्य मोठे असले तरी प्रगत प्रदेशाचे वर्चस्व राहते आणि मागास प्रदेशाच्या विकासाकडे दुर्लक्ष होते, असे अनेक ठिकाणी अनुभवायला येऊ लागले. ही समस्या सोडविण्यासाठी विदर्भ, बुंदेलखंड इत्यादी राज्यांची निर्मितीची मागणी केली जात आहे.

विकासाची दिशा व गती वाढविणे गरजेचे झाले आहे; पण नव्या राज्यांची निर्मिती हा ह्यावर उपाय होऊ शकतो का? उत्तरांचल, छत्तीसगढ व झारखंड या नव्याने बनविण्यात

आलेल्या तसेच १९६१ पासून स्वतंत्र राज्य म्हणून चालणाऱ्या गोव्यातील घडामोडी पाहिल्यास विकासाची गती वाढल्याचे दिसून येत नाही. राजकारणात सरंजामी निष्ठांचा प्रभाव, संधिसाधुपणा यांना मात्र ऊत आल्यासारखे दिसते. मागास प्रदेशांच्या विकासाची गती वाढविण्यात जी मुख्य अडचण आहे, ती वेगळीच आहे. १ ल्या पंचवार्षिक योजनेत काही उद्दिष्टे नमूद करण्यात आली. १) सर्वसामान्य माणसांचे जीवनमान उंचावणे. २) सर्व स्त्री-पुरुषांना अर्थपूर्ण रोजगार मिळवून देणे. ३) मागास प्रदेशांची विकासाची गती वाढवून प्रादेशिक समतोल साधणे. १ ल्या चार दशकात ही उद्दिष्टे साध्य करण्याच्या दिशेने समाधानकारक काम झाले नसले, तरी ती उद्दिष्टे प्रमाण मानून विविध योजना आखल्या जात होत्या. देशाच्या विकासाची पायाभरणी त्यामुळे चांगली झाली, असे आता अनुभवायला येत आहे.

प्रादेशिकतेचे परिणाम : १) वेगळेपण जगाला दाखविण्यासाठी असे राज्यांनी म्हटले तरी जग मात्र प्रांतांना ओळखत नाही, देशाला ओळखते. २) भारताचे शत्रू याचा फायदा घेतात. पंजाबमध्ये स्वतंत्र सार्वभौम राज्याची मागणी पुढे आली.अकाली दलाने ही चळवळ सुरू केली. अतिरेक्यांनी पंजाबमध्ये धुमाकूळ घातला होता. भारताच्या शत्रूने या अतिरेक्यांना भारत विरोधी कारवायास मदत केली. ३) एकीकडे प्रदेशाभिमान वाढवायचा, दुसरीकडे मात्र आंतरराष्ट्रीय स्पर्धेत टिकण्याचे प्रयत्न जनतेकडून होतात. उदा. मुलांना शाळेत घालताना स्टेट बोर्डऐवजी सी.बी.एस. ई, आय. सी. एस. ई हवे असा आग्रह धरला जातो. ४) काही लोक आपण वेगळ्या वंशाचे आहोत हीच खरी ओळख विसरली जाते. ५) देशावर संकट आले की, प्रांताभिमान उपयोगी ठरत नाही. उदा. कारगिल युद्ध, घुसखोरी, दहशतवाद इत्यादी.

अशावेळी देशाभिमानच जागृत होतो. राष्ट्रीय सण ही एकच आहेत म्हणून राष्ट्रीय एकात्मतेसाठी प्रखर प्रांताभिमान धोकादायक ठरतो. ६) राज्यकर्त्यांनी दुटप्पी धोरण स्वीकारणे योग्य ठरत नाही. उदा. एकीकडे गांधीवाद मानायचा, अण्णा हजारेंचे अहिंसक आंदोलन मानायचे, तर दुसरीकडे प्रांताभिमानासाठी हिंसक कारवाया व दहशतवाद पसरवायचा हे योग्य ठरत नाही.

संदर्भ :

(१) भारताचे शासन आणि राजकारण, प्रा. शोभा कारेकर, डॉ. शरद घोडके

(२) भारतीय राज्यव्यवस्था - डॉ. भा. ल. भोळे

(३) Indian Constitution - V.M. Paylee

(४) Indian Constitution - Dr. D. D. Basu

५

आघाडी सरकारची अपरिहार्यता

प्रा. ए. बी. फलके

भारताला स्वातंत्र्य मिळून ६३ वर्ष झाली या ६३ वर्षांमध्ये १९७५ पर्यंत भारतामध्ये काँग्रेस पक्षाचा एकछत्री अंमल होता. परंतु १९७५ नंतर या एकछत्री प्रभावाला उतरती कळा लागली. १९७५ मध्ये देशात आणीबाणी जाहीर झाली आणि त्याचा परिणाम म्हणून १९७७ ला ज्या सार्वत्रिक निवडणुका झाल्या त्यामध्ये काँग्रेस पक्षाला बहुमत गमावण्याची वेळी आली. केंद्रामध्ये जनता पक्षाचे सरकार अधिकारावर आले. अनेक पक्षांनी एकत्र येऊन केलेली ही पहिली आघाडी असे म्हणता येईल. या जनता पक्षामध्ये १७ पक्ष एकत्र आले होते हे सरकार २८ महिने टिकले व अल्पावधीतच गडगडले. परंतु या सरकारमुळे काँग्रेस विरोधाला बळकटी प्राप्त झाली असे म्हणावे लागेल. पुन्हा काँग्रेसचे सरकार अधिकारावर आले. परंतु भारतीय राजकीय व्यवस्थेत काही बदल घडून आलेले दिसतात.

केंद्रीय पातळीवर ही परिस्थिती निर्माण झाली असली तरी या वेगळ्या विचारांना चालना पहिल्यांदा घटकराज्य पातळीवर मिळाली असे दिसते. १९५३ ला आंध्रप्रदेशात व १९५७ ला केरळमध्ये पहिल्यांदा काँग्रेस विरोधातील सरकारे अधिकारावर आलेली आहेत परंतु इतरत्र त्याचा फारसा प्रसार झाला नाही. १९६४ ला नेहरूंच्या निधनानंतर मात्र परिस्थितीमध्ये खूपच बदल झाला. नेहरूंच्या निधनानंतर १९६७ ला दक्षिणेकडील ८ घटकराज्यांमध्ये काँग्रेस पक्ष बहुमत मिळवू शकला नाही. त्या ठिकाणी काँग्रेसच्या विरोधात असणाऱ्या पक्षांना बहुमत मिळालेले आहे. यामध्ये एकापेक्षा अधिक पक्ष एकत्र आलेले आहेत.

या परिस्थितीमुळे काँग्रेसला विरोध करणाऱ्या पक्षांचे सामर्थ्य वाढत गेलेले आहे. या पक्षांनी सार्वजनिक निवडणुकामध्ये देखील अशाच पद्धतीने संघटित स्वरूपात काँग्रेसची लढण्याचे धोरण स्वीकारले आहे असे दिसते. या परिस्थितीमध्ये प्रत्येक पक्षाची धोरणे

पक्षनिष्ठा पक्षशिस्त कमकुवत झालेली आहे असे दिसते. सदस्यांचे पक्षाशी मतभेद झाले की लगेच पक्षांतर करू लागले, त्यामुळे पक्ष आणि सरकारच्या समोर पेचप्रसंग निर्माण होऊ लागले. त्यामुळे पक्षांतराला पायबंद घालण्यासाठी १९८५ ला संसदेत पक्षांतरबंदी विधेयक आणले व ते पास देखील झाले. त्या विधेयकाने जर संसद किंवा विधिमंडळाच्या सदस्याने पक्ष बदलला तर त्याचे सदस्यत्व रद्द होऊ लागले त्यावर सदस्यांनी नवीन मार्ग शोधला - वैयक्तिक पक्षांतरात पायबंद बसला असता तरी सामूहिक पक्षांतराची जी प्रकरणे पुढे आली त्याला मात्र कोणताही पायबंद बसलेला नाही. संसदेतील किंवा विधानसभेतील आपल्या पक्षाच्या सदस्य संख्येच्या १/३ सदस्यांना पक्षांतर करण्याचा मार्ग मोकळाच आहे. त्यामुळे पक्षीय सदस्यांचे आपल्या पक्षाशी मतभेद झाले की सदस्य गटागटाने पक्षांतर करू लागले त्यामुळे प्रस्थापित सरकारे अस्थिर होऊ लागली.

वारंवार अशी परिस्थिती निर्माण होऊ लागल्याने राजकीय पक्षांनाही त्याचा विचार करावा लागला राजकीय पक्षांनी देखील निवडणुका लढवताना एकमेकांशी करार करण्याचे व एकत्र येऊन सरकार स्थापन करण्याचे धोरण स्वीकारलेले आहे. १९६७ पासून आजपर्यंतच्या सार्वत्रिक आणि घटक राज्यांच्या निवडणुकांमध्ये अशाच आघाड्या निर्माण झालेल्या आहेत.

देशामध्ये सर्वात मोठा पक्ष असलेल्या काँग्रेसलादेखील याच सहकार्याचा आधार घ्यावा लागलेला आहे. १९९५ च्या पी. व्ही. नरसिंहराव पंतप्रधान असताना काँग्रेसच्या सरकारला इतर पक्षांच्या (झारखंड मुक्ती मोर्चा) सदस्यांचा पाठिंबा घ्यावा लागलेला आहे.

काँग्रेसशी विदेशी जन्माच्या मुद्यावरून मतभेद होऊन काँग्रेसमधून बाहेर पडलेले शरद पवार यांनी राष्ट्रवादी काँग्रेसची स्थापना केली व महाराष्ट्रात काँग्रेसच्या विरोधात विधानसभेची निवडणूक लढवली परंतु कोणालाच स्पष्ट बहुमत मिळाले नाही म्हणून निवडणुकीनंतर त्यांनी काँग्रेसची आघाडी केली व त्यानंतर निवडणूकपूर्व आघाडीचे धोरण स्वीकारलेले आहे.

काँग्रेसने देखील निरनिराळ्या राज्यात वेगवेगळ्या पक्षांशी आघाडी करण्याचेच धोरण निश्चित केलेले दिसते.

याचाच परिणाम संपूर्ण देशात आघाड्यांचे पर्व निर्माण झालेले दिसून येते. देशात होणाऱ्या सार्वत्रिक निवडणुकीत कोणत्याही एका पक्षाला स्पष्ट बहुमत मिळत नाही हे लक्षात आल्याने काँग्रेससहीत सर्वांनी आघाडी करण्याचे धोरण निश्चितपणे स्वीकारले. १९७७ पासून २००५-२००९ च्या निवडणुकांमध्ये आघाड्यांचे पर्व वाढत गेलेले दिसून येते.

काँग्रेस पातळीवर सरळ सरळ राष्ट्रीय लोकशाही आघाडी विरुद्ध पुरोगामी आघाडी

अशा दोन आघाड्या निर्माण झालेल्या आहेत. याचाच अर्थ एखादा राजकीय पक्ष कितीही मोठा असला तरी सरकार बदलण्यासाठी त्यास इतर राजकीय पक्षांशी मदत घ्यावीच लागते. म्हणून आजतरी आघाडीच्याच सरकारचे दिवस आहेत असे म्हणावे लागते. आजचे पर्व म्हणजे आघाडी सरकारची अपरिहार्यता आहे.

स्वातंत्र्यानंतर सुरुवातीच्या काळात १९७७ पर्यंत काँग्रेसचा एकछत्री अंमल असल्याने काँग्रेसच्याच ठरावीक सदस्यांना सत्तास्थाने प्राप्त झाली. परंतु काँग्रेसमध्ये राहून सुद्धा आपल्याला सत्तापदापर्यंत पोहचता येत नाही असे लक्षात आल्यानंतर काहींनी काँग्रेसपासून वेगळे होण्याचा निर्णय घेतला व आपल्या स्वतंत्र राजकीय वाटचालीला सुरुवात केली. अनेक वेळा काँग्रेस दुभंगले गेले व अनेक नवीन पक्ष उदयास आले. त्यामुळे एकट्या काँग्रेसला बहुमत प्राप्त करणे अवघड झाले. त्यामुळे इतर पक्षाचे सहकार्य घेणे काँग्रेसला व सर्वात मोठ्या पक्षाला देखील अपरिहार्य झाले. याचाच अर्थ भारतामध्ये सरकार स्थापन करण्यासाठी आघाडी करण्याशिवाय पर्याय नाही असेच म्हणावे लागते.

सारांश

(१) आघाडी सरकारमुळे राष्ट्रीय धोरण ठरविण्यात अडचणी वाढल्या त्यावर निश्चित उपाययोजना करण्याची गरज आहे.

(२) सदस्यांच्या दुहेरी भूमिकांना पायबंद घातला पाहिजे.

(३) पक्षांतरावर पूर्णपणे बंदी घालण्यासाठी प्रयत्न करण्याची गरज आहे.

(४) बहुपक्ष पद्धतीला पर्याय शोधण्याचा प्रयत्न केला पाहिजे.

(५) सरकारमधील अंतर्विरोध नष्ट करण्याचा प्रयत्न केला पाहिजे.

(६) किमान समान कार्यक्रमाऐवजी राष्ट्रीय कार्यक्रमाच्या अंमलबजावणीवर भर दिला पाहिजे.

(७) आघाडी सरकारची भूमिका व अंमलबजावणी यातील अंतर नष्ट केले पाहिजे. राष्ट्रीय कार्यक्रम राबवण्याची सरकारकडून हमी घेण्याची गरज आहे.

(८) स्थैर्य प्राप्त होण्यासाठी घटनात्मक कायद्याची आवश्यकता आहे.

संदर्भ :

(१) भारतीय राजकीय व्यवस्था - भोळे भा. ल.

(२) सत्याग्रही विचारधारा दि. २० फेब्रुवारी २०११ - संपा. कुमार सप्तर्षी

(३) भारतीय गणराज्याचे शासन व राजकारण - डॉ. शिनगारे

६

भारतीय लोकशाही - आव्हाने आणि उपाय

प्रा. श्रीरंग पाटील

भारतीय राज्यघटनेने भारतासाठी लोकशाही शासनपद्धतीचा स्वीकार केला आहे. आपल्या घटनाकारांनी हा निर्णय अत्यंत विचारपूर्वक आणि निश्चित स्वरूपाच्या तात्त्विक भूमिकेतून घेतला होता. त्यांचा लोकशाही सिद्धान्तावर व मूल्यांवर विश्वास होता. त्याचप्रमाणे भारतीय जनतेच्या निर्णयक्षमतेवर व विवेकबुद्धीवरही त्यांचा पूर्ण विश्वास होता. सर्वसामान्य भारतीय जनतेशी त्यांची बांधिलकी होती. राज्याच्या सत्तेचा वापर देशातील सामान्य जनतेच्या कल्याणासाठी झाला पाहिजे, अशी त्यांची धारणा होती. लोकशाही व्यवस्थेत व्यक्तिस्वातंत्र्य व जनतेचे मूलभूत हक्क यांचे रक्षण केले जाऊ शकते. म्हणजे लोकशाही हीच सामान्य जनतेला खऱ्या अर्थाने न्याय मिळवून देते अशा विश्वासातूनच त्यांनी लोकशाहीची निवड केली होती.

भारतीय घटनाकारांच्या लोकशाही शासनपद्धतीवर पूर्ण विश्वास असला तरी 'शासनव्यवस्थेचा एक प्रकार' एवढ्या संकुचित अर्थाने त्यांनी लोकशाहीचा विचार केला नव्हता. त्यांच्या दृष्टीने लोकशाही ही एक जीवनपद्धती होती. जनतेच्या सर्व विभागांना न्याय मिळवून देणारी, जनतेमधील सर्व घटकांच्या परस्पर सहकार्याने देशाचा सर्वांगीण विकास घडवून आणण्यास सहाय्यभूत ठरणारी, समाजाच्या निरनिराळ्या घटकांमध्ये सहिष्णूवृत्ती निर्माण होण्यास चालना देणारी आणि त्यांच्यात परस्परांविषयी विश्वास निर्माण करणारी एक आदर्श व्यवस्था म्हणून लोकशाहीकडे पाहिले होते. तेव्हा भारतासाठी हीच शासनपद्धती योग्य आहे, असे घटनाकारांना वाटले होते.

भारतीय राज्यघटनेच्या सरनाम्यातच तिचे तत्त्वज्ञान आणि उद्दिष्टे स्पष्ट शब्दांत व्यक्त झाली आहेत. भारतीय घटनाकारांना या देशात सामाजिक, आर्थिक व राजकीय न्याय प्रस्थापित करण्याचे उद्दिष्ट ठेवणारी राजकीय व्यवस्था अभिप्रेत होती. त्याचप्रमाणे त्यांनी स्वातंत्र्य, समता आणि बंधुभाव या मूल्यांना विशेष महत्त्व दिले होते. ही उद्दिष्टे साध्य

करण्याचे महत्त्वाचे साधन म्हणून त्यांनी लोकशाहीचा विचार केला होता.

भारतीय घटनाकारांनी आणि राष्ट्रीय नेते यांनी लोकशाहीचा विचार किती व्यापक संदर्भात केला होता. हे वरील विवेचनावरून आपल्या लक्षात येईल. त्यांना केवळ राजकीय लोकशाही अभिप्रेत नव्हती. राजकीय लोकशाहीबरोबर सामाजिक व आर्थिक लोकशाहीचाही त्यांनी पुरस्कार केला होता. आपल्या राष्ट्राच्या सामाजिक व आर्थिक व्यवस्थेत लोकशाही मार्गाने परिवर्तन घडवून आणण्याचे उद्दिष्ट त्यांनी डोळ्यांसमोर ठेवले होते. भारतीय लोकशाहीच्या यशापयशाचे मूल्यमापन करताना तिला लाभलेला हा सामाजिक व आर्थिक संदर्भ लक्षात घेणे ही आवश्यक ठरते.

लोकशाहीपुढील प्रमुख आव्हाने

भारतीय लोकशाहीने आतापर्यंत यशस्वीरीत्या वाटचाल केली असली तरी तिचा मार्ग पूर्णपणे निर्विघ्न बनला आहे. असा निष्कर्ष काढणे मात्र सद्य:स्थितीत थोडे धाडसाचेच ठरेल. आपल्या लोकशाही व्यवस्थेत काही उणिवा राहिल्या गेल्या आहेत, हे मान्य करावे लागते. या उणिवा वेळोवेळी सर्वांच्या निदर्शनासही आल्या आहेत. त्याचप्रमाणे आपल्या देशातील अलीकडील काळातील काही घडामोडी पाहता भारतीय लोकशाहीला यापुढे किती कठीण आव्हाने पेलावी लागणार आहेत याची थोडीफार कल्पना येऊ शकते. त्यापैकी काही प्रमुख आव्हाने पुढीलप्रमाणे सांगता येतील.

(१) धार्मिक कट्टरतावाद व जातीयवाद यांचा राजकारणातील वाढता प्रभाव

(२) सत्तेच्या राजकारणाला प्राप्त झालेले अवास्तव महत्त्व

(३) राजकीय पक्ष व राजकीय नेते यांची विधिनिषेधशून्य वृत्ती

(४) गुन्हेगारी प्रवृत्तीच्या लोकांना मिळत असलेले राजकीय संरक्षण

(५) राजकीय नेते व समाजविघातक तत्त्वे यांची झालेली हातमिळवणी किंवा राजकारणाचे गुन्हेगारीकरण

(६) समाजात वाढत चाललेली असहिष्णुवृत्ती

(७) नैतिकमूल्ये व राजकारण यांची होत असलेली फारकत

(८) आर्थिक शक्तीची राजकारणावर बसत असलेली पकड

(९) देशातील वाढता भ्रष्टाचार

(१०) निवडणुकीतील हिंसाचार व गैरप्रकार

(११) सत्ताप्राप्तीसाठी चाललेल्या तत्त्वहीन तडजोडी

(१२) बुद्धिजीवी वर्गाची राजकीय उदासिनता

(१३) वाढती आर्थिक विषमता

(१४) राजकीय व्यवस्थेकडून सामान्य जनतेचा झालेला अपेक्षाभंग

(१५) लोकशाही मूल्यांना विरोध असलेल्या राजकीय शक्तींचा वाढता प्रभाव.
(१६) मूलतत्त्ववाद, जमातवाद, दहशतवाद व नक्षलवाद
(१७) प्रसारमाध्यमांचा व्यावसायिकपणा
(१८) प्रादेशिक विकासातील असमतोल

भारतीय लोकशाहीपुढील वरील आव्हाने विचारात घेता तिचा मार्ग किती खडतर आहे, हे स्पष्ट होते. लोकशाही मूल्ये व तत्त्व यांना उघडपणे विरोध करणाऱ्या राजकीय शक्ती आज देशात कार्यरत आहेत. त्यापेक्षाही चिंताजनक बाब म्हणजे या शक्तीचा प्रभाव वाढत चालला आहे. देशातील काही समाजघटक या लोकशाहीविरोधी शक्तीची पाठराखण करू लागले आहेत. धार्मिक कट्टरतावाद व जातीयवाद यांनी सध्या संपूर्ण देशभर थैमान घातले आहे. त्यातून जातीय दंगली व दहशतवादाचे मोठे आव्हान आपल्या समोर आहे. राजकीय हिंसाचारात वाढ होत आहे. तत्त्वनिष्ठा, प्रामाणिकपणा, त्याग इत्यादी गोष्टीतर राजकारणातून हद्दपार होऊ लागल्या आहेत. त्याऐवजी झुंडशाही, बलप्रयोग, हिंसाचार, संपत्ती इत्यादी गोष्टींचा राजकारणावरील प्रभाव वाढत चालला आहे.

भारतीय लोकशाहीसमोर वरील जी प्रमुख आव्हाने आहेत त्या आव्हानांना तोंड देण्यासाठी आपणास पुढील काही उपायांचा अवलंब करावा लागेल.

(१) देशात राजकीय, आर्थिक व सामाजिक समता प्रस्थापित करणे.
(२) लोकशाहीविषयी लोकांच्यात जागृतता निर्माण करणे.
(३) शिक्षणाचा प्रचार आणि प्रसार करणे.
(४) सत्तेचे विकेंद्रीकरण करणे.
(५) प्रभावी व शक्तिशाली विरोधी पक्ष निर्माण करणे.
(६) निर्भिड, स्वतंत्र व निष्पक्षपातीपणे प्रसारमाध्यमांनी आपले योगदान देणे.
(७) शांतता, सहकार्य व सहिष्णुता यांची वृद्धी करणे.
(८) आदर्श नेतृत्व निर्माण होण्यासाठी निवडणुकीतील पैश्याचा वापर व गुन्हेगारीवृत्ती रोखणे.
(९) भ्रष्टाचारी प्रवृत्तीला राजकारणात व प्रशासनात थारा न देणे.
(१०) मूलतत्त्ववाद, जमातवाद, दहशतवाद, नक्षलवाद यांना प्रतिबंध करणे.
(११) विकासाचा लाभ तळागळातील लोकांपर्यंत पोहोचला पाहिजे.
(१२) प्रादेशिक विकासातील असमतोल दूर करणे इत्यादी.

समारोप

भारतातील लोकशाही व्यवस्थेचा एक शासनपद्धती या दृष्टीने विचार केला तर ती बरीचशी यशस्वी झाली आहे, असे निश्चितपणे म्हणता येईल. भारतीय राज्यघटनेची

अंमलबजावणी सुरू झाल्यापासून सहा दशकाहून अधिक कालावधी लोटला आहे. या कालावधीत आपल्या लोकशाहीने यशस्वीरीत्या वाटचाल केली आहे. तिच्यापुढे काही कसोटीचे प्रसंग उभे राहिले. परंतु या कसोटीच्या क्षणीही तिची वाटचाल यशस्वीरीत्या चालू राहिली. राज्यघटनेची अंमलबजावणी सुरू झाल्यापासून आपल्या देशाला तीन वेळा परकीय आक्रमणाचा मुकाबला करावा लागला. या काळात आणीबाणीची परिस्थिती घोषित करावी लागली. पुढे १९७५ मध्ये अंतर्गत अशांततेच्या कारणावरूनही आणीबाणीच्या परिस्थितीची घोषणा करावी लागली. देशात काहीवेळा राजकीय अस्थिरतेचीही परिस्थिती निर्माण झाली. विशेषत: अलीकडील काही वर्षाच्या काळात त्रिशंकू लोकसभेमुळे केंद्रसरकार काहीसे अस्थिर बनले. वेळप्रसंगी लोकसभेच्या मुदतपूर्व निवडणुकाही घ्याव्या लागल्या. परंतु कसोटीच्या अशा प्रसंगातूनही आपली लोकशाही तावूनसुलाखून बाहेर पडली. किंबहुना प्रत्येक कसोटीच्या प्रसंगातून जाताना ती अधिकाधिक मजबूत होत गेली. इतकेच नव्हेतर आज एकविसाव्या शतकात जगातील बहुतेक राष्ट्रातील लोकशाही व्यवस्था कोलमडून पडल्या. परंतु भारतातील लोकशाही व्यवस्था टिकून राहिली आहे ही गोष्ट आपल्या दृष्टीने निश्चितच अभिमानास्पद आहे.

संदर्भ

(१) भारतीय राज्यव्यवस्था - डॉ. भोळे भा. ल.

(२) भारतीय लोकशाही, अर्थ आणि व्यवहार - व्होरा राजेंद्र, पळशीकर सुहास

(३) मासिके - साधना, समाजप्रबोधन पत्रिका, प्रबोधन प्रकाशन ज्योती, वाटसरू

(४) वृत्तपत्रे - लोकसत्ता, महाराष्ट्र टाईम्स, सकाळ, तरुण भारत, लोकमत, पुढारी

(५) India's Constitution - Playlee M. V.

(६) Indian Govt. and Politics - Gupta D.C.

७

भ्रष्टाचार व दहशतवाद : भारतीय लोकशाहीसमोरील प्रमुख आव्हाने

प्रा. बाबासाहेब फलके

प्रास्ताविक

सहा दशके ओलांडून आपल्या लोकशाहीने सातव्या दशकात पदार्पण केले आहे. अर्थातच, हे पदार्पण करत असताना गेल्या सहा दशकात आपण काय कमवले व काय गमावले याचा विचार करणे, भारतीय लोकशाहीच्या यशापयशाचा लेखाजोखा मांडणे व तिच्या समोरील प्रमुख आव्हांनाचा वेध घेणे व त्या आव्हानांना सामोरे जाऊन पुढे कसे जाता येईल याबाबतचा विचार करणे हा प्रस्तुत शोधनिबंधाचा प्रमुख उद्देश आहे.

भारतीय लोकशाहीसमोरील प्रमुख आव्हाने :

अनेकांचे हौतात्म्य व शेकडो संसारांची होरपळ यांची किंमत मोजून शतकाहून अधिक वर्षाच्या प्रदीर्घ संघर्षातून आपण स्वातंत्र्य मिळवले. स्वातंत्र्यप्राप्तीच्या या प्रदीर्घ संघर्षात जी पिढी कार्यरत होती ती अस्तित्वात असेपर्यंत आपणास स्वातंत्र्याच्या किंमतीबद्दल जी जाणीव होती ती दिवसेंदिवस वृद्धिंगत न होता आज कमी कमी होताना दिसते. हे आजचे आपल्या समोरील भयाण वास्तवतेतून दिसते आहे. मिश्र अर्थव्यवस्था, नियोजनबद्ध विकास, न्यायासाठी विकास, समाजवाद इत्यादीपासून प्रारंभ करून आपण नव्वदीच्या दशकात उदारीकरण, खाजगीकरण व जागतिकीकरणाच्या दालनात कधी उडी घेतली हे आपणास कळले देखील नाही. या दालनात प्रवेश करून वीस वर्षे ओलांडल्यानंतर आपल्या देशाचा व विशेषत: आपल्या लोकशाहीचा विचार करता आज वाढती लोकसंख्या, प्रादेशिकवाद व मूलतत्त्ववाद, दहशतवाद, भ्रष्टाचार, अनारोग्य, साक्षरता, लिंगभेद, उच्चभ्रू व शिक्षित उच्च व मध्यमवर्गाची तिरस्करणीय तटस्थता, जातिभेद, धर्मभेद, प्रचंड आर्थिक विषमता, पर्यावरणीय व ऊर्जाविषयक समस्या,

राजकारणाचे वाढते गुन्हेगारीकरण, दारिद्र्य व आर्थिक विषमता, बेरोजगारी व वाढते स्थलांतर, त्यातून निर्माण होणारे असंख्य प्रश्न, बेफाम वाढत चाललेली महानगरे व त्यातून उद्भवणारे असंख्य नागरी जीवनाबाबतचे ज्वलंत प्रश्न इत्यादी आव्हाने आज आपणासमोर आहेत व या सर्व आव्हानांना तोंड देत वाटचाल करत असताना आज आपल्या देशात एकही राजकीय पक्ष असा नाही को जो स्वत:च स्वबळावरील सरकार केंद्रात स्थापन करू शकेल. आघाडी सरकार हे आज आपल्यासमोरील भयानक वास्तव आहे नव्हे ते कटू सत्य आहे... असे का झाले ? याचा तपशीलवार विचार करता त्या मागच्या कारणांचा वेध घेत असता प्रामुख्याने आपल्या लक्षात येते ते म्हणजे प्रचलित व्यवस्थेवरील तळागाळातल्या घटकांचा उडत चाललेला विश्वास व आपण अगदीच निराधार आहोत या भावनेतून अगतिकतेपोटी त्यांच्यांत येत चाललेली निष्क्रियता ज्यांच्या हातात नेहमी क्रांतीची मशाल असते अशा सुरक्षित व उच्च मध्यमवर्गीयांची ''मेरे घर मेरे बच्चे'' या वृत्तीतून निर्माण होणारी उदासीनता व या उदासीनतेमुळे मोकाट सुटलेला राज्यकर्ता वर्ग, राज्यकर्ता वर्ग व नोकरशाही यांच्या अभद्रयुतीतून फोफावणारा भ्रष्टाचार व त्या भ्रष्टाचारातून उगम पावलेला चंगळवाद, बदललेली जीवनशैली, प्रसारमाध्यमे व मनोरंजनाची साधने यांचे बदलते स्वरूप, अभिव्यक्तिस्वातंत्र्याच्या नावाखाली चाललेला त्यांचा स्वैराचार इत्यादी कारणे ही परिस्थिती उद्भवण्यामागे आपणास दिसून येतात.

अर्थातच असे जरी असले तरी जागतिकीकरणाच्या या वीस वर्षांच्या कालखंडात आपण विविध क्षेत्रांत नेत्रदीपक प्रगती केली आहे. वाढता विकासदर, उच्च शिक्षणाचा खेडोपाडी प्रसार, सर्व दूर या यशाचा लाभ तळागाळापर्यंतच्या घटकापर्यंत पोहोचतो आहे काय ? हा मुख्य प्रश्न आहे व या प्रश्नाचे उत्तर आपणास नकारात्मक द्यावे लागते ही आपणासमोरची क्लेषदायक शोकांतिका आहे. आज पश्चिम बंगालमध्ये औषधोपचार न मिळाल्याने शेकडो बालके मृत पावतात. मुंबईसारख्या शहरात कुपोषणाने बालके मृत्युमुखी पडतात. चार कोटीहून अधिक मुले खेळण्या बागडण्याच्या वयात बाल कामगार होतात. एकीकडे वाढणारी शहरे तर दुसरीकडे ओस पडणारी खेडी, दोन्हीही ठिकाणी उद्भवलेले असंख्य प्रश्न, आदिवासी व त्या पट्ट्यातील नक्षलवाद हे सर्व एकीकडे तर दुसरीकडे आपल्याकडील अगणित पैशाचे करावयाचे काय ? या चिंतेत असणारा व जागतिकीकरणाच्या विकासाची स्वार्थी वृत्तीने फळे चाखत असलेला उदासीन व तटस्थ उच्चभ्रू व मध्यमवर्ग, हे आज आपणासमोरील भयाण वास्तव आहे. १९८० च्या दशकात पुण्याहून तरुण भारतमधील आपल्या लेखात ज्येष्ठ पत्रकार चं. प. मिशीकरांनी म्हटले होते. ''जेव्हा १९४२ ची चलेजाव चळवळ चालू होती तेव्हा आम्ही तरुण होतो. तेव्हा आम्हाला स्वप्ने पडत होती ती देशाबद्दल. आता आपल्या देशाला स्वराज्य मिळेल, स्वराज्याचे रूपांतर सुराज्यात होईल. देश सुजलाम् सुफलाम् होईल. आजच्या तरुणाला

ही स्वप्ने पडतात काय ? आजच्या करियरवादी व मेरिटवादी संस्कृतीतील तरुणाईला दोष न देता, त्यांच्यातील उच्चतम गुणवत्ता न नाकारतादेखील त्यांच्यातील बहुसंख्यांकांना बेचाळीसच्या तरुणाईला पडत होती ती स्वप्ने आज पडतात का ? या प्रश्नाला काही अपवाद वगळून ठामपणे माझे उत्तर नकारात्मक आहे. आणि याला जबाबदार तुमच्या आमच्यातील उदासीनता हे आहे. आज आपण आपल्या व्यक्तिगत जीवनात इतके मग्न आहोत की, आपल्या सभोवती काय घडते आहे. त्याचा विचार करायलाच आपल्याला वेळ नाही. आपण आपल्यातच मग्न असल्याने सभोवतीचा विचार करण्याचे काही कारण नाही आणि विचार न केल्यामुळे आज आपणास कशाचेच काहीच वाटत नाही. आपल्या या उदासीनतेमुळे प्रत्येक गोष्टीकडे आपण मला काय त्याचे या वृत्तीतून पाहतो. तेच संस्कार आपल्या मुलाबाळांवर करतो. परिणामी जे सामाजिक मान आपणास यावयास हवे त्याची प्रचंड उणीव आज आपणास भासत आहे. त्या उणिवेतूनच भ्रष्टाचार, दहशतवाद अशा सारख्या समस्यांचा पिकाला सकस भूमी निर्माण होत आहे. त्या भूमीत ही पिके जोमदारपणे उभी आहेत व तीच आज आमच्या लोकशाही समोरील प्रमुख आव्हाने आहेत.

भ्रष्टाचार :

गेले वर्षभर आपल्या कानी आदर्श घोटाळा, बॉम्बस्फोट, नक्षलवाद्यांच्या व माओवाद्याच्या वाढत्या कारवाया इत्यादी बाबतच्या बातम्या पडत आहेत. भ्रष्टाचाराबद्दल तर नको इतकी चर्चा आज होत आहे. अण्णा हजारे यांच्या भ्रष्टाचारविरोधी चळवळीमुळे संपूर्ण देशभरच नव्हे तर देशाबाहेरही त्यांच्याबद्दल जाणीव जागृती झालेली आहे. तीच स्थिती दहशतवाद व नक्षलवादाबद्दल आहे. आज भ्रष्टाचार व दहशतवाद ही आपल्या लोकशाही समोरची प्रमुख आव्हाने मी मानतो याचे प्रमुख कारण या दोन्हीची उगमस्थाने आपल्या मनोविकृतीमध्ये आहेत. एकीकडे आपल्या मनोविकृतीला खतपाणी घालण्याचे काम चंगळवाद करतो व त्यातून भ्रष्टाचार फोफावतो तर दुसरीकडे आपल्यातील मनोविकृतीला मूलतत्त्ववाद खतपाणी घालतो व त्यातून दहशतवाद फोफावतो आहे. भ्रष्टाचार व दहशतवाद या दोहोंचा मुकाबला करत असताना कधी नव्हे ती प्रचंड किंमत आपण आज मोजत आहोत. तरी देखील हे दोन्हीही प्रश्न आजदेखील आमच्या लोकशाही समोरील प्रमुख आव्हाने आहेत. राजकारणी व नोकरशाही यांच्यातील अभद्र युती हे देशातील भ्रष्टाचाराचे प्रमुख उगमस्थान आहे. त्यातूनच आपणास अवाक करणारे घोटाळे आपल्यासमोर येत आहेत. हे सर्व पाहून प्रश्न पडतो तो हा की हे घोटाळे होतात तरी कशासाठी ? तर त्याचे उत्तर ढोबळ मानाने असे देता येईल की एकीकडे आपल्या खर्चिक निवडणुका. या खर्चिक निवडणुका लढवून सत्ताप्राप्तीसाठी राजकारणी वर्ग भ्रष्टाचार करत आहे. तर दुसरीकडे चंगळवादी जीवनात सर्व सुखांचा आस्वाद घेता यावा म्हणून भोगी व

स्वार्थी वृत्तीने खालपासून ते वरपर्यंतच्या सर्व स्तरावरील नोकरदार वर्ग काही सन्मान्य अपवाद वगळता भ्रष्टाचार करत आहे. तर दुसरीकडे मूलतत्त्ववादी विचारसरणीचे समर्थक दहशतवादाला खतपाणी घालत आहेत. आम्ही ठरवू त्याचप्रमाणे व्हायला हवे या नक्षलवाद्यांच्या मनोवृत्तीतून एकीकडे सरकारला वेठीस धरले जात आहे. तर दुसरीकडे असंख्य निष्पापांचा बळी जात आहे. भ्रष्टाचार असेल किंवा दहशतवाद, नक्षलवाद असेल त्याला खतपाणी घालण्याचे, त्याचे समर्थन करण्याचे काम तुमच्या आमच्यातील काही जण करत आहेत. म्हणजे आपले शत्रू आपणच आहोत व आपला मुकाबलाही आपल्याशीच आहे व जेव्हा आपली लढाई आपल्याशीच असते तेव्हा ती अत्यंत अवघड असते. ही लढाई आपण कशी लढणार आहोत हाच आपणासमोरील खरा यक्ष प्रश्न आहे. कारण आपली मन:स्थिती कुरुक्षेत्रावरील अर्जुनासारखी आहे. समोर सर्व आपलेच आप्तगण आहेत व त्यांच्याशीच आपणास लढावयाचे आहे. कसे लढणार आपण ही लढाई ?

भ्रष्टाचारविरोधी अण्णा हजारे यांनी रणशिंग फुंकले आहे. सर्व स्तरातील लोकांचा व विशेषत: तरुणांचा प्रचंड पाठिंबा त्यांना मिळाला आहे व भ्रष्टाचाराबद्दल प्रचंड जाणीव जागृती त्यांच्या आंदोलनाने केली आहे. अण्णांचे चारित्र्य, त्यांचा त्याग, ग्राम विकासातील त्यांचे योगदान व त्यांच्या आंदोलनाचे वरील यश त्यांच्या निवडणूक सुधारणांच्या मागणीला ८६% लोकांचा, प्रतिनिधी परत बोलवण्याच्या मागणीला ८१% लोकांचा तर रामलीला मैदानावरील आंदोलनाला ६६% लोकांचा पाठिंबा होता. यात तरुण वर्ग आघाडीवर होता. हे त्यांचे यश मान्य करावेच लागेल. पण भ्रष्टाचार निपटून काढण्यासाठी भ्रष्टाचारविरोधी कठोर कायदा केला पाहिजे, अशी मागणी अण्णा व त्यांचे समर्थक करत असताना भ्रष्टाचार विरोधी कठोर कायदा संसदीय लोकशाहीत शक्य आहे काय ? याचाही विचार करणे आवश्यक आहे. या संदर्भात बाबुराव चंदावार म्हणतात की, ''भ्रष्टाचाराचा विरोध करणाऱ्यांनी व लोकपाल विधेयकाची मागणी करणाऱ्यांना भ्रष्टाचार कसा नष्ट करता येईल याची संसदीय लोकशाहीला अनुसरून जे काही करता येण्यासारखे असू शकेल किंवा आहे त्याची सुस्पष्ट कल्पना भ्रष्टाचार विरोधाची घोषणा करणाऱ्याजवळ नसावी व नाही असे वाटते आणि म्हणून भ्रष्टाचार विरोधी घोषणा नुसत्या वल्गना ठरतात व भ्रष्टाचार विरोधी चळवळ हा पाण्यावर रेघा ओढण्याचा प्रयत्न ठरतो.'' चंदावार यांच्या या मताचा परामर्श घेता आपण सर्वांनीच हे मान्य करावयास हवे की आज आपण कुठेतरी अधांतरी चाचपडत आहोत. कुठेतरी आपण मूलभूत दृष्टिकोन स्वीकारण्याची आवश्यकता आहे.

दहशतवाद :

भ्रष्टाचाराप्रमाणेच दहशतवाद व नक्षलवादाबद्दलही आपणास असेच म्हणता येईल. देशातील किंवा बाहेरील पाच-दहा दहशतवादी किंवा मूठभर नक्षलवादी संपूर्ण देशाला

वेठीस धरतात ते कुणाच्या पाठिंब्यावर? त्यांचा पाठिंबा जर त्यांना मिळाला नाही तर ते आपल्या भूमीत दहशतवादी कृत्ये करू शकतील काय? किंवा नक्षलवादी घातपाती कारवाया करू शकतील काय? निश्चितच करू शकणार नाही. मग प्रश्न हा आहे की त्यांना पाठिंबा कोणाचा मिळतो. या प्रश्नांची दोन उत्तरे असू शकतात. एक म्हणजे मतांच्या राजकारणासाठी कुठल्याही मार्गाचा अवलंब करणारा राजकारणी वर्ग, तर दुसरीकडे मूलतत्त्ववादी फॅसिस्ट प्रवृत्ती असणारा वर्ग. या दोन घटकांचा पाठिंबा दहशतवादी व नक्षलवाद्यांना मिळत आहे व त्यातूनच दहशतवाद व नक्षलवाद व त्यांची घातपाती कृत्ये वाढत आहेत व एका दुष्टचक्रामध्ये आपण अडकलो आहोत. त्यातून बाहेर कसे पडायचे हीच आपल्यासमोरील आजची प्रमुख समस्या आहे.

या समस्येला सामोरे जाण्यासाठी सर्वात प्रथम गरज आहे ती आपल्या आत्मियतेची व इच्छाशक्तीची. कारण ती जागा केल्याशिवाय आपण उदासीनता झटकून कार्यप्रवण होणार नाही व आपल्यातील प्रत्येकजण कार्यतत्पर झाल्याशिवाय आव्हानांना आपणास तोंड देता येणार नाही. आपण सजग होणे, सर्वांनी विचारपूर्वक व निश्चित असा मूलभूत दृष्टिकोन स्वीकारणे, प्रलोभनांना किंवा दबावांना किंवा जातपात, धर्म भाषा, यांना महत्त्व न देता कर्तृत्ववान व गुणवान लोकप्रतिनिधीला मतदान करणे, मी भ्रष्टाचार करणार नाही व भ्रष्टाचारी व्यक्तीचे समर्थन करणार नाही या तत्त्वाचा अवलंब करणे, लोकक्षोभ व्यक्त करणाऱ्या चळवळी आज आपणास कितीही आकर्षक वाटत असल्या तरी त्या फायदेशीर न ठरता उथळ व निरुपयोगीच ठरतील. कारण आपले उद्दिष्ट झाडाचे सडके फळ पाडणे हे आहे. त्यासाठी झाड फक्त हलवायचे आहे. मूळापासून उखडून टाकायचे नाही.

संदर्भ :

(१) Challenges of Democracy in India - Basrur Rajesh M.

(२) Essay on Corruption in India Hindu - Diwan Amol , Oct. 7. 2011

(३) What are the challenges faced by Indian Democracy - Manali, Hindustan Times Samachar 27 Aug. 2011 Mumbai

(४) Governance & Empowerment - Report of Berkeley Conference on Indian Democracy - Saxena Sanchita

(५) Rule of Law Report of Berkeley conference On Indian Democracy - Saxena Sanchita

(६) India'S Democratic challenge Foreign Affairs - Varshani Ashutosh, March April - 2007

(७) भारतीय राज्यव्यवस्थेच्या पुनर्रचनेची दिशा व दृष्टी - चंदावार बाबुराव, नवभारत डिसें. २०११

(८) प्रजासत्ताकाचे चिंतन - अग्रलेख २८ जाने. २०१२, महाराष्ट्र टाईम्स

(९) भारतीय लोकशाहीचे चर्चा विश्व : काही निरीक्षणे महाराष्ट्र राज्यशास्त्र व लोकप्रशासन परिषदेच्या २९ व्या अधिवेशनातील अध्यक्षीय भाषण - सुमंत यशवंत

८

भारतीय लोकशाही आणि राष्ट्रीय एकात्मता

प्रा. राजकुमार रिकामे

राष्ट्रीय एकात्मता :

एखाद्या राष्ट्राच्या भौगोलिक सीमा ह्या त्या राष्ट्राचा भूभाग असेल, परंतु त्याचबरोबर त्या राष्ट्राला इतिहास असतो, परंपरा असतात, संस्कृती असते. ती त्या राष्ट्राची वैशिष्ट्ये असतात. त्यांचा समन्वय म्हणजे एकात्मता. एकात्मता म्हणजे व्यक्तींची भावनिक मने जोडण्याची प्रक्रिया आहे. राष्ट्रातील समाजघटकांचा सुख-दुःखाचे वाटेकरी म्हणून सहभाग असणे आवश्यक असते. राष्ट्रीय एकात्मता म्हणत असताना फक्त घटनात्मक व कायदेशीर एकात्मता अपेक्षित नाही तर मनाची एकी आवश्यक असते. या दृष्टीने भारताचा विचार केल्यास 'विविधतेत एकता' हे भारताचे खास वैशिष्ट्य आहे.

राष्ट्रीय एकात्मता आणि राज्यघटना :

राष्ट्रीय एकात्मतेला पोषक वातावरण तयार करण्यासाठी भारतीय राज्यघटनेने प्रत्येक नागरिकाला सात प्रकारची स्वातंत्र्य दिलेली आहेत. भाषणस्वातंत्र्य, जमावस्वातंत्र्य, संघटनास्वातंत्र्य, मालमत्तास्वातंत्र्य, व्यवसायस्वातंत्र्य, संचारस्वातंत्र्य, निवासस्वातंत्र्य. ही स्वातंत्र्ये दिल्यामुळे राष्ट्रीय एकात्मतेचे वातावरण तर निर्माण होईलच परंतु नागरिकांमध्ये देशाबद्दल आपुलकी, जिव्हाळा, एकात्मता वाढीस लागेल. स्वतंत्र राष्ट्र म्हणून आपल्या देशाची प्रगती अभिमानास्पद आहे. देशाचा कारभार लोकशाही पद्धतीने राबविला जातो. नियमितपणे लोकसभा, विधानसभा व स्थानिक स्वराज्य संस्थांच्या निवडणुका होऊ लागल्या. लोकशाही ही एक जीवनपद्धती आहे. यासाठी व्यक्तिस्वातंत्र्य हे अत्यंत महत्त्वाचे असते.

मानवधर्माचे महत्त्व :

आज आपआपल्या राष्ट्राची अस्मिता जपून मानवधर्माचे संवर्धन करणे गरजेचे आहे. मानवता हे मूल्य फार महत्त्वाचे आहे. राष्ट्रीय एकात्मतेचा विचार मांडत असताना

मानवता असणे हे विरोधी नाही. कारण मानवतेचा विचार माणसामाणसांमध्ये भिन्नता किंवा उच्च- नीचता मानण्याचा नाही. राष्ट्रीयत्वाचा विचार असलाच पाहिजे. माझे राष्ट्र मोठे झाले पाहिजे. आपल्या देशात अनेक धर्म, जाती आहेत. ही वस्तुस्थिती मान्य करून देखील प्रत्येक धर्मात काही धर्मांध लोक असतात. हे कटू सत्य स्वीकारून मार्गक्रमण केले पाहिजे.

सामाजिक बांधिलकीचा विचार प्रत्येक नागरिकांत रूजला तर राष्ट्रीय एकात्मता साध्य होण्यास मदत होते. महात्मा गांधींनी राष्ट्रीय एकात्मतेबद्दल विचार व्यक्त करताना राष्ट्रीयत्वाच्या विकासासाठी पाश्चात्त्य देशांतील आधुनिक विज्ञानाप्रमाणे आशियातील संस्कृतीचाही पद्धतशीर अभ्यास होण्याची आवश्यकता मांडली.

राष्ट्रीय एकात्मतेतील अडथळे :

जातीयवाद : आतापर्यंत जातीयता कमी करण्यासाठी अनेक समाजसुधारकांनी प्रयत्न केले. तरीही जाती टिकून आहेत. राष्ट्रीय एकात्मतेच्या दृष्टीने जातीय समाज हा फार मोठा अडथळा ठरतो. आजही आपल्या देशात जातीयता आहे. हे मान्य केले पाहिजे. अनेक जात समूह याठिकाणी असल्यामुळे नागरिकांत जसा जिव्हाळा असायला पाहिजे तसा तो असत नाही. ते जातीयतेचे विष निवडणुकीच्या वेळेस स्पष्ट होते.

धार्मिकवाद : भारतात अनेक धर्माचे लोक वास्तव्य करतात. परंतु अनेक वेळा हिंदू मुस्लिम दंगली घडून आल्या. सर्व धर्माचे लोक या देशात गुण्यागोविंदाने नांदतील याबाबत प्रयत्न झाला. धर्मासंबंधी सामान्य माणूस भावनिक असला तरीही काही अतिरेकी व्यक्ती वा व्यक्तिसमूह स्वार्थासाठी धर्माचा वापर करतात. त्यामुळे समाजात संघर्ष झाल्यामुळे. त्यामुळे राष्ट्रीय एकात्मतेला बाधा येते.

भाषावाद : भारतात ज्या वेगवेगळ्या भाषा आहेत. यामुळे काही वेळा आपापसात झगडे होतात. खरं तर बहुभाषिक देश असणे हे भूषण आहे. परंतु स्वातंत्र्यानंतर ज्या प्रमाणात वेगवेगळ्या भाषांमध्ये समन्वय साधून एकता निर्माण करण्याचा प्रयत्न झाला. तो अपूर्ण होता. राष्ट्रीय एकात्मतेमुळे राष्ट्रीय भाषेला उत्तेजन मिळते.

सामाजिक बांधिलकीचा अभाव : सध्याच्या समाजात सामाजिक बांधिलकीचा अभाव मोठ्या प्रमाणात आढळून येत आहे. व्यक्तीवर समाजाचे अनेक उपकार असतात. त्याची परतफेड करणे आपले कर्तव्य असते. समाजाशिवाय व्यक्तीचे व्यक्तिमत्त्व अपूर्ण आहे, अशी भावना निर्माण न झाल्यामुळे माणसे एकमेकांपासून दुरावतात. त्यामुळे देशाच्या एकात्मतेला धोका निर्माण होतो. शिक्षणव्यवस्थेत अपूर्णता असल्यामुळे अजूनही शिकलेल्यांना सामाजिक जाणीव येत नाही. शिकलेली माणसे आपल्या कुटुंबापासून गावापासून आणि आपल्या अस्मितेपासून दूर जाताना दिसतात.

दहशतवाद : दररोज बॉम्बस्फोटातून राष्ट्रीय एकात्मतेला तडा लावण्याचा प्रयत्न केला जात आहे. संपूर्ण भारतीय शांतता व सुरक्षाव्यवस्थेला दुभंगून लावले जात आहे. मोठ्या बाह्य शक्ती समूह दहशतवादापेक्षाही अंतर्गत नक्षलवादी भूसुरूंगाची विघातक स्फोटके, अंतर्गत सुरक्षाव्यवस्थेची कवचकुंडले तर वेशीवर टांगली जातात. काही अंतर्गत दहशतवादीसुद्धा या राष्ट्राच्या एकात्मतेवर घाला घालीत आहेत. मुंबईमधील ताज, ओबेरॉय वरील बॉम्बस्फोटातील कसाबवर करोडो रुपयांचा खर्च होतो तसेच किनारपट्टीवर सुरक्षाव्यवस्थेसाठी लाखो रुपयांचा खर्च होतो. या देशातील आतंकवादामुळे राष्ट्राच्या सुरक्षाव्यवस्थेवर खर्च वाढत आहे. दहशतवादाप्रमाणे नक्षलवादाचा धोका चंद्रपूर, गडचिरोली, गोंदिया या संपूर्ण विदर्भाला झालेला आहे. नक्षलवादावर सरकारचा अमाप पैसा खर्च होतो. सरकारला आव्हान देण्यासाठी नक्षलवाद चळवळ सक्रिय आहे.

भ्रष्ट्राचार : भारतात अति दुर्गम भागातील दुर्बल घटकातील आदिवासी शोषित माणूस, कुपोषित बालके आजही अन्न, वस्त्र, निवारा याचा शोध घेत आहेत. लोकशाहीला खिंडार पाडणारे राजकीय घोटाळे व भ्रष्टाचाराचे जाळे वाढत आहे. भारतीय अब्जोपतीचा काळा पैसा स्विझ बँकेत आहे. भाववाढ, आत्महत्या शेतकऱ्यांना भेडसावत आहे. सुशिक्षित बेकारांचा आकडा प्रचंड वाढत आहे.

राष्ट्रहितापेक्षा राष्ट्रातील जनतेच्या विकासापेक्षा स्वार्थी राजकीय नेते, उच्चभ्रू अधिकारी, व्यापारी, कंत्राटदार, भांडवलदारांनी देशाच्या सद्‌भावनेला अडथळा निर्माण केला. भारताची मिश्र अर्थव्यवस्था, देशी-विदेशी कंपन्यांचा खुला व्यापार अज्ञानातून ज्ञानाकडे वळत असलेली तरुण पिढी इत्यादी जमेच्या बाजू असल्या तरी पाश्चिमात्य विकसित देशांच्या तुलनेत भारत मागासलेला देश आहे. हे आजच्या वास्तविक समस्यांवरून लक्षात येते.

राष्ट्रीय एकात्मतेबद्दल भारताचे माजी राष्ट्रपती डॉ. सर्वपल्ली राधाकृष्णन यांचे विचार पुढीलप्रमाणे आहेत. ''राष्ट्रीय एकात्मतेची उभारणी विटा माती आणि हतोड्याने होत नाही. लोकांच्या मनात आणि हृदयात या भावनेचा संथपणे विकास झाला पाहिजे. ही प्रक्रिया मंद आहे. पण ती संथ आणि कायमस्वरूपी आहे.''

लोकशाही व राष्ट्रीय एकात्मता रुजविण्याचे उपाय :

(१) राष्ट्रीय एकात्मता परिपक्क करण्याची जबाबदारी प्रत्येक नागरिकांची आहे. त्यासाठी प्रत्येक नागरिकाच्या सर्वांगिण विकासासाठी प्रयत्न केला पाहिजे.

(२) सरकारच्या प्रत्येक योजनेचा पुरेपूर फायदा आम नागरिकांना झाला पाहिजे.

(३) राष्ट्रीय एकात्मता विकसित करण्यासाठी राष्ट्रीय एकात्मता सम्मेलने महाचर्चा राष्ट्रीय एकात्मतेचा प्रसार व जनजागृती केली पाहिजे.

(४) प्रत्येक नागरिकाने आपल्या आचरणातून, चिंतनातून धर्मनिरपेक्ष मूल्यांचे आचरण केले तर राष्ट्रीय एकात्मता मजबूत होईल.

(५) आर्थिक विषमतेचे उच्चाटन झाले पाहिजे.

(६) आर्थिक समता प्रस्थापित होण्यासाठी सरकारने ठोस पावले उचलणे गरजेचे आहे.

(७) भारतातील धर्मनिरपेक्ष समाजव्यवस्थेच्या प्रवाहाशी मुस्लिम समाजाच्या प्रवाहाने एकजीव होणे आवश्यक आहे.

(८) राष्ट्र धर्म हाच मानव धर्म वाढीस लावणे आवश्यक आहे.

(९) राष्ट्र उभारणीसाठी व लोकशाही मजबूत करण्यासाठी प्रत्येकाने चिंतन मनन करून राष्ट्रीय एकात्मता मजबूत करण्याची शपथ घेतली पाहिजे.

(१०) सर्वधर्मसमभाव वाढीस लावणे आवश्यक आहे.

संदर्भ :

(१) राजकीय भारत - डॉ. भा. ल. भोळे

(२) भारतीय शासन व राजकारण - डॉ. भा. ल. भोळे

(३) राष्ट्रीय एकात्मता - डॉ. सुरेंद्र बारलिंगे

(४) भारताची जडणघडण - पन्नालाल सुराणा

(५) राष्ट्रीय व भावनात्मक एकता - प्र. द. पुराणिक

१

स्त्री मुक्ती चळवळीचे लोकशाहीतील योगदान

प्रा. दमयंती नलावडे

युनोने १९७५ हे आंतरराष्ट्रीय महिला वर्ष जाहीर केल्यानंतर आधुनिक अर्थाने भारतात स्त्री मुक्तीचा विचार सुरू झाला. त्याआधी ३१ डिसेंबर १९७४ साली भारतीय सरकारने 'टुवर्डस् इक्वॅलिटी' (समतेच्या दिशेने) असा स्त्रियांच्या भारतीय समाजातील स्थानाबद्दलचा सर्वंकष अहवाल प्रकाशित केला. त्या अहवालानंतर इथल्या चळवळीच्या कार्यकर्त्यांना बुद्धिवादी मंडळींना जाग आली. दुसरीकडे मृणाल गोरे, अहिल्याताई रांगणेकर, तारा रेड्डी या महागाईविरोधी चळवळ आधीपासून करत होत्या. महागाई हा स्त्रियांचा प्रश्न आहे आणि महिला मोठ्या प्रमाणावर रस्त्यावर उतरल्या होत्या. हीच महिला चळवळ असा दृष्टिकोन तेव्हा होता. नंतरच्या महिला चळवळीत तो दृष्टिकोन बदलला. म्हणजे महागाईचा प्रश्न हा सगळ्यांचाच आहे आणि महिलांचे म्हणून वेगळे प्रश्न आहेत. याची चर्चा 'टुवर्डस् इक्वॅलिटी' या अहवालानंतर आली. नंतरच्या स्त्री चळवळीसाठी तो एक प्रकारचा जाहीरनामाच होता.

'स्त्री-पुरुष समता' हा दृष्टिकोन असणाऱ्या चळवळीला सुरुवात झाली ती १९७५ नंतर. दिल्लीतील स्त्री संघर्ष समिती, महिला दक्षता समिती, दहेज विरोधी मंच, मुंबईतील स्त्री मुक्ती संघटना इत्यादी सारख्या संघटना देशभर, स्थानिक स्त्री प्रश्नांच्या संघर्षात कार्यरत असलेल्या दिसतात.

स्त्री संघटनांच्या कार्याचे वर्गीकरण पुढीलप्रमाणे :

स्त्रियांवरील अत्याचार विरोधी संघर्ष :

स्त्रियांवरील अत्याचाराविरुद्ध स्त्री चळवळीने उभारलेल्या संघर्षाची सुरुवात १९७९ च्या 'मथुरा बलात्कार' प्रकरणापासून झालेली दिसते. या कोर्टाच्या निर्णयाविरोधी महिला संघटनांनी जोरदार आवाज उठवून बलात्काराविषयीच्या कायद्यात दुरुस्ती करणे सरकारला

भाग पाडले. १९७८ मध्ये हैद्राबादमधील रतीझाबी व १९८० मध्ये उत्तर प्रदेशातील माया त्यागी यांच्यावरील बलात्कार विरोधात दबाव आणून आरोपींना दोषी ठरवायला भाग पाडले. मुंबईत 'बलात्कार विरोधी मंच' स्थापन झाला. जाहीर सभा, पथनाट्य, निदर्शने, सह्यांची मोहिम या क्रमाने त्यांचे कार्य सुरू झाले. १९८० साली देशभरातील स्त्री संघटनांनी एकत्र येऊन राष्ट्रीय परिषद भरविली. त्यात स्त्रियांच्या अत्याचाराविरोधात संघर्ष करणे व स्त्रियांसंबंधीच्या कायद्यामध्ये सुधारणा घडवून आणणे यात ऐक्यभाव निर्माण होऊन स्त्री चळवळीला एक कलाटणी मिळाली.

आदिवासी स्त्रिया, रिमांड होममधील स्त्रिया, मजुरांच्या नवविवाहित स्त्रिया, समाजातील एकट्या स्त्रिया, यांच्यावर सत्तेच्या जोरावर होणारे बलात्कार, जातीय दंगली व इतरत्र होणारे सामुदायिक बलात्कार यांचे सर्वव्यापी स्वरूप स्त्री संघटनांनी उघड करीत नेले.

लैंगिक छळवादाविरोधी : आवाज उठवताना जून १९८२ मध्ये 'बलात्कार विरोधी फोरमने' मुंबईमध्ये लोकल गाडीतील स्त्रियांच्या डब्यात राजरोस घुसणाऱ्या पुरुषांना डब्याबाहेर हकलण्याची मोहीम 'छात्र युवा संघर्षवाहिनीच्या' कार्यकर्त्यांनी परिसंवादाचे आयोजन, स्वसंरक्षण समित्यांची स्थापना, ट्रेड युनियनच्या स्त्री कार्यकर्त्यांनी कामाच्या ठिकाणी होणाऱ्या लैंगिक छळवादाविरोधी दिलेले लढे ही उदाहरणे लैंगिक छळवादाविरुद्ध स्त्री चळवळीची कृतिशिलता दाखवणारी आहेत.

हुंडाबळी : हा स्त्री अत्याचाराचा अत्यंत विदारक पैलू स्त्री संघटनांच्या नजरेस आला. १९७७ मध्ये दिल्लीतील 'महिला दक्षता समितीने' स्त्रियांच्या अपघात आणि आत्महत्या या सदरात नोंदविलेल्या प्रकरणांचा शोध घेऊन ते वस्तुत: हुंड्यासाठी केलेले खून होते हे उघड केले. दिल्लीतील तावींदर कौर, कोलकत्यातील देवजानी भौमिक, रांचीमधील निवेदिता दत्त, पुण्यातील मंजुश्री सारडा या विवाहित तरुणींचे हुंड्यासाठी केलेले भीषण खून उघडकीस आणले.

कौटुंबिक हिंसाचार : बायकांना नवऱ्याकडून होणारी मारहाण हा हिंसाचार हा आपल्याकडे कायद्याने गुन्हा मांडला जात नव्हता. यातून महाराष्ट्रात १९८३ ते १९८६ या काळात १९,७२५ तरुण विवाहित स्त्रियांची नोंद कार्यकर्त्यांच्या लक्षात आल्याने त्याबाबत कायदेशीर मदत व साहाय्य पुरविले. १९७३ मध्ये श्रमिक मुक्तिसंघटनेने दारू विक्री केंद्रावर मोर्चे काढले, दारूची मडकी फोडली, स्त्रिया घरकामातून संपावर गेल्या.

स्त्रीप्रतिमेवरील अत्याचार : याकडेही स्त्री चळवळीने लक्ष वेधलेले दिसून येते. दूरदर्शनवरील जाहिराती, मालिका, चित्रपट, सौंदर्य स्पर्धा, वर्तमानपत्रातून, मासिकातून, जाहिरात फलकावरून स्त्री प्रतिमेचा प्रसार हा तिचे लैंगिक अवमूल्यन करणारा, दुय्यमता

निर्माण करणारा असतो हे उघड केलेले दिसते. म्हणूनच अश्लील चित्रे व स्त्री शरीराचे प्रदर्शन करणाऱ्या जाहिरात फलकांना रंग फासणे, त्यावर शेण टाकणे, त्या जाळणे या कृती पटणा, मद्रास, मुंबई, सूरत, दिल्ली येथील स्त्री संघटनांनी केल्या.

कामाच्या लैंगिक विभागणी विरोधी संघर्ष

स्त्री चळवळीने चालविलेल्या जाणीव जागृतीमुळे स्त्रियांच्या साचेबंध कामाला नकार, पुरुषांच्या बरोबरीने वेतन, स्वत:च्या मालकीच्या जमिनी, जीवनधारा देणाऱ्या जंगलांचे रक्षण, घरकामात पुरुषांनी उचलावयाचा वाटा, या आजच्या काळातील स्त्रियांच्या मागण्या निर्माण झालेल्या दिसून येतात. कार्यरत असलेल्या स्त्री चळवळींना स्त्रियांचे काम व रोजगार यामध्ये लैंगिक विषमतेचे प्रतिबिंब दिसून आलेले आहे. शेतीत राबणाऱ्या, जळण इंधन, पाणी, साफसफाई, शुश्रूषा, कामात वेळ घालवणाऱ्या स्त्रियांचे श्रम अनुत्पादक मानले जातात. आधुनिकीकरणाच्या किंवा विकासाच्या प्रक्रियेत स्त्रिया सतत संघटित क्षेत्राकडून असंघटित क्षेत्राकडे फेकल्या जातात. दलित आदिवासी स्त्रियांचे जीवन अधिकच खडतर आहे. तर वेश्या व्यवसाय करणाऱ्या स्त्रियांच्या वाट्याला कंगाल आयुष्य येते. आर्थिक ओढग्रस्तीने असंघटित क्षेत्रात काम करणाऱ्या स्त्रियांचे लैंगिक शोषण केले जाते. हे स्त्री चळवळीने स्पष्ट केले आहे. बिहारमध्ये 'छात्र युवा संघर्ष वाहिनेने' शेतमजुरांच्या लढ्यात उतरलेल्या स्त्रियांच्या नावावर जमिनी करून दिलेल्या दिसतात. महाराष्ट्रात महिला आघाडीने शेती व मालमत्ता, पती आणि पत्नी यांच्या संयुक्त नावाने नोंदवण्याचा उपक्रम केलेला दिसतो. जंगले व पर्यावरण वाचविण्यासाठी स्त्रियांनी उत्तर प्रदेशात चालविलेले 'चिपको आंदोलन', प. बंगालमधील 'तेभाग चळवळ', आंध्र प्रदेशातील 'तेलंगणा चळवळ', महाराष्ट्रातील 'नर्मदा आंदोलन', धुळे नारोडी भागातील आदिवासींची चळवळ, या सगळ्यात जंगल वाचविणे, भूमीची मालकी व काम मिळवणे, या मागण्या पर्यावरणाचा समतोल राखण्यासाठी संघर्ष स्त्रियांनी केलेला दिसतो.

स्त्रियांमधील जाणीव जागृतीमुळे बाळंतपणाची आत्ताची रजा, पाळणाघरांची सोय, स्त्रियांसाठी स्वतंत्र प्रसाधनगृहे, वाहतुकीची सोय अशा अनेक मागण्या पुढे येताना दिसतात. काही स्त्री संघटनांनी सहकारी संस्थाचे उपक्रम सुरू केले दिसतात. आंध्र प्रदेशातील 'क्रॉस' संस्थेने गरीब शेतकरी स्त्रियांना सरकारी निधीतून कर्जे पुरविणे, जनावरे व काही सुविधा पुरविण्याचे चालविलेले कार्य, पुण्यातील 'लिज्जत पापड' व अहमदाबादच्या 'सेवा' संस्थेने स्त्रियांसाठी निर्माण केले. स्वयंरोजगार यातून रोजगार मिळवण्याचे स्त्रियांचे क्षेत्र विकसित करणे हा उद्देश आहे.

आरोग्याच्या हक्कासाठी संघर्ष :

भारतीय लोकसंख्येच्या एकूण आरोग्य प्रश्नापेक्षा देशातील स्त्रियांच्या आरोग्याचा

प्रश्न वेगळा आणि जास्त गंभीर आहे. स्त्री-पुरुष प्रमाण, स्त्रियांचा मृत्युदर, आर्युमान, यांची आकडेवारी, स्त्रियांच्या परिस्थितीची अनास्था दाखविते. १९९२-९३ मध्ये भारत सरकारच्या आरोग्य व कुटुंबकल्याण खात्याने केलेल्या एका देशव्यापी पाहणीतून दिसून आले की, मुलींचे विवाहाचे वय १८ वर्षांऐवजी १६.५ वर्षे असते. 'मुलगा हवाच' या प्रवृत्तीमुळे व स्त्रियांना गौण लेखण्यामुळे जनन प्रमाण वाढविण्यात व मुलींचे मृत्यूचे प्रमाण अधिक होण्यास परिणाम होतो. स्त्रियांचे मोठ्या प्रमाणात होणारे कुपोषण आणि प्रसुतीच्या वयात त्यांच्या जीविताला असणारे धोके यामुळे ३५ वर्षापर्यंत स्त्रियांमध्ये पुरुषांपेक्षा मृत्यूचे प्रमाण अधिक आहे. स्त्री गर्भाचा नि:पात करण्यासाठी 'गर्भजल' परीक्षेसारख्या चिकित्सांचा केला जाणारा दुरुपयोग हा स्त्रियांच्या आरोग्याचा नकारात्मक ताळेबंद दिसतो. स्वत:ला कमी महत्त्वाचे मानून समर्पण वृत्ती जपण्याकडे स्त्रीची मानसिकता दिसते. त्यामुळे 'आरोग्यासाठी लढा' ही स्त्री चळवळीने घेतलेली भूमिका योग्य आहे. स्थानिक स्वरूपाच्या समस्या व अडचणी हाती घेणे, दवाखाने, इस्पितळे स्थापणे आणि कार्यकर्त्यांमार्फत वैद्यकीय सुविधा पुरविणे. हे कार्य स्त्री चळवळींनी चालविलेले दिसते. १९८५ मध्ये 'डेपोप्रोव्हेरा' या गर्भनिरोधकाच्या कॅन्सरजनक परिणाम संबंधित कोर्टात लढा दिला. स्त्रियांच्या पुनरुत्पादनाबाबत निर्णय घेण्याचा अधिकार, स्वत:च्या शरीरावर स्त्रीचाच अधिकार अशा स्त्री संघटनांच्या मागण्या निर्माण झालेल्या आहेत.

शिक्षणक्षेत्रातील लैंगिक विषमतेला विरोध :

स्वातंत्र्यानंतर प्राथमिक शिक्षण मोफत करण्यात येऊनही १९७४ सालच्या 'स्त्रियांच्या स्थितीच्या अहवालात' स्त्री-पुरुषांच्या साक्षरतेच्या प्रमाणात मोठी विषमता दिसून आली होती. शिक्षणातील मुलींचे अधिक असणारे गर्दीचे प्रमाण कनिष्ठ जातीच्या मुलींना शाळेत दाखल न करण्याचे प्रमाण हे अधिक आहे. हे चित्र समोर ठेवून स्त्री संघटनांनी काही कार्य चालविलेले दिसते. शैक्षणिक अभ्यासक्रमात स्त्री-पुरुष समतेच्या अभ्यासक्रमाचा अंतर्भाव असणे, मुलांनाही मुलींसोबत शिवण-टिपण, धान्य निवडणे, स्वयंपाक, भांडी-कुंडी, बालसंगोपन व इतर गृहकृत्याचे प्रशिक्षण आवश्यक करणे. शासन पुरस्कृत उच्च कौशल्य व तंत्रशिक्षणास स्त्रियांना प्रवेश देणे. अर्थव्यवस्थेत नोकरी व व्यवसायात स्त्रियांना समान संधी मिळणे. अशा स्वरूपाच्या स्त्री-पुरुष समताधिष्ठित मागण्या स्त्री चळवळीने चालविल्या आहेत. तमिळनाडूतील 'ग्रामीण महिला विमोचन मंच' ने वायरींग, सुतारकाम, नळकाम, वीजकाम अशी अपारंपरिक व्यावसायिक कामे स्त्रियांना शिकवण्याचे कार्य करते. अशा उदाहरणातून स्त्रियांना पारंपरिक शिक्षण व पारंपरिक साचेबंध कामातून मुक्त करून विकासाच्या टप्प्यावर आणण्याचे स्त्री चळवळीचे प्रयत्न दिसून येतात.

राजकीय हक्कासाठी संघर्ष :

सध्याच्या काळात महिलांसाठी राजकीय समता मिळविणे, राजकीय निर्णय प्रक्रियेत वाढता व अर्थपूर्ण सहभाग मिळवणे हे स्त्री चळवळीचे महत्त्वाचे उद्दिष्ट ठरलेले दिसते. स्त्री चळवळीच्या प्रयत्नांमुळे स्त्रियांच्या राजकीय सहभागात हळूहळू बदल होताना दिसतो. राजकारणातील व निर्णय प्रक्रियेतील स्त्रियांच्या प्रतिनिधित्वाचा अभाव लक्षात आल्यामुळे स्त्रियांना आरक्षण प्राप्त करण्यासाठी स्त्री चळवळीने सतत मागणी चालविलेली दिसते. स्त्री संघटनांच्या प्रयत्नांमुळे १९९३ ला पंचायत व्यवस्था, शहरी आणि ग्रामीण स्थानिक स्वराज्य संस्थामध्ये अनुसूचित जातीजमातीबरोबरच स्त्रियांनाही आरक्षण मिळालेले दिसते. स्थानिक स्वराज्य संस्था, पंचायती, नगरपालिका, महानगरपालिका यामध्ये स्त्रियांना ३३% जागा आरक्षित केल्या गेल्या हे आरक्षण विधानसभा व लोकसभा या पातळीवरही लागू केले जावे या मागण्या स्त्रीवादी संघटना व महिला आघाड्या सतत करीत आहेत.

कायदेविषयक मोहिमा :

स्त्रियांच्या कायद्याचा इतिहास पाहिला तर कायदे करून घेण्यासाठी प्रथम सुधारणावादी विचारवंतांना आणि नंतर स्त्री चळवळीला अनेक वर्षे झटावे लागलेले आहे. त्यानंतरही हे कायदे पूर्णपणे स्त्रियांच्या हिताचे राहिलेले नाहीत. म्हणून त्यांच्यात सुधारणा घडवून आणण्यासाठीही संघर्ष द्यावा लागत आहे. बलात्कार कायद्यात सुधारणा घडवून आणण्यासाठी स्त्री संघटनांनी देशव्यापी मोहीम उभी केली. स्त्रियांच्या संघटनांची सुधारणांची ही मागणी डिसेंबर १९९३ मध्ये मंजूर करण्यात आली. हुंडा प्रतिबंधक कायदा १९८५ ला अंमलात यायला प्रारंभ झाला. स्त्री प्रतिमेवर केले जाणारे अत्याचार या संदर्भात स्त्री संघटनांनी सुरू केलेल्या मोहिमांमुळे १९८६ च्या स्त्रियांबाबतच्या अशिष्ट प्रसारणाला बंदी घालणाऱ्या कायद्यात सुधारणा घडवून आणली. घटस्फोट व पोटगी कायद्यात हिंदू, ख्रिश्चन, मुस्लिम या धर्मातील स्त्रियांना असंख्य अडचणी आहे. याबाबी स्त्री चळवळीने सतत उचलून धरलेल्या दिसतात. सर्वच धर्मातील स्त्रियांना कायदेविषयक समानता मिळावी, 'माणसे' या नात्याने त्यांच्या मूलभूत हक्कांना अग्रक्रम मिळावा, हा आग्रह स्त्री संघटनांनी धरलेला आहे. गर्भजल परीक्षेच्या विरोधातील मोहिमेमुळे त्या संबंधीचे विधेयक १९९६ ला मंजूर झाले.

चळवळीच्या संघर्षामुळे शासनाचा कृती कार्यक्रम :

१९७५ च्या महिला वर्षात 'राष्ट्रीय महिला समिती' स्थापन करण्यात आली. मनुष्यबळ विकासमंत्रालयात 'महिला व बालविकास' हे सुरू केलेले खाते, प्रत्येक मोठ्या शहरात स्त्रियांसाठी वसतिगृहे, अपारंपरिक रोजगार योजना, आधारगृहे, स्त्रियांसाठी विकास महामंडळे या योजना आखण्यात आलेल्या दिसतात. सरकारी नियोजनातही

स्त्रियांना महत्त्वाचे स्थान मिळू लागण्याच्या या खुणा आहेत. स्त्री चळवळीच्या संघर्षामुळे शासनाला फौजदारी कायद्यामध्ये सुधारणा करावी लागली. नवरा व त्याचे नातेवाईकांनी केलेले अत्याचार हे नोंदणीपात्र, जामीन न स्वीकारले जाणारे गुन्हे म्हणून मांडले गेलेले आहेत. आता हेही दिसून येते की, नवऱ्याने केलेली मारहाण ही 'ही खाजगी बाब' मानली जात नाही. पूर्वीपेक्षा उघडपणे इतरांचे साहाय्य मागायला, संघर्ष करायला स्त्रिया तयार होताना दिसतात.

स्त्री संघटनेच्या मागण्यामुळे सरकारला कुटुंब न्यायालयाची, महिला आयोगाची स्थापना करावी लागली. कौटुंबिक सल्ला केंद्र चालविण्यास मान्यता व मदत द्यावी लागली. संघटनांनी उचलून धरलेल्या प्रश्नांची व मागण्यांची वेळावेळी नोंद घेऊन त्याबद्दल कार्यवाही करणे सरकारला भाग पडले. स्त्री चळवळीच्या रेट्यामुळे विविध राजकीय पक्षांनी आपापल्या महिला आघाड्या स्थापन केल्या. स्थानिक स्वराज्य संस्थांमध्ये स्त्रियांना ३३% आरक्षण मिळाले. यामुळे महाराष्ट्रात १० लाखांहून अधिक स्त्रिया निवडून आल्या. पंचायतींच्या माध्यमातून त्यांनी ग्रामस्वच्छता, महिलांना पाण्यासाठी वणवण करावी लागते. तो पाणी प्रश्न तडफेने सोडविणे, व्यसनमुक्ती, सहकारी तत्त्वावर शेतमाल विक्री, अल्पबचत गटांची स्थापना अशी अनेक कामे केली.

विविध राजकीय पक्षांच्या महिला आघाड्यांनीही स्त्री प्रश्नांवर कार्य करायला सुरुवात केली. शासनाचे महिला धोरण जाहीर झाले. महिलांचे सबलीकरण करण्याच्या दिशेने अनेक तऱ्हेचे उपक्रम व योजना शासनानेच राबविल्या. मुलींच्या शिक्षणाला चालना मिळावी म्हणून मुलींना १० वी पर्यंत फी माफी जाहीर केली. सावित्रीबाई फुले दत्तक योजनेअन्वये मुलींच्या शिक्षणाचा कपड्याचा खर्च उचलण्यास अनेकांना उद्युक्त केले. अनेक योजनांमध्ये स्वायत्त गट व संघटनांनी सरकारला साहाय्य केले. स्त्रियांच्या स्वयंसहाय्यता गटांचे जाळे उभे राहिले. अल्पबचत गटातून स्त्रियांना ग्रामोद्योगांसाठी कर्ज साहाय्य उपलब्ध झाले. स्त्रियांच्या सहकारी संस्थांना मदत मिळाली.

स्त्री चळवळ लोकशाहीला पूरक

१९७५ ला आंतरराष्ट्रीय वर्ष साजरे झाले व पुढे दशकभर व्याख्याने, परिसंवाद, चर्चा, लेख, सांस्कृतिक कार्यक्रम इत्यादी मधून स्त्रीमुक्तीच्या जाणीव जागृतीचे प्रयत्न होत होते. याचा परिणाम स्त्रियांच्या जाणिवांवर होणे व त्यांची जीवनाकडे पाहण्याची दृष्टी काही अंशाने का होईना पण बदलणे स्वाभाविक होते. याचकाळात आपल्याकडे 'स्त्री वाद' ही विचारप्रणाली ज्ञात झाल्याने स्त्रियांना दुय्यमतेचे भान यायला प्रारंभ झाला. समाजसंस्कृतीच्या परंपरांनी निर्माण केलेली लैंगिक विषमता आणि पुरुषसत्ताक यांच्या समग्र जीवनावर असलेला प्रभाव लक्षात येत गेला.

८ मार्च हा दिवस 'जागतिक महिला दिवस' म्हणून जगभरातील स्त्रियांचा आत्मसन्मान, आत्मसामर्थ्य, मूलभूत हक्काच्या जाणिवेचे प्रतीक म्हणून साजरा केला जातो. भारतातील महिलांची परिस्थिती बदलली आहे, यात शंका नाही. वेगवेगळ्या कार्यक्षेत्रात स्त्रियांच्या क्षमतेला न्याय व संधी मिळत आहे. सामाजिक अधिकार, विघातक रूढींवर बंदी, समान संधी व आर्थिक बळ हा लाभ स्त्रियांना होत आहे. परंतु स्त्रियांचे शोषण, दमन, त्यांच्यावरील अन्याय-अत्याचार यांचे प्रमाण वाढतच आहे. हे दिसून येते. कन्यागर्भ हत्या, हुंडाबळी, बलात्कार, आत्महत्या, क्रुरता, घटस्फोट, जाळपोळी यांचे आकडे वाढतच आहेत. या वर्तमानकालीन स्त्रियांच्या प्रश्नांवर महिला संघटना आंदोलने करताना दिसतात. स्त्री प्रश्नांविषयी धुमसणारा असंतोष आणि परिवर्तनाबाबत घेतली जाणारी आग्रही भूमिका हे आपल्याकडे आज अधिक्याने दिसत आहे.

या चळवळीमध्ये विविध वैचारिक प्रवाह असले तरी स्त्रियांना पुरुषांप्रमाणे स्वत:चे आयुष्य स्वायत्तपणे घडविण्याचा अधिकार आहे. स्त्री-पुरुषांमध्ये असणाऱ्या शारीरिक भिन्नतेमुळे स्त्रिया दुय्यम झाल्या नाहीत तर इतिहासात व आजही भिन्न समाजव्यवस्थांनी स्त्री-पुरुषांच्या शारीरिक भिन्नतेला जे अर्थ दिले, त्यामुळे स्त्रियांची दडपणूक होते. या तात्त्विक पायावर स्त्रीवाद आधारलेला आहे. हे आपल्याकडे मान्य केलेले दिसते. स्त्रियांच्या या मोहिमेत बलात्कार झालेल्या स्त्रीला बेअब्रू होण्याची समाजाने वाळीत टाकण्याची वाटणारी भीती, निर्दोष सुटणारे गुन्हेगार या सगळ्या अडचणी येत होत्या. त्यासाठी महिला संघटनांनी जाहीर निदर्शने, पोलिस ठाणी, न्यायालयांपुढे मोर्चे, कायद्यात बदल घडवून आणण्यासाठी आवाज उठविणे, जनमत जागृतीसाठी सभा, पथनाट्ये, प्रदर्शने या मार्गांनी केलेल्या प्रयत्नांमुळे समाजात जागृती होऊ लागली. त्यातून बलात्काराचा निषेध करणे, स्त्रियांचे पारंपरिक अबलापण नाकारणे, स्त्रियांचा कनिष्ठ दर्जा नाकारणे यांसारख्या गोष्टींना पुरोगामी विचारात महत्त्व मिळू लागलेले दिसून येते.

विवाहित तरुणींचे हुंड्यासाठी झालेल्या भीषण खुनाबाबत स्त्रीगटांनी विविध प्रकारे दडपण आणून, निदर्शने करून प्रचलित कायद्याचे व त्यांच्या अंमलबजावणीचे अपुरेपण लक्षात आणून देण्याचे कार्य केले. या संघर्षामुळे १९८३ मध्ये नवी दिल्लीला स्त्री अत्याचार विरोधी विभागात 'हुंडाबळी विरोधी स्वतंत्र विभाग' तसेच मुंबईत 'टाटा समाज विज्ञान संस्थेत' हुंडाबळी विरोधी कार्याची मोहीम हाती घेतली गेली.

स्त्री प्रतिमेचे विकृतीकरण तसेच साचेबंध पारंपरिक स्त्री प्रतिमेचा प्रसार यांना पायबंद घालण्यासाठी दूरदर्शन व नाटकांवर संशोधन, त्यासंबंधीच्या कार्यशाळा, चर्चासत्रे, चित्रपट महोत्सव यांचे आयोजन स्त्री चळवळी करताना दिसतात. काही स्त्री संघटनांनी पाठ्यपुस्तकातील चाकोरीबद्ध पुरुषवर्चस्व व स्त्रीची कनिष्ठता दर्शविणाऱ्या स्त्री प्रतिमा उजेडात आणून त्याच्याविरुद्धही आवाज उठवलेला दिसून येतो. एकूणच स्त्रीचे माणूसपण

नाकारून तिच्यावर अत्याचार करणाऱ्या सगळ्या बाजू स्त्री चळवळीने शोधल्या. उजेडात आणल्या आणि त्यासंदर्भात संघर्ष करून सुधारणा घडवून आणण्याचा विविध प्रकारे प्रयत्न चालविलेला दिसून येतो.

स्त्रियांच्या कामासंबंधीच्या लैंगिक विषमतेची असमान काम, वेतन, हक्क, प्रतिष्ठा यांची जाणीव करून देणे, विकासाच्या प्रक्रियेत परिघाबाहेर फेकले जाणे व लैंगिक शोषण होणे याविरुद्ध संघर्ष उभारणे, संघटित होऊन संघर्ष करायला उद्युक्त करणे हे १९७५ नंतरच्या स्त्री चळवळीने साध्य केलेले आहे, यात शंका नाही.

स्त्रीवादी मासिकांनीही उत्तम कामगिरी केली आहे. स्त्रीवादी दृष्टिकोन समजून घेणाऱ्या उदारमतवादी पुरुषांनी 'पुरुष उवाच' व 'मावा' या संस्था स्थापन केल्या.

राजकीय क्षेत्रात मात्र ही चळवळ फारशी पुढे गेली नाही. कारण राजकीय महिला आघाड्यांसोबत स्वायत्त गट व संघटना कधी गेले नाहीत. पक्षीय राजकारणापेक्षा स्त्री चळवळीत काम करणे बहुतेक स्त्रियांना पसंत होते. याउलट स्त्री संघटनेतील कार्यकर्त्यांचे असे मत आहे की, भारतातील सर्वच पक्ष संघटना पुरुष कार्यकर्त्यांच्या ताब्यात असल्याने तेथे टिकाव लागणे सर्वसामान्य स्त्रीसाठी जिकिरीचे होते. असे असले तरी आज राजकारणाने सगळे समाजजीवन व्यापले आहे. तेव्हा स्त्री चळवळ त्यापासून अलिप्त राहू शकत नाही याचे स्त्रियांना भान आले आहे. राजकीय पक्षांच्या महिला आघाड्या, स्त्री शिक्षण, स्त्री आरोग्य, अल्पबचत गट स्थापना, स्त्रियांचे रोजगार, स्त्रियांवरील अत्याचाराचे निवारण, कायदेविषयक सहाय्यता उपलब्ध करून देणे अशी कामे हिरिरीने करीत आहेत. महिलांना संसदेत ३०% प्रतिनिधीत्व मिळविण्यासाठीचे विधेयक पास करण्यास सर्वपक्षीय महिला खासदार एकत्र आल्या होत्या. स्त्रीने राजकारणात उतरायला हवे, असे मत राजकीय क्षेत्रातील महिला मांडत आहेत. कारण आपले प्रश्न लावून धरण्याचा सत्तेचा उपयोग निश्चित करता येतो.

स्त्री चळवळ कुटुंबविरोधी किंवा पुरुषविरोधी नसून माणूस म्हणून स्त्रीला समानतेच्या पातळीवर आणण्यासाठी चाललेले अथक कार्य आहे. ही जाणीव आता समाजात सर्वत्र झिरपली आहे. स्त्री अभ्यास केंद्राच्या माध्यमातून स्त्रीवादी विचार, स्त्री चळवळ, स्त्रियांची सद्य:स्थिती वगैरे बाबतचे माहितीचे संकलन, संग्रह व संशोधन शास्त्रशुद्ध पद्धतीने होत आहे. अभ्यासविषयक अभ्यासक व कार्यकर्ते यांच्यात संवाद घडवून आणण्याचे कार्यही स्त्री अभ्यास केंद्रामार्फत चाललेले दिसते.

सूक्ष्म ईर्षा, परमताविषयी असहिष्णूता, स्वमताचा पराकोटीचा आग्रह, कुठे कुठे नेत्यांची मनमानी, पर्यायी नेतृत्व न तयार होणे. घट्ट रचना, कार्याची बंदिस्त आखणी नसणे हे दोषही गटांमध्ये, संघटनांमध्ये असले तरी त्या दोषांचा एकूण चळवळीवर खूप विपरित परिणाम झालेला आढळत नाही. छोटी शहरे व खेड्यांतूनही स्त्री चळवळी जोमाने

उभ्या राहत आहेत.

आजमितीस स्त्रियांची क्षमता वाढत असून त्या स्वावलंबी होत आहेत. अन्यायाविरुद्ध आवाज उठवित आहेत. स्त्रीवादी दृष्टिकोनातून मांडणी करीत आहेत. चळवळ मानवतावादाच्या विशाल ध्येयाकडे सन्मुख झाली आहे. यापुढे पर्यावरण, दहशतवाद विरोध, अंधश्रद्धा विरोध, विज्ञानवादी दृष्टिकोनाची स्थापना, आरोग्य, उच्चशिक्षण, कुटुंब पातळीपासून देशपातळीपर्यंत विविध निर्णयामध्ये सहभाग, राजकीय सहभाग, आजच्या आर्थिक उदारीकरणाच्या जमान्यात स्वकेंद्री होत जाणाऱ्या तरुणांना समाजाभिमुख करणे, सामाजिक, आर्थिक प्रश्नांची उकल अशा दिशेने स्त्री चळवळीची पुढील वाटचालीची दिशा असेल असे जाणवते.

संदर्भ सूची

(१) अंधश्रद्धा निर्मूलन वार्तापत्र - वार्षिक अंक २००९

(२) भारतीय सामाजिक चळवळी - घनश्याम शहा

(३) भारतीय लोकशाही अर्थ आणि व्यवहार - संपादक, राजेंद्र व्होरा, सुहास पळशीकर

(४) महाराष्ट्रातील स्त्री चळवळीचा मागोवा - संपादक मेघा नानिवडेकर

(५) 'स्त्री-प्रश्ना' ची वाटचाल - विद्युत भागवत

(६) सामाजिक चळवळी आणि सरकार - घनश्याम शहा

(७) स्त्री सूक्त - माधवी कुंटे

(८) महिलांसाठी आधार कायद्याचा - पुष्पा रोडे, ज. शं. आपटे

१०

भारतीय लोकशाही व महिलाचे सबलीकरण

प्रा. छाया सकटे

प्रस्तावना :

जिच्या गर्भातून जन्मली अखंड मानवजात, जिच्यामुळे टिकून होती शांती, अहिंसा आणि समता, जिच्या सत्तेत नव्हता तिरस्कार, वैर, लोभ, जिनेच लावला शेतीचा शोध, विज्ञान तंत्रज्ञानाच्या जोरावर स्त्री-भ्रूण हत्या करून आज तिच्या मानवी हक्कांचा आपण करतो आहोत लोप. महिला सबलीकरण हा विषय केवळ स्त्रियांच्याच हितसंबंधाचा आहे असे नाही, तर तो पुरुषांच्या व एकंदरीत मानवमुक्तीच्या दृष्टीने अत्यंत महत्त्वाचा आहे. म्हणूनच भारतीय लोकशाहीने महिला सबलीकरण केले, त्याचा समाजमनावर काय परिणाम झाला. प्रस्तुत शोध निबंधात मांडणी करण्याचा प्रयत्न.

जागतिक स्तरावर सर्वाधिक प्रतिष्ठेचा मानला जाणारा, जागतिक शांततेसाठी दिला जाणारा आणि तब्बल १११ वर्षांची गौरवशाली परंपरा असणारा नोबेल शांतता पुरस्कार, या वर्षी तीन महिलांना विभागून देण्यात आला. सर्वात महत्त्वाचे म्हणजे नोबेल पुरस्कार समितीने या तिघींनाही पुरस्कार देताना केलेले छोटेसे निवेदन अत्यंत महत्त्वाचे आहे. ''समाजाच्या सर्व स्तरावरील महिलांना पुरुषांच्या बरोबरीने सर्व प्रकारच्या विकासामध्ये समान संधी दिल्याशिवाय आपण लोकशाही राज्यव्यवस्था आणि चिरकालीन शांतता आणूच शकत नाही. अनेक देशात महिलांना दडपून टाकले जाते, ती दडपशाही संपुष्टात आणण्यासाठी आणि शांतता व लोकशाही आणण्यासाठी महिला किती सक्षम कामगिरी बजावू शकतात. हे सांगण्यासाठी हे पारितोषिक - एलेन जॉन्सन, लेमा ग्वोबी आणि तवक्कुल करमान यांना दिले जात आहे. हा सर्व आशय भारताची संसदीय लोकशाही आणि गांधींचा शांततेचा मार्ग यांना बळकटी देणारा आहे. लोकशाहीमध्ये मानवी विकासाला अनन्यसाधारण महत्त्वच नाही तर हेच लोकशाहीचे मुख्य उद्दिष्ट आहे. मानवी

हक्क आणि मानवी विकास या एकाच नाण्याच्या दोन बाजू आहेत. भारतीय राज्यघटनेत या दोन्हींचा विचार करून स्त्री स्वातंत्र्य पूरक अनेक तरतूदी केल्या आहेत. या तरतुदींच्या बळावर महिला सबलीकरण चळवळ भारतात उभी आहे.

लोकशाही व महिला सबलीकरण :

जी शासन पद्धती जनतेच्या संमतीवर आधारलेली आहे आणि ज्यात विचार, आचार, उच्चार व संघटनेचे स्वातंत्र्य आहे तिला लोकशाही म्हणतात. ज्या शासनप्रणालीत सामाजिक व आर्थिक बदल रक्तपाताशिवाय होतात तिला लोकशाही असे म्हणतात. लोकशाहीचा उगम इंग्लंडमध्ये झाला असता तरी जगावर अनेक वर्ष साम्राज्यवाद लादणाऱ्या इंग्लंडपेक्षा भारतीय लोकशाही जास्त मोलाची वाटते. भारतीय लोकशाहीने भारतीय समाजजीवनात सर्व क्षेत्रात सर्व स्तरावर सबलीकरण करण्याच्या हेतूने अनेक कायदे, विकास योजना यांची आखणी केली व स्त्री स्वातंत्र्य जोपासलेले दिसते.

व्यक्ती जन्माला येते तेव्हा कुटुंबातील अन्य व्यक्तींशी बांधली जाते. हळूहळू व्यक्तीचे समाजाशी असलेले नाते विस्तारते व तो समाजाचा एक घटक बनतो. समाजातील सर्व व्यक्तींशी निगडित शासन ध्येयधोरण ठरविते. सर्वांना समान संधीचे आश्वासन देते, लोकशाही शासनप्रणालीत सर्वांना न्याय मिळतो. कोणीकोणावर जुलूम करणार नाही. याची खात्री असते. अशा लोकशाही शासनप्रणालीत स्त्रीस्वातंत्र्यावर विशेष लक्ष केंद्रित केले जाते. कायद्यासमोरील समानता ही लोकशाहीची मोठी देणगी मानली जाते. लोकशाहीत बहुसंख्याकांच्या हातात सत्ता असली तरी अल्पसंख्याकांच्या मताची कदर केली जाते. त्या घटकाच्या स्वातंत्र्याच्या विशेष योजना आखल्या जातात. त्या घटकाला प्रोत्साहन दिले जाते. विशेष अशा संधी उपलब्ध करून दिल्या जातात.

भारतातील महिला सबलीकरण :

डॉ. बाबासाहेब आंबडेकरांनी स्त्रियांच्या स्वातंत्र्यासाठी, त्यांच्या कायदेशीर हक्कासाठी मोलाचे कार्य केले आहे. बाबासाहेबांनी हिंदू कोड बिलाच्या रूपाने स्त्रियांना आत्मसन्मानाची सनद बहाल केली. त्याचबरोबर स्त्रीशिक्षणाची घटनात्मक जबाबदारी स्वीकारली.

महिलांनी चूल आणि मूल एवढ्याच कार्यक्षेत्रामध्ये राहण्याची आपली रूढी होती. परंतु रूढी, परंपरा मोडता येतात अणि मोडल्या गेल्या आहेत. कोणत्याही युगात एकच रूढी कधीही टिकू शकली नाही. याची अनेक उदाहरणे भारतीय समाजजीवनात सापडतात. भारतात ६४ वर्षात खूप बदल झाले. सर्वाधिक काय बदलले तरी ' स्त्रीशक्ती ' महिलांचे स्वातंत्र्य आवश्यक आहे. त्यामुळेच देश शक्तिशाली बनेल याची जाणीव भारतीय समाजाला आहे. म्हणूनच देशाच्या सर्वोच्च पदावर प्रतिभाताई पाटील यांची निवड केली.

ही निवड भारतीय महिलांसाठी मानाची गोष्ट आहे. त्यांच्या या यशामुळे महिलांमध्ये नक्कीच सक्षमीकरणाची भावना निर्माण झाली आहे. सबलीकरण ते सक्षमीकरणाच्या या प्रक्रियेला भारतीय राज्यघटनेत स्त्रीला दिलेले स्वातंत्र्य नक्कीच उपयुक्त ठरले आहे.

भारतीय संविधानातील तरतूद :

भारतीय राज्यघटना तयार करत असताना अनेक गोष्टींचा व भारतीय समाजजीवनाचा विचार करून स्त्रियांना संरक्षण देण्याच्या हेतूने अनेक तरतुदी केल्या आहेत. या तरतुदी-वरून स्त्रियांचे स्वातंत्र्य स्पष्ट होते व भारतातील महिला सबलीकरण लक्षात येते.

(१) कायद्यासमोर स्त्री - पुरुष समान असतील.

(२) नोकरी / इतर हक्क देताना स्त्री-पुरुष असा भेदभाव करण्यावर प्रतिबंध घालण्यात आला आहे.

(३) स्त्रिया जेथे काम करतात तेथे त्यांच्या मुलांची विशेष अशी सोय झाली पाहिजे.

(४) मतदानाचा हक्क

(५) पंचायत राज्य व्यवस्थेत ३३% आरक्षण

(६) प्रसुतीसाठी हक्काची रजा इ.

वरील सर्व कलमात स्त्रियांना समानता प्रत्यक्षपणे व स्पष्टपणे नमूद केले आहे. तरी काही कलमात अप्रत्यक्षपणे समानतेवर भर दिला आहे. नव्या शतकाच्या उंबरठ्यावर जग उभे असताना ''शांतता, विकास व समता'' या तत्त्वांना महत्त्व दिले जात आहे. स्त्रियांचा दर्जा, समानता, शिक्षण, आरोग्य, संरक्षण, उत्पादनक्षमता इत्यादी प्रश्नांबाबत धोरणात्मक उद्दिष्ट ठरविली जात आहेत. स्त्रियांचे दारिद्र्य कमी करणे, स्त्रिया व मुलींसाठी शैक्षणिक पातळी व आरोग्य सेवेचा दर्जा वाढविणे, घरातील स्त्रियांना कायद्याचे वाढते संरक्षण देणे या गोष्टींना अग्रक्रम देऊन भारतात अनेक धोरणे आखली जात आहेत.

घटनेने महिलांना जो समान हक्क दिला आहे, त्याची पूर्णपणे अंमलबजावणी करणे. महिलांचा सामाजिक दर्जा उंचावणे, स्त्रियांना विकासाच्या सर्व क्षेत्रांत संरक्षण देणे या उद्देशाने भारतात अनेक कायदे व कार्यक्रम आखले आहेत.

भारतातील महिलासंबंधी महत्त्वाचे कायदे :

(१) हिंदू विवाह विषयक कायदा - १९५५

(२) वारसा विषयक कायदा - १९५६

(३) दत्तक घेण्याचा हक्क - १९५६

(४) अनैतिक व्यापाराला आळा घालणारा कायदा - १९५६

(५) हुंडाबंदीचा कायदा - १९६१

(६) गर्भपाताचा कायदा - १९७२

(७) गर्भजल परिक्षा विरोधक कायदा - १९८८

(८) कौटुंबिक छळ प्रतिबंधक कायदा - २००५

भारतासारखा देश कायदे करण्यात पुढे आहे पण अंमलबजावणी करण्यात मात्र मागे आहे. असे असले तरी या कायद्याने समाजातील स्त्री - पुरुषांची मानसिकता काही अंशी बदलण्यास मदत झाली आहे, हे मान्य करावे लागते.

सबलीकरणापुढील आवाहने :

भारतीय लोकशाहीत अनेक तरतुदी केल्या असल्या तरी भारतीय समाजात सबलीकरणापुढे अनेक आवाहने असल्याचे मान्य करावे लागते.

(१) महिला मनावरील धर्माचा पगडा.

(२) कायद्याच्या अंमलबजावणीतील त्रुटी.

(३) समाजातील अनिष्ठ रूढी.

(४) वाढता चंगळवाद.

(५) समाजातील स्त्री शोषण उदा. हुंडाबळी, हत्या, स्त्री - भ्रूणहत्या.

(६) राजकर्त्या वर्गाची उदासिनता.

भारतीय लोकशाहीत महिला सबलीकरणाचा विचार प्राधान्याने केला आहे. तसेच समाजप्रबोधनाच्या अनेक चळवळी भारतीय समाजात कार्यरत आहेत. भारतीय लोकशाहीची वाटचाल महिला सक्षमीकरणाकडे आहे. राष्ट्रपतीपदापासून ते गावच्या सरपंचपदापर्यंत महिला आत्मविश्वासाने क्षमतेने कार्यमग्न आहेत.

केवळ कल्याणकारी योजना आखून त्यांना मदत करण्यापेक्षा विकासकार्यात त्यांचा समावेश करून घ्यावा असा नवा दृष्टिकोन उदयाला आला. महिलांच्या राजकीय सहभागावर विचारमंथन झाले व त्यातून महिलांचा राजकीय सहभाग वाढविण्याची चळवळ सुरू झाली.

राजकीय सहभाग वाढविण्या संदर्भातील पाऊले :

(१) १९५१ - पासून, मतदानाचा अधिकार

(२) स्थानिक स्वराज्य संस्थांमध्ये ३३% आरक्षण (सध्या घेतलेला ५०% आरक्षणाचा निर्णय)

(३) संसदेत ३३% आरक्षण विधेयक पारित करण्याचा असफल प्रयत्न (राज्यसभेत मंजुरी)

(४) महिलांना आर्थिकदृष्ट्या सबल प्रबळ करणारी चळवळ

(५) महिला बचत गट

(६) ग्रामसभांमध्ये १००% महिलांची उपस्थिती करण्याचे प्रयत्न

राजकीय सहभाग वाढविण्याचे उपाय :

(१) शासकीय पातळीवर प्रयत्न करणे गरजेचे.
(२) स्वयंसेवी संस्थांचा सहभाग वाढावा.
(३) व्यवस्थेबद्दलचा कडवटपणा दूर करणे.
(४) राजकीय पक्षाची भूमिका बदलणे.

महिला लोकप्रतिनिधींच्या निहित कामकाजामुळे, राजकारणातील वाढलेल्या सहभागामुळे त्यांच्या स्वत:च्या विकासाकरिता जास्त कायदा झालेला आहे. तसाच तो समाजासाठी नक्कीच झालेला दिसतो. महिलांना राजकीय प्रक्रियेद्वारा शक्ती प्रदान केल्यास त्यांच्यात निर्णयक्षमता वाढेल त्याद्वारे त्यांच्या कारभारातील गुणात्मक सहभाग वाढेल व त्याचा चांगला परिणाम त्याच्या कामगिरीवर होईल व त्यांचा वैयक्तिक विकास होईल.

भारतीय लोकशाहीने महिला सबलीकरणाची अनेक कवाडे उघडली आहेत. आपण पुढे जाऊन ती स्वीकारण्याची स्वत:च्या व समाजाच्या विकासासाठी अंगिकारण्याची गरज आहे. २१ व्या शतकात भारतीय स्त्रियांच्या स्थितीमध्ये चांगले बदल झाले आहेत. त्याचे महत्त्वाचे कारण म्हणजे मुलींच्या शिक्षणात वाढ झाली आहे. शिक्षणाच्या संधीचा फायदा घेऊन स्त्रियांनी स्वत:चे किमान अस्तित्व तयार करण्याचा प्रयत्न केला आहे. पुरोगामी महाराष्ट्राने १९७५ ते १९८५ हे दशक 'महिला दशक' म्हणून साजरा करण्याचा निर्णय घेतला. त्यामुळे स्त्रियांच्या प्रश्नांचा अभ्यास, स्त्री सुरक्षितता कायदे, स्त्री-पुरुष समभावाचे कार्यक्रम, स्त्रीसहाय्यता केंद्र, शिक्षणासाठी अनुकूल धोरण यामुळे स्त्री शिक्षणाचा वेग सुधारला आहे. या सगळ्याचे श्रेय भारतीय राज्यघटनेतील स्त्रीस्वातंत्र्याच्या विचाराला द्यावे लागेल.

संदर्भ :

(१) मानव संसाधन विकास व मानवी हक्क प्राचार्य डॉ. बाळ कांबळे, प्राचार्य डॉ. पी. डी. देवरे, प्रा. श्री. निवास भोंग, २०१२, डायमंड प्रकाशन, पुणे.
(२) भारतीय समाजविज्ञान कोश - स. मा. गर्गे खंड १ व ६
(३) भारतातील सामाजिक चळवळी - घनश्याम शहा
(४) भारतीय समाज आव्हाने आणि समस्या - रा. ज. लोटे
(५) स्त्रीवादी सामाजिक विचार - विद्युत भागवत
(६) आपली संसद - सुभाष. सी. कश्यप
(७) महाराष्ट्राचे समाजशास्त्र - प्रा. शिल्पा कुलकर्णी
(८) भारतातील महिला विकासाची वाटचाल - ज. शं. आपटे / पुष्पा रोडे
(९) भारतीय स्त्रियांचे स्वातंत्र्य - शोभा चाळके, निर्मिती विचारमंच कोल्हापूर
(१०) महिला कल्याण आणि विकास - प्रा. सौ. माधवी कवि
(११) यशमंथन - एप्रिल - जून २०११
(१२) साधना साप्ताहिक - २२ ऑक्टोबर २०११

११

भारतीय लोकशाही आणि राजकारणातील भ्रष्टाचार व गुन्हेगारी

प्रा. मिलींद खांदवे

प्रास्ताविक :

भ्रष्टाचाराचा भारतीय राजकारणात कर्करोगापेक्षाही झपाट्याने प्रसार झाला असून निवडणुकांच्या राजकारणापासून लष्करासाठी लागणाऱ्या सामग्रीच्या खरेदीपर्यंत सर्व व्यवहार भ्रष्टाचाराच्या सावटाखाली आले आहेत. अनेक पक्षांच्या ज्येष्ठ नेत्यांच्या व मंत्र्यांच्या भ्रष्टाचाराची मोठमोठ्या रक्कमांची प्रकरणे वेशीवर टांगली असून त्याचा जणू उच्चांक गाठण्याची स्पर्धाच लागली आहे. जयप्रकाश नारायण यांच्या समग्र क्रांतीने या सर्वांगीण भ्रष्टाचाराच्या विरोधातच तरुणांनी चळवळ उभारण्याचा प्रयत्न केला होता, पण राज्यकर्त्यांनी त्या चळवळीला आणीबाणीचा प्रतिसाद दिला. भ्रष्टाचाराला त्यातून वेसण घालणे दूरच राहिले.

१९८९ पासून तत्त्वशून्य आघाड्यांची सरकारे केंद्रात व राज्यांत सत्तेवर आल्यामुळे भ्रष्टाचाराच्या पूर्वी कधीच नसलेल्या व नसतील तेवढ्या संधी चालून आल्या. नव्या आर्थिक धोरणाने मुक्त स्पर्धेचे तत्त्व अवलंबून विधिनिषेध शून्य व अनैतिक वर्तनाला देशाच्या राजकारणात व अर्थकारणात प्रतिष्ठित केले. यशस्वी होण्यासाठी कोणत्याही मार्गाचा अवलंब क्षम्य ठरतो. हे बाजारपेठी सूत्र आजच्या राज्यकारभाराचे मार्गदर्शक तत्त्व झाले असून संविधानातील मार्गदर्शक तत्त्वे अडगळीत पडली आहेत. सरकारे कोणतीही किंमत देऊन टिकवून ठेवणे हेच आघाडीच्या राजकारणाचे आद्य व अंतिम प्रयोजन ठरल्यामुळे बाकी कोणत्याच जनहिताच्या गोष्टींकडे लक्ष द्यायला त्यांना सवडच होत नाही.

१९८८ साली 'बोफोर्स तोफा गैरव्यवहार' उघडकीस आला. स्वातंत्र्यानंतरच्या

कालखंडात तो सर्वात मोठा भ्रष्टाचार होता. १९९३ साली तत्कालीन पंतप्रधान पी. व्ही. नरसिंहराव यांनी सरकार वाचविण्यासाठी झारखंड मुक्ती मोर्चाच्या चार खासदारांना प्रत्येकी १ कोटी रुपयांची लाच दिली. १९९६ साली लालुप्रसाद यादव यांचा ९०० कोटी रुपयांचा 'चारा घोटाळा' उघडकीस आला. भ्रष्टाचाराचा नवा उच्चांक त्यावेळेस गाठला होता. त्याच दरम्यान माजी मंत्री सुखराम यांचा दूरसंचार घोटाळासुद्धा उघडकीस आला. दिल्ली उच्च न्यायालयाने नुकतेच त्यांना दोषी ठरवून कारावासाची शिक्षा दिलेली आहे. वाजपेयी सरकारच्या कालावधीत 'कारगिल युद्ध' संपल्यानंतर 'जवानांच्या शवपेटी खरेदी' करण्यासंदर्भात मोठी लाच घेतल्याचा ठपका संरक्षण मंत्रालयावर ठेवण्यात आला होता. २००९ साली संयुक्त पुरोगामी आघाडीचे सरकार काँग्रेसच्या नेतृत्वाखाली दुसऱ्यांदा सत्तेवर आले. या सरकारला अल्पावधित भ्रष्टाचाराने पुरते घेरून टाकले. लोकशाहीची लक्तरे वेशीवर टांगली गेली. माजी दूरसंचार मंत्री ए. राजा, कनिमोळी आणि त्यांच्या सहकाऱ्यांनी सुमारे १ लाख ७५ हजार कोटी रुपयांचा '२ जी स्प्रेक्ट्रम' घोटाळा केला. मोबाईल कंपन्यांना परवाने देताना काही कोटी रुपये या सहकाऱ्यांनी कमविलेले दिसतात. आतापर्यंत झालेल्या भ्रष्टाचारांचे सर्व उच्चांक मोडून काढण्याचे काम या लोकांनी केले. याचदरम्यान सुरेश कलमाडी व त्यांच्या सहकाऱ्यांनी 'राष्ट्रकुल क्रीडा स्पर्धा' आयोजनात १६०० कोटी रुपयांचा मोठा घोटाळा केला हे तुम्हा-आम्हाला सर्वज्ञात आहे.

या शिवाय घटक राज्यांच्या पातळीवर सुद्धा अनेक राजकारणी व नोकरशहा यांची भ्रष्टाचाराची प्रकरणे उघडकीस आलेली आहेत. त्यामध्ये शिबु सोरेन यांचा 'कोळसा घोटाळा', मायावती यांचे 'ताज कॉरिडॉर प्रकरण', जयललिता यांचा 'साड्या व चपलांचा घोटाळा' तुम्हा आम्हांला सर्वज्ञात आहे. कर्नाटकात अलीकडेच उघडकीस आलेला कुमारस्वामी यांचा 'खाण घोटाळा' या सर्व प्रकरणांचा विचार केला तर भ्रष्टाचाराचा प्रचंड मोठा फास भारतीय लोकशाहीच्या गळ्याभोवती आवळला गेला आहे.

भ्रष्टाचाराप्रमाणे भारतीय राजकारणाचे गुन्हेगारीकरण झालेले दिसून येते. निवडणुका अति खर्चिक होत गेल्या तसे तसे काळ्या पैशाचे निवडणूक प्रक्रियेतील प्रस्थ वाढत गेले. राजकीय पक्षांना कोण किती पैसे देते हे बाहेर कधीच समजत नाही. राजकीय पक्षांनी खर्चाची दिलेली विवरणपत्रे कधीच खरी नसतात.

निवडणूक पद्धतीत सुधारणाचा करण्याची भाषा सगळेच पक्ष करतात पण कोणाचीही पैशाची गंगोत्री थांबविण्याची तयारी नसते. सर्वोच्च न्यायालय, विधि आयोग, निवडणूक आयोग किंवा इतर समित्यांनी त्या दृष्टीने सुचविलेले उपाय कागदोपत्रीच राहतात.

निवडणूक प्रक्रियेत वाढलेला हिंसाचार हा सुद्धा गुन्हेगारांना राजकारणात उजळमाथ्याने वावरण्याची संधी देण्यास कारणीभूत झाला आहे. शांततामय पद्धतीने

सत्तांवर घडवून आणण्याचा मार्ग असे लोकशाहीतील मुक्त व निर्भय वातावरणात पार पाडणाऱ्या निवडणुकांचे वर्णन केले जाते. प्रत्यक्षात मात्र उमेदवार पळवणे, ठार मारणे, मतदारांना धाक दाखविणे, डांबून ठेवणे, खोटे मतदान करणे, मतदान केंद्रे बळकाविणे अशा प्रकारांचे प्रमाण निवडणुकांमध्ये वाढत चालले आहे. य. दि. फडके म्हणतात त्याप्रमाणे राजकारण अनेकांचा पूर्ण वेळेचा व्यवसाय बनला आहे. निवडणूक जिंकण्यासाठी पक्षांमध्ये आणि उमेदवारांमध्ये होणारी स्पर्धा आता जीवघेणी बनत चालली आहे.

१९७७ नंतर राजकारणाचे गुन्हेगारीकरण ही प्रक्रिया झपाट्याने घडून आली असल्याचे राजकीय निरीक्षक सांगतात. फडके यांनी दिलेली पुढील माहिती त्यादृष्टीने चिंताजनक आहे. ते लिहितात-१९९६ साली उत्तरप्रदेश विधानसभेची निवडणूक झाली. ती जवळजवळ ५०० गुन्हेगारी पार्श्वभूमी असलेल्या उमेदवारांनी लढविली. हे सर्वजण विविध राजकीय पक्षांचे सदस्य होते. त्यांच्यापैकी १८५ उमेदवार निवडणुकीत विजयी झाले. निवडणूक आयोगाने १९९७ च्या ऑगस्टमध्ये जाहीर केलेल्या माहितीनुसार देशातील विविध राज्यांतील विधानसभांमधील ७०० आमदारांना अपराधी म्हणून ओळखले गेले होते. ४० खासदारही याच अतिविशिष्ट गटात होते. २००९ च्या लोकसभा निवडणुकी निवडणूक आयोगाच्या अहवालानुसार ५४५ खासदारांपैकी १५० खासदारांवर गंभीर स्वरूपाचे गुन्हे दाखल झालेले आहे. याचा अर्थ असा की, राजकीय पक्षांना पडद्याआड राहून मदत करणारे गुन्हेगार आता आमदार, खासदार बनून लोकांचे प्रतिनिधित्व करू लागले आहेत. मनी, मसल, माफिया हे तीन प्रकार आजचे भारतीय राजकारण नियंत्रित करत आहेत.

निष्कर्ष :

राजकारणातील भ्रष्टाचार संपवून भारतीय लोकशाही वाचवायची असेल तर माझ्या मते,

(१) निवडणुकीत पैसे घेऊन आपले मत उमेदवारांना विकू नये.

(२) उमेदवार निवडणुकीत विजयी झाल्यानंतर त्याने विकासकामांत मोठा भ्रष्टाचार सुरू केला तर जनतेला अशा प्रतिनिधीला परत बोलावण्याचा अधिकार (Right to Recall) असला पाहिजे.

(३) भ्रष्टाचाराची प्रकरणे लोकप्रतिनिधींवर सिद्ध झाल्यास कायद्याने विनाविलंब अशा लोकप्रतिनिधींना कडक स्वरूपाची शिक्षा झाली पाहिजे.

राजकारणाचे गुन्हेगारीकरण रोखायचे असेल तर पुढील काही उपाय करावेत.

(१) ज्या उमेदवारांवर गंभीर स्वरूपाचे गुन्हे आहेत त्यांना राजकीय पक्षांनी उमेदवारी देऊ नये. दिल्यास, निवडणूक आयोगाने सर्व गोष्टींची चौकशी

करून त्यांची उमेदवारी रद्द करावी. तसेच त्यासंबंधित राजकीय पक्षांची मान्यता काढून घ्यावी.

(२) मतदान यंत्रांवर जनतेला नकारात्मक मतदान करण्याची सोय निवडणूक आयोगाने उपलब्ध करून घ्यावी.

संदर्भ

(१) भारतीय राज्यघटना, राजकारण (महाराष्ट्राच्या विशेष संदर्भासह) आणि कायदा प्राचार्य डॉ. बाळ कांबळे, प्राचार्य डॉ. आलीम वकील, प्राचार्य डॉ. पी. डी. देवरे.

(२) भारतीय गणराज्याचे शासन आणि राजकारण - डॉ. भा. ल. भोळे

(३) Indian Democracy - Meaning and Practices, Dr. Suhas Palshikar, Pune.

(४) Constitution of India, D. D. Basu

१२

भारतीय लोकशाहीपुढील आव्हाने

डॉ. नीता बोकील

लोकशाही हा आजचा लोकप्रिय शासन प्रकार आहे. विसावे शतक लोकशाहीचे सुवर्णयुग समजले जाते. जगातील बहुसंख्य राष्ट्रांनी लोकशाही व्यवस्थेचा स्वीकार केलेला आहे. भारत यास अपवाद नाही. १९५० ला संविधानाद्वारा भारताने लोकशाही शासन पद्धतीचा स्वीकार केला आणि जनतेच्या सार्वभौमत्वाची ग्वाही दिली.

'लोकशाही हा शासनाचा प्रकार असून ती एक जीवनपद्धती आहे' या दृष्टिकोनातून प्रा. मॅक्सी, प्रा. लास्की, प्रा. गिडींग्ज यांनी लोकशाही विचारांची मांडणी केली.

लोकशाही एक शासनाचा प्रकार मानल्यास त्यात जास्तीत जास्त लोकांचा शासनात सहभाग किंवा बहुसंख्याकांचे राज्य हाच अर्थ सूचित होतो. परंतु ती एक जीवनपद्धती मानल्यास अशा प्रकारच्या शासनाचा समावेश होतो की ज्यात दंडशक्तीचा आवश्यक तेवढाच वापर करून स्वयंभू, स्वतंत्र प्रज्ञेच्या कृतीशी ऐक्य साधून समन्वय घातला जातो. ज्यात नागरिकांतील सुप्त गुणांचे संवर्धन व सहिष्णुता, ऐक्यभाव इ. गुणांची जपणूक अभिप्रेत असते की ज्यात स्वातंत्र्य, समता बंधुतेचा आविष्कार तळागाळापर्यंत झालेला आढळतो. या पार्श्वभूमीवर भारतातील लोकशाही समाजाचे स्वरूप समजावून घेऊ.

आज भारतात आपल्याला लोकशाहीऐवजी 'पक्षशाही' दिसते. याच पक्षशाहीला महात्मा गांधींनी कडाडून विरोध केला होता. कारण पक्षीय हितसंबंधाचे राजकारण हे ठरावीक, मूठभर, प्रतिष्ठित लोकांसाठीचे असते. त्यात सर्वसामान्य माणूस भरडला जातो. बहुमताच्या निर्णयापुढे सर्वसामान्यांना शरणागती पत्करावी लागते ही आभासात्मक लोकशाही आहे.

गांधीजींच्या मते, लोकशाहीचे खरे ध्येय 'बलवानांएवढीच संधी कमकुवत असणाऱ्यांनाही उपलब्ध करून देणे.' त्यासाठी अहिंसा व विकेंद्रीकरणाचा आग्रह धरला पाहिजे हे केवळ स्वयंपूर्ण, स्वयंशासित स्वायत्त खेड्यात शक्य आहे. आज आपणास

अशा प्रकारचा समंजस, स्वायत्त समाज निर्माण करणे हे आव्हान आहे. कारण त्याला लागणाऱ्या प्रशिक्षणाचा अभाव आणि उपजत समज कमी आहे.

स्वातंत्र्योत्तर काळात विनोबांनी लोकशाहीची कल्पना 'लोकनीती' संदर्भात वापरली. लोकनीतीमध्ये संसद, पक्ष निवडणुकांना नाकारण्यात आले. त्यांना राज्याच्या दमनकारी शक्तीऐवजी त्याची जागा एकनिष्ठ सामाजिक कार्यकर्त्यांनी घ्यावी असे वाटत होते. कोणत्याही प्रकारच्या सत्तेच्या हव्यासापासून कार्यकर्ते दूर असतील अशी त्यांची अपेक्षा होती. आज आपल्याला यापेक्षा नेमके वेगळे चित्र दिसते. कार्यकर्ते हे सत्तेच्या राजकारणात मश्गुल झालेले दिसतात. त्यामुळे त्यागी, नि:स्वार्थी कार्यकर्त्यांची पलटण तयार करून भारतीय लोकशाहीचे रक्षण करणे अनिवार्य झाले आहे. आपत्ती लोकशाही ही सत्तावान व नियंत्रित पक्षांकडून संपत्तीवान व निर्दयी, धूर्त माध्यमांद्वारा वापरली जात आहे. त्यामुळे जनसामान्यांचे शोषण होत आहे म्हणूनच जयप्रकाश नारायण यांनी समुदायवादी लोकशाही संकल्पना मांडली आहे. जयप्रकाशजींच्या विचारानुसार खऱ्या समुदायामध्ये सांघिकपणा सहभाग, परस्परांत देवाणघेवाण, सहकार्य, बंधुभाव, हितसंबंधांच्या एकात्मपणाची जाणीव, स्वातंत्र्याची जाणीव आणि सामाजिक जबाबदारीचे भान असावे. त्यांनी पक्षविरहित राजनीतीचा पुरस्कार केला. त्यामुळे अशी लोकशाही निर्माण करणे हेच आपल्यापुढे मोठे आव्हान ठरले आहे. त्यांच्यानंतर मानवेंद्रनाथ रॉय, राममनोहर लोहिया यांनी ही प्रत्यक्ष लोकशाहीची साधने वापरून लोकशाही जनमानसात रुजवण्याचा प्रयत्न केला आहे. डॉ. बाबासाहेब आंबेडकरांनी सामाजिक लोकशाहीची कल्पना मांडून त्याद्वारे राजकीय लोकशाही यशस्वी करण्याचा प्रयत्न केला आहे. बहुसंख्यांक राज्यात अल्पसंख्य दलित हे 'शोषणाचे धनी होणार' हे ओळखून त्यांनी समतेचा पुरस्कार केला. भारताने जर आर्थिक व सामाजिक क्षेत्रात समता नाकारली तर ते राजकीय लोकशाहीस घातक ठरेल असे डॉ. आंबेडकरांना वाटत होते. सद्य: पार्श्वभूमीवर डॉ. आंबेडकरांची भीती खरी ठरते की काय ? असा प्रश्न निर्माण झाला आहे.

१९६५ नंतर साधारणत: अनेक आक्रमक व युवक गट मूलभूत परिवर्तनाच्या बिगरपक्षीय राजकारणाकडे वळलेले दिसतात - त्यांनी निषेधाच्या राजकारणाचा आक्रमक सूर लावला. साम्यवादी पक्षाचा त्याग करून हिंसक क्रांतीचा मार्ग नक्षलवादी गटांनी ठरवला. त्यामुळे नंतरच्या काळात नक्षलवादाचे एक मोठे आव्हान आपल्यापुढे निर्माण झाले.

जेव्हा भारताने नव्या लोकशाही प्रकल्पाची सुरुवात प्रौढ मताधिकारावर आधारित निवडणुकांपासून केली तेव्हा भारतावर नजर ठेवून असणाऱ्या अनेक अभ्यासकांनी तिच्या वाटचालीबद्दल शंका उपस्थित केली. पण आज भारत लोकशाही शासन व खुल्या निवडणुका येथे होतात असे सांगू शकणाऱ्या काही देशांमध्ये मोडतो याचे श्रेय पं. नेहरूंच्या नेतृत्वाला दिले पाहिजे. पण त्यानंतर काय ? १९६६ मध्ये काँग्रेसच्या एकमुखी वर्चस्वास

हादरे बसले. आठ राज्यात काँग्रेसला पराभव पत्कारावा लागला. त्यातून आघाडी राजकारण सुरू झाले या आघाड्यांनी राजकारणात अस्थिरता आणली. आघाड्यांनी एका बाजूला काँग्रेसची एकाधिकारशाही संपुष्टात आणली पण त्यांच्या सततच्या बदलत्या युत्यांमुळे लोकांमध्ये संभ्रम निर्माण झाला. आघाड्या विशिष्ट विचार, प्रश्न यांना अग्रक्रम देण्याऐवजी तात्पुरते, कमी महत्त्वाचे प्रश्न घेऊन राजकारणात उतरल्या. त्यामुळे राजकारण हे 'मुद्दे' व 'गुद्दे' यांना धरून होऊ लागले. लोकशाहीने आपला संयम, स्वास्थ्यता गमावली ती टिकवणे हेही एक आव्हान आहे. तसेच राजकीय हिंसाचाराने भारतीय लोकशाहीपुढे मोठे आव्हान निर्माण केले.

१९८० नंतर राजकारणाचे व्यावसायिकरण झाले आहे. हजारो कार्यकर्ते, गट, मंत्री, आमदार, खासदार या व्यवसायात हातात हात घालून उतरले आहेत. हा व्यवसाय अधिक नफ्याचा करण्यासाठी प्रसारमाध्यमातील व्यक्ती, व्यवस्थापक, धर्मगुरू, कलाकार, सामाजिक कार्यकर्त्यांची मदत घेतली जात आहे. या व्यवसायात गुंतल्यामुळे अनेकांची कारकीर्द धोक्यात आली आहे. त्यामुळे ती ही व्यवस्था टिकवू पाहतात. या घडामोडींमुळे लोकशाहीवादी राजकारण सर्व प्रकारच्या लोकांसाठी महत्त्वाचे बनले आहे.

स्वतंत्र भारतातील लोकशाही प्रातिनिधिक राजकारण जनसामान्यांचे कृतिसंघटन आणि सत्तावाटप यातून उदयास आले आहे. यामुळे ही लोकशाही लोकांना ठोस उपक्रम, कार्यक्रम देण्यास अपुरी पडत आहे. ती तिचा आशय गमावून बसली आहे. सार्वजनिक चोखनिर्मिती ही सर्वसामान्य माणूस डोळ्यांसमोर ठेवून होताना दिसत नाही. १९८५ पासून या लोकशाही सरकारचे धोरण लोकहितविरोधी दिसते. खरंतर लोकांनी आपल्या जाती जमातींचे प्रतिनिधी निवडून दिले आहे आणि खूप समाधानी आहेत. लोकांना केवळ आपल्या जाती सत्तेवर असलेल्या बघायला हवे आहे. त्यांना प्रतिकात्मक प्रतिनिधित्व अधिक महत्त्वाचे वाटत आहे. प्रत्यक्ष फायद्यांपेक्षा हे दुर्दैव! त्यांचे हे वर्तन सरंजामी अधिनता दाखवते. २१ व्या शतकात अशा सरंजामी वृत्तीचा सर्वत्र संचार हे आपल्या लोकशाहीपुढील मोठे आव्हान आहे.

१९९१ नंतर जागतिकीकरण, उदारीकरणाचे वारे वाहू लागल्यावर लोकांच्या कृतिसंघटनांवर आधारित लोक चळवळींची पीछेहाट होत आहे. वंचित समाजघटकांचे लढे दुर्बल झाले आहेत आणि त्यांना प्रसारमाध्यमे महत्त्व देताना दिसत नाहीत. यामुळे लोकांच्या लढ्यासंदर्भात शासकीय यंत्रणा वापरण्यास शासनाला मुभा मिळत आहे. पोलीस व निमलष्करी रत्नांना बळकट केले जात आहे. शासनाच्या खात्यात नित्य नव्या शस्त्रास्त्र साठ्यांनी भर पडत आहे. अशाप्रकारे म. गांधीच्या अहिंसक भारताचे स्वप्न भंग पावत आहे.

भारतात लोकांची लोकशाही संस्थांवर निष्ठा आहे. पण त्या चालवणाऱ्यांविषयी

साशंकता आहे असे जावेद आलम यांनी म्हटले आहे. भारतीय लोकशाही प्रयोगामधील मुख्य तत्त्व हा लोकांचा प्रतिनिधित्वाच्या व्यवस्थेवरील निष्ठा यातून निर्माण झाला आहे. त्यामुळे भारतात लोकशाही राजकीय व्यवस्था टिकली असली तर तिच्यातील चैतन्य हरवले आहे. ही लोकशाही लोकांच्या आकांक्षा, अपेक्षा यांना पुरेशी पडत नाही. या लोकशाहीला भांडवलशाही, जागतिकीकरण, उदारीकरणाने पोकळ धर्मनिरपेक्षवाद यांनी ग्रासले आहे. लोकांच्या सर्जकवृत्तीला मर्यादा घातल्या आहेत. राज्यांकडून मोठ्या प्रमाणावर लोकांवर जुलूम, बळजबरीचा वापर होत आहे. लेले आणि पळशीकर दोघेही नव्या मध्यम वर्गाचा उदय आणि हिंदुत्ववादी राजकारणाचा उदय यामध्ये परस्परसंबंध असल्याचे सांगतात.

सामाजिक चळवळींच्या कमकुवतपणामुळे प्रतिनिधित्वाचा आणि अधिमान्यतेचा पेचप्रसंग अधिक बिकट होतो. लोकशाहीचे चैतन्य नाहीसे होत आहे तर गाभा कमकुवत होत आहे. लोकशाही समाजाचे दारिद्र्य दिवसेंदिवस वाढत चालले आहे. शहरात माफिया राज, झोपडपट्ट्यांमध्ये वाढ तर ग्रामीण भागात बेरोजगार, बेघर लोकांची संख्या वाढत आहे. त्यामुळे मोठ्या प्रमाणावर दारिद्र्य व अन्यायाची निर्मिती झाली आहे.

भारतीय लोकशाहीपुढील ही आव्हाने समजून घेण्याकरता आणि त्यांच्या प्रतिसादाची दिशा निश्चित करण्याकरिता एक उपयुक्त मार्ग म्हणजे त्यांची उगरात विभागणी करणे होय. एक म्हणजे लोकशाहीच्या उभारणीमधील पायाभूत आव्हाने, यात विविध उठाव, बंडखोरी इत्यादी विधायक पद्धतींनी हाताळणी करता येईल असे पर्यायी मार्ग शोधणे. लोकांच्या इच्छा आकांक्षाचे प्रतिबिंब सार्वजनिक धोरण निर्मितीत करणे, शासकीय यंत्रणा संघटित स्थानिक हितसंबंधाच्या हस्तक्षेपापासून मुक्त ठेवणे अभिप्रेत आहे, गैरव्यवहार व हिंसाचारापासून मुक्त व योग्य वातावरणात निवडणुका घेता येणे इत्यादी उपायांचा समावेश होईल. दुसरे म्हणजे लोकशाहीच्या विस्ताराचे आव्हान हे लोकशाहीचे मूलभूत तत्त्व सर्व प्रदेशांमध्ये सर्व सामाजिक समूहांमध्ये तसेच राज्ययंत्रणेच्या कार्यक्षेत्रातल्या सर्व प्रभागांमध्ये लागू करण्यासंबंधी आहे. प्रतिनिधित्वातील कमतरता भरून काढली पाहिजे, गरिबी दूर करण्याचे सार्वजनिक प्रयत्न झाले पाहिजेत. तिसरे म्हणजे लोकशाही बळकट करण्यासाठी लोकांना त्यांच्या अधिकारांची व सार्थ पर्यायांच्या उपलब्धतेची हमी मिळेल अशाप्रकारे लोकशाही व्यवहार व प्रक्रियांचे संस्थीकरण झाले पाहिजे. सार्वजनिक धोरणनिर्मितीत लोकांना विचारात घेतले पाहिजे. उच्च जातीय व सामाजिक समूहांच्या प्रभुत्वाला आळा घातला गेला पाहिजे.

बदलत्या जागतिक, प्रादेशिक आणि स्थानिक संदर्भामधून लोकशाहीसमोर नवी आव्हाने उभी राहिली आहे. जागतिक तसेच देशांतर्गत कॉर्पोरेट क्षेत्राच्या वाढत्या हस्तक्षेपातून राष्ट्रराज्यांची स्वायत्तत्ता क्षीण होताना दिसत आहे. विशेषत: धोरणनिश्चिती

व विकासाचा अजेंडा निश्चित करण्यासारख्या महत्त्वाच्या बाबी हळूहळू लोकशाही प्रक्रियेपासून दूर जाऊ लागल्या आहेत. परिणामी बहुसंख्य लोक व त्यांचे प्रश्न मुख्य प्रवाहातून अदृश्य होताना दिसत आहेत. पाणी, जंगल व जमीन अशा नैसर्गिक साधनसंपत्तीवरील नियंत्रण व त्यांच्या वापरावरून होत असलेले संघर्ष हे याचे ठळक उदाहरण आहे. वाढत्या औद्योगिकीकरण आणि शहरीकरणातून नैसर्गिक व सामाजिक साधनसंपत्तीवर आधुनिक बाजारव्यवस्थेचे अतिक्रमण वाढताना दिसत आहे. परिणामी बहुसंख्य लोक त्यांच्या मूळस्थानापासून विस्थापित होत आहेत. या पार्श्वभूमीवर प्रगतीची किंमत कोणी चुकवायची, हे कोण ठरवतं ? हा प्रश्न विचारण्यास भाग पडत. परंतु शासनाने जाणीवपूर्वक राजकारणाचे विकेंद्रीकरण केल्यास, सत्तास्पर्धा मर्यादित केल्यास, राजकारणातील संसाधनांच्या उपलब्धतेमधील विषमता दूर केल्यास राजकीय माहिती व विचारांच्या लोकशाहीकरणाला प्रोत्साहन दिल्यास या आव्हानांचा मुकाबला करता येईल.

भारतीय लोकशाहीपुढील आव्हान 'हे सर्वांना सन्मानाने तसेच भय व अभावापासूनच मुक्त जीवन कसे जगता येईल!' हेच आहे. म्हणून अल्पसंख्यांकांच्या आशा-अपेक्षा व त्यांच्या हितांना सामावून घेण्याच्या आव्हानाला प्राधान्य मिळाले पाहिजे. त्याचप्रमाणे लोकांच्या इच्छा आकांक्षा प्रतिबिंबीत होतील अशा रीतीने संस्थात्मक प्रातिनिधिक लोकशाही बळकट करण्यावर भर असला पाहिजे. आवश्यक राजकीय इच्छाशक्ती निर्माण करण्याचे आव्हान असले पाहिजे त्यासाठी लोकांचे हित आणि आकांक्षाना अभिव्यक्त करण्यास सक्षम ठरतील, अशाप्रकारे राजकीय पक्षांचा विकास केला पाहिजे. यात लोकांचे परिवर्तन प्रजानन ते नागरिक असे होणे अपेक्षित आहे, अल्पसंख्यांकांचे हित अग्रक्रमाने जपले पाहिजे, राष्ट्रीय व प्रादेशिक अस्मितांची सरमिसळ होता कामा नये. असे झाल्यास भारतीय लोकशाही समर्थ होण्यास वेळ लागणार नाही.

संदर्भ

(१) राजेंद्र व्होरा आणि सुहास पळशीकर (संपादित) २०१० भारतीय लोकशाही - अर्थ आणि व्यवहार, डायमंड पब्लिकेशन्स्, पुणे, पृष्ठ क्र. १३ ते ३३

(२) योगेंद्र यादव, पळशीकर, पीटर डिसूझा, (संपादित) २०१०, लोकशाही जिंदाबाद, समकालीन प्रकाशन, पुणे, पृष्ठ क्र. १४० ते १५१

(३) गांधी एम. के., डेमोक्रसी, रिअल ॲन्ड डिसेप्टीव्ह, नवजीवन, अहमदाबाद, १९६१

(४) भावे विनोबा, सर्वोदय विचार आणि स्वराज्यशास्त्र, वर्धा, परमधान प्रकाशन, द्वितीय आवृत्ती, पृ. २२

(५) आलम जावीर, व्हॉट इज हॅपनिंग, इनसाईड इंडियन डेमोक्रॅसी, व्होरा राजेंद्र आणि पळशीकर सुहास (संपा.),

(६) इंडियन डेमॉक्रसी मिनिंग्ज ॲन्ड प्रॅक्टीसेस, सेज पब्लिकेशन्स्, नवी दिल्ली, २००४ पृ. ८६

१३

भारतीय लोकशाहीपुढील एक आव्हान – राजकारणाचे गुन्हेगारीकरण

प्रा. कांतीलाल सोनवणे

प्रस्तावना

लोकशाही हा शब्द सर्वांच्या परिचयाचा आहे. कारण आज जगातील सर्व प्रगत देशांमध्ये लोकशाही शासनपद्धतीचा अवलंब केलेला दिसतो. प्राचीन ग्रीस देशात लोकशाही शासन होते. काही शास्त्रज्ञांनी लोकशाही म्हणजे बहुमताचा निर्णय अवलंब करणारी शासनपद्धती आहे असे मानले आहे. तर काहींच्या मते आर्थिक प्राप्तीसाठी लोकांना समान संधी देणारी शासनपद्धती म्हणजे लोकशाही होय. लोकशाही म्हणजे समानता अशी व्याख्या काही विचारवंत करतात. अशा रीतीने लोकशाही या शब्दाविषयी व शासनाविषयी अनेक मते आणि मतांतरे आपणास दिसून येतात.

भारतीय लोकशाही

१५ ऑगस्ट १९४७ रोजी भारताला स्वातंत्र्य मिळाले. विविध देशातील राज्यघटनांचा अभ्यास करून भारतीय राज्यघटना तयार करण्यात आली. कायदेमंडळ, कार्यकारीमंडळ व न्यायमंडळ हे भारतीय लोकशाहीचे आधारस्तंभ आहेत. २६ जानेवारी १९५० यादिवशी भारतीय जनतेने भारतीयांसाठी निर्माण केलेली राज्यघटना लागू केली. त्याचबरोबर येथे संसदीय व्यवस्थेचा स्वीकार होऊन विभिन्न लोकशाही संस्थांद्वारे राज्यकारभारास सुरुवात झाली. आज ६५ वर्षांनंतर सुद्धा भारतीय लोकशाही व्यवस्था म्हणून भारतीय राष्ट्र उभे राहिले आहे काय? आज भारतीय लोकशाहीला अनेक आव्हानांना तोंड देऊन खडतर प्रवास करावा लागत आहे. म्हणून राजकीय गुन्हेगारी या भारतीय लोकशाहीला भेडसावणाऱ्या आव्हानाचा काय परिणाम झाला हा शोध निबंधाचा मुख्य विषय आहे.

भारतीय लोकशाही आणि राजकीय गुन्हेगारी :

भारतात निवडणुका अति खर्चिक होत गेल्या तसतसे काळ्या पैशाचे निवडणूक प्रक्रियेतील प्रस्थ वाढत आहे. राजकीय पक्षांना कोण किती पैसे देते हे बाहेर कधीच समजत नाही. राजकीय पक्षांनी खर्चाची दिसलेली विवरणपत्रे कधी खरी नसतात. स्टीफन कोशानेक या लेखकाने भारतीय राजकारणाचे वर्णन ब्रिफकेस पॉलिटिक्स असे केले आहे. त्यानंतर ब्रिफकेसची जागा सुटकेसने घेतली, पुढे तर चक्क पेटी, खोका या भाषेतच आर्थिक व्यवहार केले जाऊ लागले. सगळाच व्यवहार चोरीचा असल्यामुळे या अमाप पैशांची कुठे नोंद व पोचपावती हिशोब असण्याची शक्यता नसतात, तस्कर, गुन्हेगार, बिल्डर अशा असामाजिक घटकांचे यातून आयतेच फावते. निवडणूक प्रक्रियेत वाढलेला हिंसाचार हा सुद्धा गुन्हेगारांना राजकारणात उथळ माथ्याने वावरण्याची संधी देण्यास कारणीभूत झाला आहे. शांततामय पद्धतीने सत्तांतर घडवून आणण्याचे मार्ग असे लोकशाहीतील मुक्त व निर्भय वातावरणात पार पडणाऱ्या निवडणुकांचे वर्णन केले जाते. प्रत्यक्षात मात्र मतदारांना धाक दाखविणे, उमेदवार पळविणे, ठार मारणे, डांबून ठेवणे, हुल्लडबाजी करून प्रतिस्पर्धीचा प्रचार अशक्य करणे, खोटे मतदान करणे, मतदान केंद्रे बळकावणे, मतपेट्या पळविणे अशा प्रकारचे प्रमाण निवडणुकांमध्ये वाढत चाललेले दिसते. राजकारण हा अनेकांचा पूर्ण वेळचा व्यवसाय बनलेला आहे. निवडणूक जिंकण्यासाठी पक्षांमध्ये आणि उमेदवारांमध्ये होणारी स्पर्धा आता जीवघेणी बनत चालली आहे. प्राणघातक हल्ला होण्याच्या भीतीने उमेदवारांमधील बडे बडे स्वसंरक्षणासाठी, अंगरक्षणासाठी अंगरक्षकांचा ताफा बाळगतात, त्यांनी पोसलेल्या गुंडांच्या टोळ्या मतदानाच्या दिवशी मोकाट सुटतात. बिहारमधील रणवीर सेनेने गेली काही वर्षे असाच धुमाकूळ घातला होता. (लोकसभा निवडणुका १९५२, १९९४, १९९९) निष्ठुरपणे सत्तेचे राजकारण खेळणारे नेते विरोधकाला कायम संपविण्यासाठी भाडोत्री गुंडांना हाताशी धरतात. त्यांचे गुन्हे पाठीशी घालतात. तरीही अनेकदा हे गुंड आपल्या आश्रयदात्यांवरही उलटतात. राजकारणाचे असे गुन्हेगारीकरण होत आहे.

राजकारण हे विकासाचे साधन न बनता पैसा आणि प्रतिष्ठा कमविण्याचे साधन बनले. त्यामुळे राजकारणाचे गुन्हेगारीकरण वाढले. साधारणत: १९७७ नंतर ही प्रक्रिया गतीने वाढत गेली. असे अनेक राजकीय निरीक्षक सांगतात. त्यामुळे असे गुन्हेगार अधिक आत्मविश्वासपूर्वक राजकारणामध्ये उजळ माथ्याने वावरतात. पडद्याच्या आड राहून राजकीय पक्षांना मदत करणारे सराईत गुन्हेगार आता आमदार, खासदार बनून लोकांचे प्रतिनिधित्व करू लागले आहेत. बिल्डर, पैसा, गुंड आणि माफिया हे आजचे भारतीय राजकारण नियंत्रण करीत आहेत. त्यामुळे संसदेमधील राजकीय निर्णय घेण्याची प्रक्रिया व कार्यपद्धती प्रभावित करण्याचे नैतिक व सभ्य मार्ग कुचकामी ठरतात असे आपणास

सहजपणे म्हणता येईल. मनी, मसल आणि माफिया हे तीन प्रकार आजचे भारतीय राजकारण नियंत्रित करीत आहेत. गणेशोत्सव असो की, आणखी कोणताही सार्वजनिक कार्यक्रम असो, वसुलीची जबाबदारी गुन्हेगारी पार्श्वभूमी असणाऱ्यांवरच सोपविली जाते. त्यांच्या दानशूरतेचे गोडवे झोपडपट्ट्यांमधील त्यांनीच पोसलेले दादा गात असतात. नाट्य, चित्रपट, क्रीडा, राजकारण इत्यादींपैकी कोणतेच क्षेत्र त्यांच्या प्रभावापासून मुक्त राहिले नाही. राज्यसत्ता त्यांना हात लावू शकत नाही आणि अपवाद प्रसंगी जरी त्यांना पकडून तुरुंगात ठेवले तरी त्यांची पंचतारांकित हॉटेलसारखी व्यवस्था केली जाते. तुरुंगातून त्यांच्यापैकी काहींनी निवडणूक लढविल्या तरी ते निवडून येतात. आजच्या वर्तमान लोकसभेतील १५५ खासदार विविध प्रकारच्या गुन्ह्यांमध्ये अडकले आहेत. ही गुन्हेगारी फक्त राजकीय क्षेत्रातच आहे असे नव्हे तर सामाजिक, सांस्कृतिक जीवनाचे सर्वच क्षेत्र आज गुन्हेगारीने व्यापले आहेत.

उपाय योजना :

(१) फुटीरतावादी वृत्ती, भ्रष्टाचार, दहशतवाद, गुन्हेगारी याला आळा घालण्यासाठी ठोस फायदे करणे.

(२) गुन्हेगारी पार्श्वभूमी असलेल्या प्रतिनिधीला पदावरून काढण्याचा जनतेला अधिकार असावा.

(३) गुन्हेगारांवरील खटले त्वरित निकाली काढावेत.

(४) गुन्हेगारी प्रवृत्तीच्या व्यक्तीला मतदानाचा व निवडणूक लढविण्याचा अधिकार असू नये.

(५) निवडणुकीत उमेदवाराच्या पात्रतेच्या अटींचे पालन काटेकोरपणे झाले पाहिजे. जेणेकरून गुन्हेगार प्रवृत्तीच्या व्यक्ती राजकारणात येणार नाहीत.

निष्कर्ष :

स्वातंत्र्यासाठी लढणाऱ्या राष्ट्रभक्तांच्या स्वप्नातला नवभारत अद्याप या देशातील संविधानिक शासनपद्धतीला साकार करता आलेला नाही हे खरे आहे. परंतु या पद्धतीने काळाची आव्हाने जशी समर्थपणे पेलली तशीच परिस्थितीनुसार बदलण्याची आपली लवचिकताही सिद्ध करणे गरजेचे आहे. कारण लोकशाही हा काही सुरक्षित ठेवा नाही. जो एकदा प्राप्त झाला की जपून ठेवता येतो. लोकशाहीचा शोध हा एक निरंतर चालणारा संघर्ष आहे. आज सर्वच देशातील लोकशाहीसमोर अनेक गंभीर आव्हाने आहेत. ती आव्हाने समजून घेण्याची गरज आहे. कारण लोकशाहीचा प्रयोग कोणत्याच क्षेत्रात पूर्णपणे फसलेला नाही. आज भारतीय लोकशाही कोणत्याच क्षेत्रात मागे नाही. हीच लोकशाहीची सफलता आहे. परंतु राजकारणाचे गुन्हेगारीकरण थांबविण्यासाठी जनतेने

निवडणूक, आयोगाने आणि शासकीय पातळीवर काही प्रयत्न होणे गरजेचे आहे. तरच गुन्हेगार मुक्त राजकारणाची निर्मिती होईल. तेव्हाच खरी लोकशाही या देशात नांदेल.

संदर्भसूची :

(१) भारतीय गणराज्याचे शासन आणि राजकारण - डॉ. भा. ल. भोळे

(२) भारतीय लोकशाही गणराज्य - प्राचार्य पी. डी. देवरे, प्राचार्य एम. एम. विसपूते, प्रा. डॉ. डी. एस. निकुंभ

(३) भारतीय लोकशाही अपेक्षा आणि वास्तव - प्रा. वि. ल. एरंडे

(४) भारतीय लोकशाही अर्थ आणि व्यवहार - राजेंद्र व्होरा, सुहास पळशीकर

(५) राज्यशास्त्राची मूलतत्त्वे - चिं. ग. घांगरेकर

१४

भारतातील प्रादेशिकतेची समस्या - एक आढावा

प्रा. मंजुषा जोशी

स्वातंत्र्यप्राप्तीनंतर भारतीय लोकशाही व्यवस्थेसमोर जी आव्हाने उभी राहिली आणि ज्यावर आजही तोडगा निघणे शक्य झाले नाही. त्यात प्रादेशिकतेच्या समस्येचा समावेश होतो. घटनानिर्मितीची प्रक्रिया सुरू झाली आणि प्रांतरचनेचा आधार भाषा हा ठेवण्यात यावा ही मागणी जोरकसपणे पुढे आली. इथपासून सुरू झालेला प्रादेशिकतेचा प्रश्न अद्यापही न सुटता वेगवेगळ्या स्वरूपात सातत्याने आव्हाने उभी करीत आहे. प्रादेशिकतेच्या प्रश्नासोबत येणारे गैरप्रादेशिक घटक यात महत्त्वाची भूमिका बजावत असल्याने या समस्येची उकल करणे किंवा सोडवणे हे भारतीय लोकशाही समोरील महत्त्वाचे आव्हान होऊन बसले आहे.

वांशिक, धार्मिक, सांस्कृतिक व भाषिक भिन्नत्व असलेले अनेक समाज स्वातंत्र्योत्तर भारतामध्ये 'स्वतंत्र भारत राष्ट्र' या नव्या राष्ट्रात सामील झाले. परंतु 'एक संघ भारत राष्ट्र' हे अस्तित्वच मुळात ब्रिटिश सत्तेविरोधातील स्वातंत्र्य चळवळीमध्ये राष्ट्रवादाची संकल्पना मांडली गेली, तिथून निर्माण झाले. राष्ट्रवादाचे मूल्य रुजण्याचे प्रयत्न खऱ्या अर्थाने २० व्या शतकाच्या पूर्वार्धात सुरू झाले. तोपर्यंत एक राष्ट्रीयत्वाची संकल्पना इथल्या समाजात कधीही रुजली नव्हती. स्वातंत्र्य चळवळीने या भावनेला व्यक्त स्वरूप दिले व भारतीय राष्ट्रवादाच्या पायावर स्वतंत्र देश उभारणीचे स्वप्न पाहिले जाऊ लागले. मात्र हे स्वप्न येथील जनमानसात रुजण्याचा अवसर देण्यासाठी मिळालेला कालावधी अतिशय कमी होता. त्यातच या काळात हिंदु-मुस्लिम द्विराष्ट्रवादाची संकल्पना पुढे आली. भारत व पाकिस्तान अशी दोन राष्ट्र धार्मिक आधारावर निर्माण झाली. स्वातंत्र्य प्राप्ती होत असतानाच फाळणीच्या समस्येला समोरे जावे लागल्यामुळे तत्कालीन राष्ट्रीय नेतृत्वाने देशाचे सार्वभौमत्व व एकता यांना प्राधान्य देणे क्रमप्राप्त होते. संघराज्य व्यवस्था स्वीकारत असताना भाषिक आधारावर घटक राज्य निर्मितीची मागणी होऊ लागली.

मात्र दार आयोगाच्या अहवालानंतर ही मागणी बाजूला ठेवण्यात आली. १९४८ साली आयोगाने आपल्या अहवालात प्रशासकीय सोयीच्या दृष्टीने प्रांतपुनर्रचना करावी. ती भाषावार तत्त्वाआधारे केल्यास संकुचित राष्ट्रवादाला खतपाणी मिळून राष्ट्रीय ऐक्याला तडे जातील. तसेच प्रत्येक भाषिक राज्यात अन्यभाषिक अल्पसंख्याकांचे प्रश्न निर्माण होतील असा अभिप्राय दिला होता.

विभाजनवादी असलेले कुठलेही पर्याय बाजूला ठेवण्याची भूमिका घेताना भारतातील वांशिक वैविध्य, वैविध्यपूर्ण संस्कृती, त्यातून निर्माण होणारी प्रादेशिकतेची भावना याबाबींचा विचार झाला नाही. किंबहुना प्रादेशिकतेच्या भावनेकडे पाहण्याचा दृष्टिकोनच राष्ट्रीय एकात्मतेला धोका या एकांगी पद्धतीचा असल्यामुळे या समस्येची मुळे या काळात अधिक घट्ट झाली. त्यामुळेच भाषिक आधारावर घटक राज्य निर्मितीची मागणी जसजशी जोर पकडू लागली तसतसे या विषयाकडे संशयाने पाहण्याचा राष्ट्रीय नेत्यांचा दृष्टिकोनही अधिक गडद होत होता.

प्रादेशिक भाषेत राज्यव्यवहार करण्यातील व्यावहारिकता व त्यातून मिळणारे फायदे याबाबत अधिक विचार होण्याऐवजी यातून फुटीरतावादी प्रवृत्तींना खतपाणीच घातले जाईल या भीतीतून हे तत्त्व काहीसे बाजूला सारले गेले. मात्र तेलगू भाषिकांचे स्वतंत्र राज्यासाठीचे आंदोलन, आंध्रप्रदेशाची त्यांची मागणी, पोट्टी श्रीरामूलू यांचा आंदोलन काळातील मृत्यू व उसळलेला लोकक्षोभ याची परिणिती 'राज्य पुनर्रचना आयोग' नेमण्यात झाली. न्या. फाझल अलींच्या नेतृत्वाखालील या आयोगाने ज्या शिफारशी केल्या त्यातून भाषा हा आधार मानून १६ राज्ये व ५ संघराज्य क्षेत्रांची निर्मिती करण्यात आली. त्यावेळी देखील आपल्यावर अन्याय झाल्याची भावना कायम राहिली. राज्यनिर्मितीसाठीचे लढे सुरू राहिले. संयुक्त महाराष्ट्राचे आंदोलन हे त्याचे उत्तम उदाहरण. मात्र राज्य निर्मितीची प्रक्रिया सुरू राहिली. आज भारतात २८ घटक राज्ये व ७ संघ राज्यक्षेत्र अस्तित्वात आहेत.

मात्र केवळ भाषा हाच प्रादेशिकतेच्या भावनेचा प्रमुख आधार नसल्याने प्रादेशिकता वेगवेगळ्या स्वरूपात आविष्कृत होत राहिली. त्यामध्ये,

(१) वेगवेगळ्या वांशिक किंवा जनजातींची अस्मिता व त्यातून केली जाणारी वेगळ्या राज्याची मागणी उदा. ईशान्येतील राज्ये, बोडोलँड, गुरखालँडची मागणी.

(२) विकासाचा प्रादेशिक असमतोल व त्यातून उभी राहिलेली आंदोलने व वेगळ्या राज्याची मागणी उदा. विदर्भाची मागणी, मराठवाडा विकास आंदोलन.

(३) अन्य प्रांतियांना विरोध करणारी भूमिपुत्रवादाच्या संकल्पनेवर उभी असलेली आंदोलने उदा. महाराष्ट्रात आधी शिवसेना, सध्या मनसे, आसाममध्ये उल्फा संघटनेची बंगाली व बिहारी नागरिकांच्या स्थलांतराला विरोध करणारी आंदोलने.

(४) घटक राज्यांना अधिक स्वायत्तत्ता देण्याची मागणी करण्याची भूमिका उदा. तमिळनाडू, जम्मू व काश्मीर येथील प्रादेशिक पक्षांनी घटक राज्यांना अधिक स्वायतत्ता देण्यासाठी सातत्याने पाठपुरावा केला याशिवाय

(५) संघराज्यातून फुटून वेगळे होण्याची भाषा करत स्वतंत्र राष्ट्र निर्मितीची मागणी व त्यासाठी दहशतवादाचा वापर करीत केलेल्या हिंसक कारवाया. उदा. खलिस्तानची मागणी तसेच स्वतंत्र काश्मीरच्या मागणीसाठी जेकेएलएफ सारख्या संघटनांच्या कारवाया.

या प्रमुख मुद्यांशिवाय इतर अनेक छोट्या-छोट्या बाबींतून प्रादेशिकतेचे आविष्करण होत असते. मात्र वरील सर्व मुद्यांचा साकल्याने विचार केल्यास एक बाब प्रामुख्याने आढळून येते ती म्हणजे फुटीरतावादी चळवळींचा अपवाद वगळता इतर सर्व मुद्दे राष्ट्रीय एकात्मतेपुढे आव्हान निश्चितच उभे करीत नसून विशिष्ट भूमिका घेत राष्ट्रीय प्रवाहात सामील रहातच आपल्या मागण्या मान्य करवून घेत आहेत. मात्र या संस्था / संघटनांचे मागण्या मान्य करवून घेण्याचा मार्ग कधी हिंसक, असंसदीय, स्वरूप धारण करतात. ज्यातून कायदा-सुव्यवस्थेचे प्रश्न निर्माण होऊन सर्वसामान्य नागरिकांना बहुतांश फटका बसतो. तसेच ही आंदोलने शासनव्यवस्थेपुढे आव्हान होऊन बसतात. त्यामुळे या समस्येचे आकलन सुयोग्य पद्धतीने करून घेऊन निश्चित भूमिका घेणेच श्रेयस्कर ठरते. तसेच वांशिक, धार्मिक, सांस्कृतिक, भाषिक वैविध्य व त्या अनुषंगाने त्यातील सर्व घटकांना मुख्य प्रवाहाशी जोडण्याचा प्रयत्न, ज्या पद्धतीने राज्यव्यवस्थेकडून होणे आवश्यक होते, तसे झालेले नसल्यानेच ही आव्हाने आजतागायत विविधप्रकारे समोर येत आहेत. याशिवाय उपरोल्लेखित कितीतरी मुद्यांतील धार कालौघात खूप कमी झालेली आहे, हेही नाकारता येत नाही. खलिस्तानसारख्या फुटिरतावादी चळवळी थंडावल्या असून आवेशाने फुटून निघण्याची भाषा करणारे भारतीय संघराज्याबाहेर आपण राजकीय, आर्थिकदृष्ट्या टिकू शकणार नाही याची पुरेपूर जाणीव असल्याने घटनात्मक चौकटीत राहून संसदीय राजकारणात उतरले आहेत. प्रादेशिक पक्षांचा सुळसुळाट झाला असून कितीतरी प्रादेशिक पक्ष सत्ताधारी झाले आहेत. केंद्रातील सत्ताधारी पक्षाचे सहकारी पक्ष म्हणून आघाडी सरकारच्या युगातही या पक्षांनी आपले ठळक अस्तित्व प्रस्थापित केले आहे.

स्वातंत्र्यपूर्व काळापासून आजवरचा प्रादेशिकतेच्या प्रश्नाचा आढावा घेतल्यास व त्याचे स्वरूप समजून घेतल्यास या निष्कर्षावर येता येते की, प्रादेशिकतेसारख्या जनभावनेला दडपण्यापेक्षा या भावनेतून लोकांचा राजकीय सहभाग वाढण्यास मदतच होत असते आणि त्यातून लोकशाहीचीच वाढ होते, हे समजून घेणे आवश्यक आहे. त्यामुळे प्रादेशिकतेची भावना दडपवून तिला विकृत वळण न लागू देण्याची जबाबदारी शासनव्यवस्थेवर येते. येथील वैविध्याची पुरेपुरे जाण ठेवत या वैविध्यास कायम ठेवत

एकात्मतेकडे वाटचाल करण्यासाठी काही उपायांची चर्चा डॉ. भा. ल. भोळे करतात. त्यानुसार उचित शिक्षण पद्धती, निःसंदिग्ध भाषा धोरण राबविणे, राजकीय पक्षांसाठी अशी आचारसंहिता की ज्यातून भाषावाद, जातीवाद, जमातवाद व प्रदेशवाद वाढविण्यातील त्यांचा सहभाग रोखता येईल. राष्ट्रीय एकात्मता वाढविण्याच्या प्रयत्नाबरोबरच आर्थिक बाजूवर भर देत विकासाची गती वाढविणे व आर्थिक दृष्ट्या मागास प्रदेशांवर लक्ष केंद्रित करून विकासाचे प्रादेशिक संतुलन साधणे. राष्ट्रीय चारित्र्य उभारणी, ज्यातून सर्वसामान्य नागरिकांचा राज्यकर्त्यांबद्दल विश्वास वाढेल आणि ते राष्ट्र उभारणीमध्ये क्रियाशील, रचनात्मक सहभाग देतील. प्रादेशिकता हे ऐक्यावरील संकट न समजले जाता येथील वैविध्य हे भारतीय लोकशाहीचे एक वैचित्र्यपूर्ण आणि व्यवच्छेदक वैशिष्ट्य समजले जाऊन राष्ट्रीय ऐक्य ही अखंडित राहू शकेल.

संदर्भ -

(१) भारतीय गणराज्याचे शासन आणि राजकारण - भोळे भा. ल., पिंपळापुरे पब्लिशर्स, नागपूर, २००३

(२) इंडिया आफ्टर इंडिपेंडन्स - बिपिन चंद्र

(३) समकालीन भारतीय राजकारण - पळशीकर सुहास, प्रतिमा प्रकाशन, पुणे २००४

(४) साधना - प्रादेशिक पक्ष विशेषांक, जून २००८

१५

----●---------●---------●----

भारतीय लोकशाहीतील महिलांचे सबलीकरण

प्रा. मनोहर पाटील, डॉ. संभाजी पाटील,
प्रा. संदीप नेरकर आणि डॉ. पि. यु. नेरपगार

प्रस्तावना :

लोकशाही व्यवस्थेमध्ये राजकारण ही सत्ता संघर्षाचा भाग असून नियंत्रण हा सत्तेचा स्थायीभाव आहे. इतिहासाचा विचार केला तर सत्तेवर पुरुषांचे वर्चस्व असलेले दिसून येते. पुरुषांचे अर्धेअंग असे स्त्रीस म्हटले जाते आणि तिचा गौरवही समाजात केला जातो. पण परिस्थिती वेगळीच आहे. या समाजात पुरुषांच्या वर्चस्वामुळे स्त्रियांना नेहमीच दुय्यम स्थान देण्यात आले आहे. अगदी वैदिक काळामध्येही काही अपवाद वगळता स्त्रियांची परवड झाली आहे. आधुनिक युगातही पुरुष वर्चस्वाची मानसिकता पूर्णपणे संपलेले दिसत नाही. स्त्री व पुरुषात समानता नाही. अजूनही मुलीचा जन्म चिंताजनक समजला जातो. तिचा जन्म होण्याआधीच तिची हत्या केली जाते - स्वातंत्र्यानंतर भारतीय घटनेने सामाजिक, राजकीय, आर्थिक क्षेत्रात दर्जा आणि संधीच्या दृष्टीने स्त्री-पुरुषामध्ये समानता प्रस्थापित केली आहे. धर्म, वंश, जात, भाषा, लिपी, संस्कृती इत्यादींच्या आधारावर भेदभाव करण्यास कायद्याने बंदी घातली आहे. परंतु समाजात स्त्री-पुरुष अशी विषमता दिसून येते, म्हणून स्त्री सबलीकरणाची गरज आहे. देशात जवळजवळ संख्येने निम्म्या असलेल्या महिलांना समाजात समान स्थान नाही म्हणून भारतीय लोकशाहीत महिलांचे सबलीकरण होणे गरजेचे आहे, जेणेकरून महिलांचा सामाजिक, राजकीय आणि आर्थिक विकास होऊ शकेल. महिलांचे सबलीकरण करण्याची आवश्यकता पुरुषी वर्चस्वाची मानसिकता दूर करूनच सबलीकरणाची प्रक्रिया होणे योग्य ठरणार आहे.

विषयाचे महत्त्व : हजारो वर्षांपासून पुरुषांच्या मानसिक संस्कृतीमध्ये अडकलेली

स्त्री आता हळूहळू स्वयंपूर्णरीत्या आर्थिक विकासावर स्वावलंबनाने चाललेली आहे तसेच सामाजिक, राजकीय आणि आर्थिक दृष्टिकोनातून सक्षम होण्याचा निर्धार ती करीत आहे. हे करीत असताना स्त्रियांना अनेक संकटांना तोंड द्यावे लागते. त्यासाठी समाजातील पुरुषांच्या मानसिकतेत बदल होणे महत्त्वाचे आहे आणि महिलांचे सबलीकरण होण्याच्या आवश्यकतेची खात्री झालेली आहे.

सबलीकरण म्हणजे काय ?

भारतीय लोकशाहीत सबलीकरण म्हणजे स्त्रियांना सर्व क्षेत्रांमध्ये स्वावलंबी बनविणे असा अर्थ घेतला जातो. समाजात स्त्रियांवर अन्याय केला जातो. त्या अन्यायाची भरपाई करणे म्हणजे महिलांचे सबलीकरण होय. त्यानुसार सबलीकरण म्हणजे कायदेविषयक नैतिक अधिकार देणे होय. नैसर्गिक अधिकार देणे म्हणजे सुद्धा सबलीकरण होय. समानता या गोष्टींवर महिलांचे सबलीकरण अवलंबून असते. समाजात स्त्री-पुरुष विषमतेवर आधारित श्रमविभागणीत बदल झाला पाहिजे, तरच महिलांमध्ये आत्मविश्वास निर्माण होईल आणि स्वातंत्र्य, समता, बंधुता आणि न्याय या मूल्यांना लोकशाहीत अर्थ प्राप्त होईल. जो घटक लोकशाही व्यवस्थेपासून वंचित आहे त्यांचा विकास करण्यासाठी सरकार कटीबद्ध असते. देशाचा विकास आणि महिलांचे सबलीकरण यांचा निकटचा संबंध आहे म्हणून भारतीय लोकशाहीत महिलांचे सबलीकरण होणे महत्त्वाचे आहे. महिला सबलीकरणाची खरी सुरुवात महात्मा फुले व सावित्रीबाई फुले यांच्या विचारातून रुजविण्याचा प्रयत्न झाला पण त्यांच्या मार्गात विविध अडथळे निर्माण करण्यात आले. त्यांनी अस्पृश्य महिला आणि विधवांना १८५२ मध्ये आपल्या सुरू केलेल्या शाळेत प्रवेश दिला होता. महिलांचे सबलीकरण झाले तर समाज खऱ्या अर्थाने सामर्थ्यशाली होऊ शकतो. त्यासाठी शिक्षण हा घटक महत्त्वाचा असतो. शिक्षणाने संस्कार होतात आणि त्या संस्कारातून चांगल्या संस्कृतीचा उदय होतो आणि संस्कारित पिढी देशासाठी चांगले काम करू शकते.

केंद्रसरकारने महिलांचे अधिकार त्यांना मिळावेत म्हणून वेगवेगळे कायदे केलेले आहे. हिंदू विवाह कायदा १९५५, हुंडाविरोधी कायदा १९९१, गर्भपात प्रतिबंधक कायदा, समानवेतन कायदा १९७६, गर्भाचिकित्सासंबंधी कायदा १९९४ यामुळे महिलांना समाजात प्रतिष्ठा प्राप्त होत आहे. कायद्याच्या व्यतिरिक्त सरकारने काही कल्याणकारी योजना सुरू करून महिलांना सबळ करण्याचे प्रयत्न केले आहेत. महिला समृद्धी योजना, राष्ट्रीय महिला कोष योजना, बालिका समृद्धी योजना, स्वयंसहाय्यता बचतगट योजना तसेच केंद्रात स्वतंत्र महिला व बालकल्याण मंत्रालय स्थापन केले आहे.

आधुनिक काळात आज लोकशाहीत खुली अर्थव्यवस्था, बदलत जाणारी समाजातील परिस्थिती, वाढती स्पर्धा, महागाई अनेक आव्हाने आज समाजव्यवस्थेसमोर

उभी आहेत. म्हणून सबलीकरणाच्या या प्रक्रियेत भविष्यकाळातील या आव्हानांना सामोरे जाण्यासाठी महिला सक्षम होणे आवश्यक आहे.

शिक्षणातून महिलांचे सबलीकरण :

कौशल्यवाढीसाठी किमान साक्षरता असावी लागते. स्त्रियांची शैक्षणिक पात्रता आणि स्वच्छता, आरोग्य, मुलीचे शिक्षण, कुटुंबाचे कल्याण याचा परस्पर संबंध असतो हे आता सिद्ध झाले आहे. १९८८ - १९८९ च्या जागतिक अहवालानुसार स्त्रीशिक्षण हे आर्थिक विकासासाठी सहाय्यभूत ठरते. शिक्षणामुळे स्त्रियांमधील सुप्त गुणांचा विकास होतो. भारतीय सामाजिकशास्त्र परिषदेतर्फे (१९६९-७९) शिक्षणासंदर्भात सांगण्यात आले होते, की शिक्षणाचे सर्वात महत्त्वपूर्ण उद्दिष्ट म्हणजे समाजाला आधुनिक बनविणे होय. सुप्रसिद्ध समाजसेविका दुर्गाबाई देशमुख यांच्या मते, 'एका मुलाचे शिक्षण म्हणजे एका व्यक्तीचे शिक्षण होय. तर एका मुलीचे शिक्षण म्हणजे संपूर्ण कुटुंबाचे शिक्षण होय.' म. जोतीबा फुले यांचे स्पष्ट होत होते की, 'कोणताही समाज तोपर्यंत खऱ्या अर्थाने साक्षर होत नाही, जोपर्यंत त्या समाजातील स्त्रिया साक्षर होत नाहीत. एक साक्षर महिला कुटुंबात जे सुसंस्कार टाकू शकते ते काम हजार शिक्षक व गुरू करू शकत नाहीत. केंद्र सरकार व महाराष्ट्र सरकारने अनेक चांगले निर्णय महिलांच्या शिक्षणासाठी घेतले हे स्वागतार्थ आहे पण शहरी मुलींपेक्षा ग्रामीण भागातील मुलींचे गैरहजरांचे प्रमाण सर्वात जास्त आहे असे दिसून आले, त्यास कौटुंबिक व सामाजिक अनेक कारणे असू शकतात. शिक्षणातील मुलींच्या गळतीच्या कारणांचा शोध घेऊन उपाय योजना राबविल्या पाहिजेत त्यासाठी सामाजिक राजकीय धुरीणांचे आणि स्वयंसेवी संस्था व संघटनांनी कार्यरत असले पाहिजे.

महिलांचा राजकारणातील सहभाग :

ग्रामीण महिलांच्या सबलीकरणासाठी पंजायतराज व्यवस्था ही अत्यंत महत्त्वाची व्यवस्था आहे. चूल आणि मूल या संकल्पनेपलीकडे पूर्वी महिला जात नव्हत्या. परंतु ७३ व्या घटना दुरुस्तीनंतर पंचायतराज संस्थांमधील सत्तेची दारे महिलांसाठी खुली झाली आणि मोठ्या प्रमाणात महिला राजकारणात पुढे आल्या आणि मुक्तपणे विविध क्षेत्रांत भरारी घेऊ लागल्या आहेत. नुकताच महाराष्ट्र शासनाने पंचायत राजव्यवस्थेत ३३% वरून ५०% पर्यंत महिला आरक्षणाचा निर्णय घेतला आहे ही महिला सबलीकरणाच्या दृष्टीने अत्यंत महत्त्वाची बाब आहे. पंचायत राज व्यवस्थेत महिलांना संधी मिळाल्याने त्यांनी ग्रामपंचायतपासून ते जिल्हापरिषदपर्यंत आजपर्यंतची कामगिरी कौतुकास्पद आहे. महिला खऱ्या अर्थाने सक्षम व्हावयाच्या असतील तर त्यांना केंद्र व राज्यसरकारमध्ये ३३% जागांचे आरक्षण मिळाले पाहिजे.

बचत गटाच्या माध्यमाद्वारे सबलीकरण :

बचतगटांच्या माध्यमातून असहाय्य व दारिद्र्यामध्ये जीवन जगणाऱ्या लोकांच्या आयुष्यात क्रांतिकारक बदल घडून आला आहे. बचत गटाच्या स्थापनेमध्ये पुरुषांच्या तुलनेत महिलांचाच अधिक पुढाकार आहे. हजारो वर्षांपासून पुरुषप्रधान संस्कृतीमध्ये अडकलेली महिला अनेक वर्षांपासून बाहेर पडण्याचा प्रयत्न करीत आहे. जीवनाच्या सर्व क्षेत्रांमध्ये स्त्रियांनी नेत्रदीपक कामगिरी केली आहे आणि आता ग्रामीण महिलांनी बचत गटाच्या माध्यमातून आर्थिक, सामाजिक व राजकीयदृष्ट्या सक्षम होण्याचा निर्धार केला आहे. दारिद्र्य, व्यसनाधीनता, निरक्षरता, सामाजिक अन्याय-अत्याचार या विळख्यात खितपत पडलेल्या असहाय्य अबला यांच्या जीवनात बचत गटाने नवीन पहाट उगवली आहे.

मूल्यमापन :

स्त्रीविना पुरुषांचे अस्तित्व अशक्य आहे. जगाचे भवितव्य स्त्रीजातीच्या हाती आहे. स्त्री ही दुर्बल नाही तर पुरुषाइतकीच थोर आहे. भारतीय महिला अबला नाहीत. तिच्या शूरकृत्याची इतिहास साक्ष देत आहे. थोडक्यात स्त्री-पुरुषांत असणारी विषमता नष्ट केली पाहिजे. ज्या जातीत वा देशात स्त्री वर्गाला मान दिला जात नाही, त्या जातीला किंवा त्या देशाला सुसंस्कृत म्हणता येणार नाही. आज महिलांवर अत्याचार वाढत आहेत. शिक्षणासाठी संधी मिळत नाहीत, विधवांना अपमानस्पद वागणूक, मुलगा-मुलगी भेद, लैंगिक छळ, हुंडाबळी, अशा अनेक गोष्टी आहेत. त्याकडे गांभीर्याने लक्ष देऊन कायद्याचे काटेकोर पालन करून देशाच्या विकासामध्ये महिलांचा सहभाग वाढवून त्यांना सबला करून त्यांचे सक्षमीकरण करणे महत्त्वाचे व उपयुक्त आहे.

संदर्भसूची

(१) राजनीती विज्ञान - फाडीया बी. एल, प्रतियोगिता साहित्य प्रकाशन, आग्रा २००८

(२) योजना, २६ नोव्हेंबर २००९, ग्रामीण आर्थिक विकासात महिला बचत गटाची भूमिका व महत्त्व - मुख्य संपादक निता प्रसाद, डॉ. अनिका शिंदे

(३) यशमंथन - संपादक वी रमणी यशदा, जुलै-सप्टें २००९, महाराष्ट्रातील स्वयंसहाय्यता बचत गट सद्यस्थिती - डॉ. रफिक मुलानी, लोकराज्य मासिक, मार्च २००८, महाराष्ट्र शासन, मुंबई

(४) तेरावी लोकसभा निवडणूक - डॉ. चौसाळकर अशोक, प्रबोधन प्रकाशन १९९९

(५) योजना मासिक ऑक्टोबर २००८

(६) दै. लोकसत्ता, दै. लोकमत, दै. सकाळ, दै. महाराष्ट्र टाईम्स, दै. लोकमत समाचार, Indian Express.

१६

भारतीय लोकशाहीतील राजकीय पक्षांचे महत्त्व आणि भूमिका

प्रा. भागवत महाले

प्रास्ताविक :

आधुनिक राज्यशास्त्रामध्ये समाजसापेक्ष अनेक संघटना, गट हितसंबंधांशी निगडित असतात, या हितसंबंधी गटांचा राजकारणात प्रत्यक्ष, अप्रत्यक्ष संबंध येऊन प्रभाव निर्माण केला जातो. या प्रभावातून हितसंबंधाचे आविष्करण घडत असते. मुळात समाज अनेक गटांनी बनलेला असतो. परंतु त्या गटाच्या भावना, इच्छा, आकांक्षा भिन्न असतात. परिस्थितीप्रमाणे गटांच्या भावना बदलतात, आविष्कार बदलत असतात. ज्या प्रसंगी समाजात कोणत्याही प्रकारची राजकीय प्रक्रियेला सुरुवात होते तेव्हा आवडी-निवडीनुसार वेगवेगळे गट सहभागी होतात. त्या कोणत्याही समाजातील गटाचा मुख्य उद्देश आपला हितसंबंध जपला गेला पाहिजे असाच असतो, असे म्हणावे लागेल.

कोणत्याही गटाचा मुख्य उद्देश आपला हितसंबंध जपला गेला पाहिजे असा असतो. ते ज्याप्रमाणे सामाजिक व्यवस्थेवर परिणाम घडवतात तसे शासकीय व्यवस्थेवर देखील परिणाम घडवून आणतात. कोणत्याही गटाचा किंवा पक्षाची निर्मिती हितसंबंधामुळे होते. त्यासंबंधी त्या गटाला किंवा पक्षाला स्वत:चे विचार असतात. त्या विचारांमुळेच समान हितसंबंधाला अनुसरून ते एकत्रित जीवन निर्माण झालेले असते त्या गटाला किंवा पक्षाला निर्माण करून समाजात प्रतिनिधित्व मिळते. लोकशाही तंत्रामध्ये समाजातील संबंध व कल्याण साधण्यासाठी लोकांचे पक्ष स्थापन करून लोकप्रतिनिधी निवडून काम केले जाते.

स्वरूप :

(१) लोकशाही शासनव्यवस्थेमध्ये आजच्या समाजात हितसंबंध हा जीवनाचा

एक प्रमुख आधार समजला जातो. समाज हितसंबंधाला व प्रश्नांना अनुसरून जे एकत्रित जीवन निर्माण झालेले असते ते सोडविण्यासाठीचे विचार, धोरणे घेऊन जे गट किंवा पक्ष निर्माण होतो त्याला राजकीय स्वरूप प्राप्त होते म्हणजेच समान हितसंबंधाच्या आधारावर एकत्रित आलेल्या व्यक्ती ह्या हितसंबंधाचे संरक्षण आणि संवर्धन करण्याच्या दृष्टीने करीत असलेल्या कृती यांचा संच म्हणजे गट होय. हितसंबंधाशिवाय गट असूच शकत नाही. हितसंबंध व गट हे शब्द जणू समानार्थी आहेत इतकी जवळीक ह्या दोहोंत आहेत. व्यक्तीचे हितसंबंध धार्मिक, सांस्कृतिक, शैक्षणिक, आर्थिक, राजकीय, सामाजिक इत्यादी प्रकारचे असतात. ते हितसंबंध साध्य करण्याच्या बाबतीत एकाकी वृत्ती दुबळी असते त्यामुळे व्यक्ती गटाचा आश्रय घेत समान हितसंबंधी व्यक्तींचा गट निर्माण होतो व अशा गटात घटकांच्या ऐक्यातून सामर्थ्य निर्माण होते. त्यातूनच हितसंबंधी गट, दबाव गट, राजकीय पक्ष अशा लोकांच्या राजकीय संघटना असतात.

(२) हितसंबंधी गट : राजकीय जीवनाचा अभ्यास करीत असताना त्यातील हितसंबंधांना अनुसरून निर्माण झालेल्या गटांचा अभ्यास आजच्या राजकीय विश्लेषणात महत्त्वाचा मानण्यात येत असतो. विशिष्ट गटाला आपण शैक्षणिक गट संबोधतो तेव्हा शिक्षणविषयक कार्ये आणि त्यासंबंधीच्या प्रक्रियांचा समुच्चय असा याचा अर्थ होतो. असा गट हा हेतूप्रधान असतो. गटाचा हेतू त्या गटातील व्यक्तींच्या हितसंबंधानुसार निर्धारित झालेला असतो. समाज, राष्ट्र, शाळा, मजूर संघटना हे निरनिराळ्या स्वरूपाचे गट व्यक्तिप्रधान नसून कार्यप्रधान आहेत.

(३) दबावगट : शासन संस्थेवर त्यांच्याकडून दबाव आणला गेल्यास व त्यातून त्या गटाचे हितसंबंध सुरक्षित राहिल्यास त्याला दबावगट म्हणून संबोधता येईल. 'के' या विचारवंताच्या मते "दबाव गट म्हणजे सार्वजनिक ध्येय धोरणावर प्रभाव टाकणाऱ्या खाजगी संघटना होय." दबाव गट हा समाजातील काही व्यक्तींचा गट असतो.

(४) राजकीय पक्ष : नागरिकांचा संघटित गट म्हणजे राजकीय पक्ष होय. एखाद्या नागरिकाचा पक्ष होऊ शकत नाही. नागरिकांचा गट हवा म्हणजे त्यांना आपला प्रभाव दाखविता येतो. राजकारणात प्रत्यक्ष सक्रिय कार्य करणे गटाला शक्य होते म्हणून हा गट संघटित हवा. संघटना म्हटली की तिला काही ध्येय असते ते साध्य करण्यासाठी तिची स्थापना झालेली असते.

गेटेलच्या मते - "राजकीय पक्षात कमी जास्त प्रमाणात संघटित अशा नागरिकांचा गट असतो, तो गट एक राजकीय घटक म्हणून काम करत असतो."

भारतीय राजकीय पक्ष पद्धतीची ऐतिहासिक पार्श्वभूमी :

प्रामुख्याने भारतात राजकीय पक्षांचा उदय ब्रिटिश राजवटीत झाला. १८८५ मध्ये

भारतीय राष्ट्रीय सभेची (काँग्रेस) स्थापना झाली. तो भारतातील पक्ष पद्धतीचा सुरुवातीचा काळ होय. याच काळात मुस्लिम लिग, हिंदू महासभा व साम्यवादी पक्ष असे पक्ष उदयास आले. त्या कठीण काळात स्वातंत्र्य मिळविणे हेच सर्वात महत्त्वाचे उद्दिष्ट होते. त्यामुळे विचारात मतभेद असून देखील अनेक गट काँग्रेसने चालविलेल्या स्वातंत्र्यलढ्यात सामील झाले होते. तसेच स्वातंत्र्यप्राप्तीनंतर काँग्रेसच्या ध्येय-धोरणांशी मतभेद असणारे काही गट काँग्रेसमधून बाहेर पडले व त्यांनी वेगळे पक्ष स्थापन केले. शिवाय वेगवेगळ्या राज्यात प्रादेशिक पक्ष उदयाला आले. अशा तऱ्हेने स्वातंत्र्यानंतर भारतीय लोकशाहीत नव्या पक्षांची निर्मिती होण्यास चालना मिळालेली आहे.

त्याचबरोबर देशातील राजकीय, सामाजिक, आर्थिक, सांस्कृतिक व भौगोलिक घटकांचा प्रभाव पक्ष पद्धतीच्या जडणघडणीत होत असते. म्हणून प्रत्येक देशातील पक्ष पद्धतीची काही खास वैशिष्टे असतात. त्याचप्रमाणे भारतातील पक्ष पद्धतीचीही आहेत. भारतात बहू पक्ष पद्धती आहे. भारतातील प्रादेशिक, सांस्कृतिक, भाषिक, वंशिक, धार्मिक विविधता लक्षात घेता देशात अनेक पक्ष निर्माण होणे ही स्वाभाविक गोष्ट मानली पाहिजे. परंतु त्याचबरोबर भारतातील पक्ष पद्धतीचे एक ठळक वैशिष्ट्य म्हणजे ही पक्ष पद्धती त्रि-स्तरीय आहे. भारतातील राजकीय पक्षांचे १) राष्ट्रीय पक्ष २) प्रादेशिक पक्ष ३) स्थानिक किंवा इतर पक्ष असे तीन स्तर पडतात. राजकीय पक्षांना राष्ट्रीय पक्ष, प्रादेशिक पक्ष म्हणून मान्यता देण्याचा अधिकार निवडणूक आयोगाचा आहे. त्यानुसार १९८९ साली लोकप्रतिनिधित्वाच्या कायद्यात दुरुस्ती करण्यात आली आहे. म्हणून राजकीय पक्षांनी निवडणूक आयोगाकडे अर्ज करून आपली नोंदणी करून घ्यावी लागते. अशी तरतूद केली आहे. भारतात सध्या ६ राष्ट्रीय पक्ष, ४५ प्रादेशिक पक्ष व ७०२ नोंदणी झालेले इतर पक्ष आहेत. आपल्या मतदान हक्कांच्या सामर्थ्यांवर सरकारचा ताबा घेऊन आपल्या सर्वसामान्य धोरणांची अंमलबजावणी करावयाची असे ध्येय ठेवतो.

एडमंड बर्क - यांच्या मते - ''राजकीय तत्त्वज्ञानाच्या बाबतीत मतैक्य असलेला व संघटित रीतीने राष्ट्रीय हितसंबंधाची जपणूक करणारा लोकसमूह म्हणजे राजकीय पक्ष होय. राजकीय पक्ष ही लोकांची राजकीय संघटना असते. त्यांच्यात मूलभूत तत्त्वांसंबंधी एकवाक्यता असते. राजकीय पक्ष सनदशीर मार्गाचा अवलंब करतात. राजकीय सत्ता हस्तगत करून पक्षाच्या तत्त्वज्ञानांनुसार लोककल्याण साधण्याचा पक्षाचा प्रयत्न असतो.

राजकीय पक्षांचे महत्त्व :

भारतातील पक्ष पद्धतीचा विकास स्वातंत्र्योत्तर काळापासून झाला आहे. आपल्या राजकीय व्यवस्थेत आफ्रिका खंडाप्रमाणे बहूपक्ष पद्धती ही औपचारीकरीत्या दिसत असली तरी एक प्रबळ पद्धतीत रुजू पाहत आहे. देशाच्या राजकीय स्थित्यंतरात द्विपक्ष पद्धती

मूळ धरेल असे दिसत होते. राजकीय ध्रुवीकरणाचे प्रयोग झाले. यातून नवे पक्ष उदयाला आले. परंतु ते टिकू शकले नाहीत. राजकीय पक्षात एकत्र येणे व फुटणे हा क्रम चालू राहिला. त्यांच्यात सतत फूट पडून नवे पक्ष तयार झाले. गेल्या ४५ वर्षांत २-३ वेळा फूट पडूनही (१९६९, १९७८ व १९८७) काँग्रेस हाच एकमेव पक्ष देशाच्या एकूण राजकीय प्रक्रियेवर प्रभावशील आहे. याशिवाय भा. ज. प., जनतादल, जनतापक्ष, मार्क्सवादी कम्युनिस्ट, अखिल भारतीय कम्युनिस्ट, लोकदल, समाजवादी जनता पक्ष, हे राष्ट्रीय पातळीवर काम करतात. त्याचबरोबर प्रादेशिक पातळीवर प्रत्येक राज्यात निरनिराळे पक्ष कार्यरत आहेत.

समाजातील हितसंबंधी गटामुळे खऱ्या अर्थाने लोकशाही शासनव्यवस्था कार्यान्वित होऊ शकते. या दृष्टीने हितसंबंधी संघटना, दबाव गट, राजकीय पक्ष यांना भारतीय लोकशाही व्यवस्थेत महत्त्वाचे स्थान आहे. भारतात गटांच्या कार्याचा रोख धोरण निर्मितीपेक्षा धोरणाच्या प्रशासनावर व अंमलबजावणीवरच अधिक असल्याचे आढळते. शासनाची धोरणे काहीही असोत त्यांची प्रत्यक्ष अंमलबजावणी होताना एकतर्फी आपल्याला अनुकूल अशीच ठरेल किंवा अंमलात येणारच नाहीत असे प्रयत्न भारतातील दबाव गट, हितसंबंधी गट करत असतात. म्हणून भारतीय लोकशाही प्रशासनात राजकीय पक्षांचे महत्त्व आहे.

राजकीय पक्षांची भूमिका :

भारतीय राजकीय प्रक्रियेमध्ये राजकीय पक्ष महत्त्वाची भूमिका बजावत असतात. आधुनिक काळात राजकीय पक्षांना अनन्यसाधारण असे महत्त्व प्राप्त झालेले आहे. त्यांचे अस्तित्व आधुनिक राजकीय व्यवस्थेत अविभाज्य बनलेले आहे. राजकीय पक्ष ही राजकीय सत्ता प्राप्त करून त्याद्वारे आपली धोरणे व कार्यक्रमाची आखणी व अंमलबजावणी आणू इच्छिणारी नागरिकांची संघटना असते. लोकशाही देशात निवडणुका हा सत्ता प्राप्त करण्याचा मार्ग आहे. निवडणुका जिंकण्यासाठी राजकीय पक्षांमध्ये स्पर्धा असते. राजकीय पक्ष याकरिता निवडणुकीत आपले उमेदवार उभे करतात. आपापल्या उमेदवारांचा प्रचार करून जनतेची मते मिळविण्याचा प्रयत्न करतात.

सत्ता प्राप्त करणे हा राजकीय पक्षांचा खरा हेतू असतो. तो साध्य करण्यासाठी लोकांचा जास्तीत जास्त पाठिंबा मिळविणे गरजेचे असते. पक्षाचे नेते आणि पक्ष संघटना यासाठी कार्य करत असतात, प्रत्येक पक्षाची काही धोरणे व कार्यक्रम असतात. त्यांचा प्रचार लोकांमध्ये करण्याचे कार्य (भूमिका) प्रत्येक पक्ष करत असतो. सत्ताप्राप्तीसाठी राजकीय पक्षाला इतर पक्षांची स्पर्धा करावी लागते त्याचप्रमाणे समविचारी पक्षांशी राजकीय पक्ष सहकार्यही करत असतात. राजकीय पक्षांची संघटना, त्यांची ध्येय धोरणे,

सनदशीर मार्गाने सत्ताप्राप्तीसाठी त्यांचे प्रयत्न यामुळे लोकशाही देशातील राजकीय प्रक्रियेला सुव्यवस्थितपणा आणि सुरळीतपणा प्राप्त होतो. निवडणुकीत ज्या पक्षाला बहुमत मिळेल तो पक्ष सत्तेचा दावेदार ठरतो.

(१) भारत हे संघराज्य आहे तसेच भारतात भाषिक, सांस्कृतिक, प्रादेशिक विविधता आहे. आपल्या प्रादेशिक अस्मितेचे जतन करून प्रादेशिक स्वायत्ता आणि राष्ट्रीय ऐक्य या तत्त्वांचा मेळ घालणारी यंत्रणा म्हणजे संघराज्य होय. तिचे रक्षण करण्याची इच्छा असणे स्वाभाविक आहे.

(२) प्रादेशिक पक्ष राज्य स्तरावर कार्य करत असतात, राज्यातील लोकांचे प्रश्न त्यांच्या इच्छा - आकांक्षा ते अधिक चांगल्या प्रकारे जाणत असतात. भाषिक तत्त्वावर राज्याची पुनर्रचना करण्यात आली तेव्हा मराठी भाषिक लोकांचे वेगळे राज्य निर्माण करण्याची मागणी नाकारण्यात आली त्यावेळी संयुक्त महाराष्ट्र समिती स्थापून आंदोलन केले. उदा. आसाममध्ये बांगलादेशी नागरिकांकडून सतत होणाऱ्या घुसखोरीमुळे तो प्रश्न उग्र बनला.

(३) राष्ट्रीय पक्ष हे राष्ट्रीय प्रश्नांबाबत धोरण ठरवू शकतात, निर्णय घेऊ शकतात. पण वेगवेगळ्या राज्यातील स्थानिक प्रश्नांबाबत त्यांना निर्णय घेणे काही वेळा कठीण जाते. उदा. महाराष्ट्र-कर्नाटक सीमा प्रश्नावर राष्ट्रीय पक्ष निश्चित भूमिका घेत नाही. दोन्ही जनतेचा विचार करावा लागतो. राज्या राज्यातील सीमा प्रश्न, नद्यांचा पाणी प्रश्न इत्यादी.

(४) लोकशाहीत सत्तेत अधिकाधिक विकेंद्रीकरण अपेक्षित असते. भारतामध्ये मुळातच राज्यघटनेने केंद्र सत्ता प्रबळ बनविलेली आहे. सत्तेचे केंद्रीकरण हे लोकशाही विकासाला मारक ठरते. प्रादेशिक पक्षांच्या उदयामुळे सत्तेच्या अतिरिक्त केंद्रीकरणाला आळा बसलेला आहे.

(५) आजच्या आर्थिक उदारीकरणाच्या काळात राजकीय सत्तेप्रमाणेच आर्थिक सत्तेचे विकेंद्रीकरण गरजेचे बनलेले आहे यात प्रादेशिक पक्ष महत्त्वाची भूमिका बजावू शकतात.

(६) आपला देश हा बहुभाषिक, बहुधार्मिक व बहुवंशीय राष्ट्र आहे. स्थानिक प्रश्नांची जाण, स्थानिक लोकांशी असलेली जवळीक आणि स्थानिक पातळीवर असणारा त्यांचा प्रभाव हे प्रादेशिक पक्षाचे बलस्थान आहे. म्हणून प्रादेशिक पक्षांची भूमिका महत्त्वाची ठरते.

(७) देशामध्ये हे जे आघाड्यांचे राजकारण मुरलेले आहे त्यात प्रादेशिक पक्ष महत्त्वाची भूमिका बजावत आहेत. आघाडी सरकारच्या मंत्रिमंडळात प्रादेशिक पक्षाचे नेते सामील असतात. प्रादेशिक पक्षाच्या इच्छा आकांक्षा विचारात घ्याव्या लागतात.

(८) हिंसाचार करून आपल्याला आपले उद्दिष्ट साध्य करता येणार नाही कारण राज्याचे सामर्थ्य मोठे असते. हिंसाचार राज्ययंत्रणा मोडून काढू शकते हे आता प्रादेशिक पक्षांना समजून चुकले आहे. त्यामुळे द्रविड मुन्नेत्र कळघम, अकालीदल, यासारख्या राजकीय पक्षांनी आपली प्रादेशिक फुटीरतावादी किंवा अलगतावादी भूमिका सोडून दिलेली दिसून येते. या पक्षांनी आता राष्ट्रीय पक्षांशी सहकार्याची भूमिका घेतलेली आहे.

संदर्भ :

(१) मानव संसाधन विकास आणि मानवी हक्क – प्राचार्य डॉ. बाळ कांबळे, प्राचार्य पी. डी. देवरे, प्रा. श्रीनिवास भोंग.

(२) भारताचे शासन व राजकारण – प्रा. शोभा कारेकर आणि प्रा. शरद घोडके

(३) भारताचे शासन व राजकारण – प्रा. भोळे भा. ल.

(४) भारताचे शासन व राजकारण – प्रा. राममुढाळ

(५) भारतीय राज्यघटना, राजकारण (महाराष्ट्राच्या विशेष संदर्भासह) आणि कायदा – प्राचार्य डॉ. बाळ कांबळे, प्राचार्य डॉ. आलीम वकील, प्राचार्य डॉ. पी. डी. देवरे.

१७

भारतीय लोकशाहीसमोरील आव्हाने - धर्म आणि जात

प्रा. डी. एन. खळेकर

आज जगात अनेक राष्ट्रे ख्रिश्चन, बौद्ध, मुस्लीम इत्यादी धर्मांनी युक्त आहेत. परंतु भारत मात्र धर्मनिरपेक्ष आहे. १५ ऑगस्ट १९४७ रोजी पाकिस्तानची निर्मिती अखंड भारतातून इस्लाम धर्माच्या नावाखाली झाली. परंतु भारतात हिंदू धर्मीय लोक बहुसंख्य असतानाही भारताने धर्मनिरपेक्षतेचा निर्णय घेतला. कारण भारताला स्वातंत्र्य मिळवून देण्यात अनेक जातीच्या लोकांचा व धर्मीयांचा सहभाग होता. स्वातंत्र्यलढा हा सर्व समवेत होता. भारतातील धार्मिक अल्पसंख्याकांना आपण अल्पसंख्य आहोत असे वाटू नये. भारतातील विविध प्रदेशात राहणाऱ्या, विविध भाषा बोलणाऱ्या, विविध संस्कृती असणाऱ्या, विविध जाती इत्यादी स्वरूपाची विषमता असणाऱ्या समाजात एकात्मता व अखंडता रहावी म्हणून भारताने धर्मनिरपेक्षतेचा स्वीकार केला. परंतु प्रत्येक नागरिकाला धार्मिक स्वातंत्र्याचा हक्क दिला.

आज हिंदू या प्रमुख धर्माशिवाय जैन, बौद्ध, पारशी, ख्रिश्चन, मुस्लिम इ. धर्माचेही लोक भारतात राहतात. बहुसंख्य लोक स्वधर्माविषयी स्वाभिमान बाळगून इतर धर्मीयांना तुच्छ लेखण्याचा प्रयत्न करतात. आजही हिंदूच्या मनात मुसलमानांविषयी अविश्वास तर मुस्लिमांना हिंदूपासून असुरक्षितता वाटत असल्याने दोन्ही धर्मात वारंवार दंगली होताना दिसतात. या दंगलीचे स्वरूप केवळ हिंदू मुस्लिमांपुरतेच मर्यादित नाही तर हिंदू विरुद्ध शीख, हिंदू विरुद्ध दलित असेही बनले आहे. मुस्लिम धर्मांतर्गत पंथ आहेत त्या पंथामध्येही संघर्ष चालू असतो. हिंदूमध्येही राष्ट्रीय स्वयंसेवक संघ, रामराज्य परिषद, हिंदू महासभा इत्यादी धार्मिक संघटना आहेत. या संघटना परस्परविरोधी वातावरणात वावरत आहेत. राजकारणी मात्र नेमक्या याच संधीचा फायदा घेऊन स्वत:चे मतलबी राजकारण खेळत आहे. सत्ताप्राप्तीचा एक मार्ग समजून ते धार्मिक जमातवादी शक्तींना खतपाणी घालून मानवी जीवनाशी क्रुर खेळ खेळत आहेत. धर्माधिष्ठित राजकारणातून प्रांतवादाची एक

नवीनच समस्या भारतीय लोकशाहीसमोर आली आहे.

भारतीय लोकशाही वरवर पाहता एकसंघ जरी दिसत असली तरी ती आज आतून पूर्ण पोखरली आहे. तिच्या भविष्याबद्दल शंका घेण्यासारखी परिस्थिती निर्माण झाली आहे. कारण एकजिनसी व एकात्म समाजावर लोकशाहीचे भवितव्य अवलंबून असते. परंतु दुर्दैवाने भारतीय समाजात हेतूपुरस्सर जातीय, धार्मिक कुटिलता निर्माण करण्याचा शासकीय मंडळी किंवा स्वत:ला समाजसुधारक म्हणणाऱ्यांकडून होताना दिसत आहे.

ब्रिटिशांनी नवशिक्षित वर्गाला 'फोडा व राज्य करा' या मार्गाचा अवलंब करून जो धार्मिक अहंकार व जमातवाद भारतीयांत रूजवला त्याचाच प्रत्यय प्रत्येक स्तरावरील राजकारणात येत आहे. राजकारण हे ग्रामपंचायतीचे असो किंवा लोकसभेच्या निवडणुकीचे असे सर्वसामान्य लोकांच्या मनातील धार्मिक, जातीय प्रवृत्तींना हळूवार फुंकर घालून समाजात गढूळ वातावरण निर्माण केले जात आहे. सर्वसामान्य जनतेचा सत्यावर, नैतिकतेवर विश्वास राहिलेला दिसत नाही. राष्ट्रीय शक्ती वाढवण्याऐवजी स्वत:ची शक्ती मात्र ते वाढवत आहेत. वास्तवात जात, धर्माचे राजकारण करून समाजाचे कुठलेही प्रश्न सोडवले जाऊ शकत नाही. उलट नवीन समस्या निर्माण होताना दिसतात.

भारतीय लोक प्रामुख्याने भाकरी आणि धर्म या दोन गोष्टींना महत्त्व देतात. राजकारणी एकतर भाकरीच्या प्रश्नावर लोकांना आपल्या पाठीशी उभे करतात किंवा धर्माच्या नावाखाली लोकांना संघटित करतात. भारतात तसे करणे सोपे जाते. कारण जनसामान्यांत धार्मिक मूलतत्त्ववाद जाणूनबुजून पेरला आहे. आज आपल्याकडे मुस्लिम जमातवाद, हिंदू जमातवाद, शीख जमातवाद इत्यादी प्रवृत्ती बळावत आहे. कारण लोक या ना त्या कारणाने जमातवादाला बळी पडत आहेत. सुरुवातीला फक्त भारतात मुस्लिमांचा जमातवाद हाच जमातवाद आहे असे ग्राह्य धरले जात होते. परंतु जमातवाद ही सर्व धर्मामध्ये आढळून येणारी बाब आहे. एवढेच नव्हेतर आज हिंदू धर्मातील जाती-जातीत देखील जमातवादी प्रवृत्ती फोफावली गेली आहे. आज भारतात एकही राजकीय पक्ष असा नाही की, तो निवडणुकीत जातीचा व धर्माचा आधार घेत नाही. भाजप, शिवसेना, मुस्लिम लीग तर सरळ धार्मिक भावनांना आव्हान करतात. परंतु इतर पक्ष जे स्वत:ला धर्मनिरपेक्ष मानतात, उदा. काँग्रेस, राष्ट्रवादी काँग्रेस, समाजवादी, जनता दल इत्यादी हे पक्ष देखील आतून मात्र प्रत्यक्ष अप्रत्यक्षपणे विविध धर्मांना जातींना, गटांना पाठीशी घालून राजकारण करत आहेत. केवळ धार्मिक प्रथांना पुढे ठेवून आर्थिक व सामाजिक परिवर्तनापासून लोकांना दूर ठेवण्याचा प्रयत्न विविध राजकीय पक्षांकडून केला जात आहे. काही अल्पसंख्यांक तर बहुसंख्यांकापासून सुरक्षितता मिळविण्यासाठी, परकीय शक्तींशीही हातमिळवणी करत असतात. ही बाब भारतीय लोकशाहीच्या भविष्याच्या दृष्टीने अतिशय घातक आहे. त्यामुळे अखंड भारताला धोका पोहचत आहे.

आज राजकीय पक्षाचा धर्मनिरपेक्ष समाज घडविण्याकडे कल नाही. महात्मा गांधीजींनी जीवनभर सत्य, अहिंसेचे तत्त्वज्ञान स्वीकारून जी मूल्ये राजकीय नेते व समाजासमोर ठेवली ती राजकारणातून केव्हाच गायब झाली आहेत. गांधीजींनी जीवनभर सत्याचे प्रयोग केले. परंतु राजकारण्यांनी मात्र सत्याच्या जागी सत्तेला महत्त्व देऊन सत्तेचे विविध प्रयोग करण्यात ते मग्न झाले आहेत. सत्तेची आजच्या नेत्यांना नशा चढली आहे. सत्तेतून पैसा आणि जात यांचा सर्रास वापर होत आहे. लोकांना संघर्षाला प्रवृत्त करून मानव जातीला विनाशाकडे नेत आहेत. ज्या धर्माच्या नावावर ते राजकारण करतात त्या धर्माच्या नैतिक मूल्यांशी त्यांचे नाते नसते तर फक्त सत्ता मिळविण्यासाठी प्रामुख्याने धर्माचा आधार घेतला जातो.

जात : भारतीय राजकारणावर धर्माइतकाच प्रभाव जातीचाही आहे. जातिव्यवस्थेमुळे भारतीय समाजाची विभागणी अनेक गटांत झाली आहे. जन्मावरून जात ठरत असल्याने ही विभागणी कायमस्वरूपी असते. पारंपरिक भारतीय समाजावर जातिव्यवस्थेचा जबरदस्त पगडा होता. सामाजिक व्यवहार व सामाजिक आंतरक्रिया या एकाच जातीच्या लोकांमध्येच प्रामुख्याने होत असत. आधुनिक काळात जातिव्यवस्थेचा प्रभाव पूर्वीइतका राहिलेला नसला तरी तो पूर्णपणे पुसला गेलेला नाही. त्यामुळे आपल्या राजकारणासाठी जातीचा उपयोग करून घेण्याचा मोह राजकीय पक्ष व त्यांचे नेते यांना नेहमीच होतो.

भारतीय राजकारण म्हणजे जातीयता आणि जातीयता म्हणजे भारतीय राजकारण असे समीकरण निर्माण झाले आहे. संपूर्ण राजकारणालाच जातीयवादी वळण लागले आहे. राजकीय जीवनातील बहुतेक सर्व प्रश्नांचा विचार जातीयवादी दृष्टिकोनातून केला जातो. निवडणुकांतील उमेदवार ठरविण्यापासून ते राजकीय पक्षांचा कार्यक्रम निश्चित करण्यापर्यंत प्रत्येक बाबतीत जातीचा संदर्भ नेहमीच विचारात घेतला जातो. आजही संपूर्ण भारतभर जातीनुसार बँका, सहकारी संस्था, निवासस्थाने, मासिके, परिषदा, शिष्यवृत्त्या इत्यादी दालने जातीयवादाचा उघड उघड आविष्कार करतात.

भारतातील बहुतेक घटक राज्यांच्या राजकारणांवर तेथील प्रभावशाली जातीने आपले वर्चस्व प्रस्थापित केले आहे. उदा. महाराष्ट्रात मराठा, कर्नाटकात वक्कलींग व लिंगायत, आंध्रात रेड्डी व खम्मा, उत्तरभारतातील काही राज्यात जाट व ठाकूर, बिहारमध्ये यादव व कुर्मी इत्यादी. आपण लोकशाही शासनपद्धतीचा स्वीकार केला असला तरी सामान्य माणूस आपल्या जातीच्या कोषातून बाहेर पडावयास तयार नाही. जातीच्याच आधारे आपले हितसंबंध सुरक्षित राखले जाऊ शकतात असा त्याचा ठाम विश्वास असतो. त्यामुळेच निवडणुकांच्या वेळी जातीच्या आधाराने मतदान केले जाते. निरक्षर व्यक्तीदेखील जातीच्या आधारे स्थानिक संस्थांच्या निवडणुकांपासून ते लोकसभेच्या निवडणुकांपर्यंत

निवडून येतात व प्रसंगी मुख्यमंत्रीही होतात. राजस्थानात तर ''जाट की बेटी जाट को, जाट का व्होट जाट को'' अशी घोषणाच प्रचलित आहे.

भारतात राजकारणावर असलेल्या जातीच्या प्रभावामुळे या ठिकाणी जातीयवादी पक्षांची बरीच वाढ झाली आहे. अशा पक्षामुळे समाजात संकुचित प्रवृत्ती वाढीस लागतात. केवळ जातीयवादी पक्षच राजकारणासाठी जातीचा आधार घेतात असे नाही, तर प्रागतिक पक्षसुद्धा जातीचा उपयोग स्वत:च्या राजकीय फायद्यासाठी करतात. कारण जातीयवादी राजकारणामुळे राजकीय सत्तेपर्यंत सहज पोहचता येते याचा अनुभव सातत्याने येत आहे. अलीकडच्या काळात संपूर्ण राजकारणालाच जातीयवादी वळण लागले आहे. देशात जातीयवादी पक्षांची होत असलेली वाढ आणि त्यांना राजकारणात मिळत असलेले महत्त्व यावरून भारतीय राजकारणावर जातीयतेचा प्रभाव किती मोठा आहे याचे प्रत्यंतर येते. केवळ जात हाच ज्यांच्या राजकारणाचा मुख्य आधार आहे असे अनेक पक्ष भारतीय राजकारणात सध्या कार्यरत आहेत.

भारतीय राजकारणाला जातीयवादी वळण लावण्यात येथील सुशिक्षित वर्गाचा मोठा वाटा आहे. या वर्गाचे हितसंबंध अशा प्रकारच्या राजकारणात गुंतले असल्याकारणाने त्यांच्याकडून जातीयवादाला खतपाणी घालण्याचेच कार्य केले जाते. राजकारणातील वाढत्या जातीयतेमुळे विविध जातीय समूहात परस्परांविषयी अविश्वासाची भावना वाढीस लागून त्यांच्यात काहीवेळा कायमचा दुरावाही निर्माण होऊ शकतो. जातीच्या भिंतीमुळे भारतीय समाज अगोदरच विविध गटांत विखुरला गेला आहे. त्यातच जातीय राजकारणाची भर पडल्यामुळे देशातील जनतेच्या मनात एकात्मतेची भावना निर्माण करणे अतिशय कठीण होते. देशातील जातीयवादी शक्ती समाजात विघटनाची बीजे रूजविण्याचे कार्य उघडपणे करीत असतात. देशात वारंवार होणाऱ्या दंगलीमागे याच शक्ती कार्यरत असतात. काही दंगली मुद्दाम स्वत:च्या स्वार्थासाठी हेतुपूर्वक घडवून आणलेल्या असतात. अशा प्रकारच्या जातीय दंगलीमुळे देशाचे ऐक्य धोक्यात आणले जाते. जातीच्या आधारे सामान्य लोकांना परस्परांविरुद्ध झुंजवत ठेवण्याचे राजकारण जातीयवादी शक्ती करीत आहेत.

भारतीय लोकशाहीपुढे असलेल्या आव्हानांपैकी धर्म आणि जात हे दोन घटक अतिशय महत्त्वाचे आहेत.

सारांश :

जातीय आणि धार्मिक राजकारणामुळे आज भारतीय लोकशाहीसमोर अनेक संकटे उभी राहिली आहेत. धर्मनिरपेक्ष राज्यघटनेला व धर्मातील देशाला धर्माधिष्ठित राजकारण एक शाप ठरू पहात आहे. राजकारणातून जोपर्यंत या प्रवृत्तींची फारकत आपण करणार नाही. तोपर्यंत खरी लोकशाही, शांतता, स्थैर्य आणि त्यातून निर्माण होणारा विकासाचा

मार्ग मोकळा होऊ शकणार नाही.

धर्माला चिकटून हिंसाचाराची कास धरण्यापेक्षा किंवा संकुचित विचारसरणी स्वीकारण्यापेक्षा जात धर्माच्या पलीकडे जाऊन विचार करणे आवश्यक आहे. निधर्मी राष्ट्रवादी प्रवृत्ती जोपासणे आवश्यक झाले आहे. कारण कोणताही धर्म हा देशासमोरील प्रश्न सोडवू शकत नाही.

निवडणुकीतील सत्तेच्या राजकारणासाठी केला जाणारा जाती धर्म भावनांचा वापर हा भारतीय लोकशाहीच्या व सामाजिक शांततेच्या दृष्टीने अत्यंत धोकादायक आहे. म्हणून वैयक्तिक जीवनात जात, धर्म पाळून सार्वजनिक जीवन अधिक धोक्यात आणण्यापेक्षा सर्वच भारतीय नागरिकांनी व सर्वच नेत्यांनी, कार्यकर्त्यांनी, राजकीय पक्षांनी जातधर्माचा स्वार्थासाठी वापर करण्याचे सोडून दिल्याशिवाय भारतीय लोकशाही समाज आणि शासनव्यवस्था अधिक मजबूत होणार नाही. तसेच आर्थिक, सामाजिक व राजकीय क्षेत्रातही शांतता, स्थैर्य व विकास साधता येणार नाही. जात व धर्माचा राजकारणातील वापर थांबविणेच अंतिमतः भारतीयांच्या कल्याणाचा मार्ग ठरेल यात शंका नाही. भारतीय लोकशाही यशस्वी व्हायची असेल तर प्रत्येक नागरिकांची अखंड जागृतात ही लोकशाहीच्या यशासाठी अतिशय महत्त्वाची बाब आहे.

संदर्भ :

(१) धर्म आणि राजकारण - अरुण शौरी
(२) भारतीय समाजरचना - प्रा. डॉ. प्रकाश बोबडे
(३) राजकारणातील जाती - रजनी कोठारी
(४) समाजशास्त्र - न. स. वैद्य
(५) भारतीय राज्यघटना आणि राजकीय व्यवहार - डॉ. वि. मा. बाचल
(६) भारतीय संविधान आणि राजकारण - के. सागर आणि प्रा. विलास पाटील
(७) विविध वृत्तपत्रीय लेख
(८) भारतीय राज्यघटना, राजकारण (महाराष्ट्राच्या विशेष संदर्भासह) आणि कायदा - प्राचार्य डॉ. बाळ कांबळे, प्राचार्य डॉ. अलीम वकील, प्राचार्य डॉ. पी. डी. देवरे.

१८

लोकशाही आणि निवडणुका

डॉ. शंकर चव्हाण आणि प्रा. अरुण राख

समकालीन जगतात लोकप्रतिनिधीचे बदलते स्वरूप :

बिहार, उत्तरप्रदेश विधानसभेमध्ये चाललेला लोकप्रतिनिधीचा गोंधळ पाहता यालाच लोकशाही म्हणायचे काय ? असा प्रश्न पडतो. लोकांनी, लोकांसाठी आणि लोकांच्या सहभागाने चालविलेले राज्य ही लोकशाहीची संकल्पना आपण स्वीकारली आणि स्वातंत्र्य मिळाल्यानंतरच्या साठ वर्षांत जगातील सर्वात मोठे लोकशाही राष्ट्र असे म्हणवून घेण्यात धन्यता मानायला लागलो. आपल्या शेजारी राष्ट्रांमध्ये मूळही धरू न शकलेल्या लोकशाहीचे आपल्या देशात वटवृक्षात रूपांतर झाले ही अभिमानाची बाब आहे, यात शंका नाही. मात्र देवालये म्हणून ओळखल्या जाणाऱ्या संसद व विविध राज्याच्या विधिमंडळात लोकप्रतिनिधींनी लोकशाहीचे काढलेले धिंडवडे पाहून यालाच लोकशाही म्हणायचे का ? असा प्रश्न निर्माण होतो.

समृद्ध संस्कृतीचा संपन्न वारसा असलेल्या या देशातील तेवढ्याच सुसंस्कृत जनतेचे प्रतिनिधी असे कसे वागतात, याचेच सामान्य माणसांना आश्चर्य वाटते. संसदेचे कामकाज कसे चालविले जावे याबाबत खास नियम आहेत. एवढेच नाही तर संसद किंवा विधिमंडळात बोलताना कोणते शब्द वापरावेत आणि कोणते शब्द वापरू नयेत, याबाबतही स्पष्ट सूचना आहेत. असे असूनही संसदेत किंवा विधिमंडळात सदस्यांनी असंसदीय शब्दाचा वापर करावा, कार्यक्रमपत्रिका फाडणे, एकमेकांच्या अंगावर धावून जाणे, टेबलावरील माईकची मोडतोड करणे, खुर्च्या टेबलाचा वापर विरोधकांना मारण्यासाठी करणे असे असंसदीय प्रकार सध्या नियमित घडताना दिसतात. लोकशाहीत आचार, विचार, आणि संस्कारांना महत्त्व असल्याने लोकप्रतिनिधी गुद्यावर न येता आपली बाजू मुद्देसूदपणे मांडणे अपेक्षित असते. स्वातंत्र्यलढ्यात भाग घेतलेले अनेक नेते सुरुवातीच्या

काही काळात संसदेत निवडून आल्याने लोकशाही मूल्यांचे जतन करण्यात फारशी अडचण आली नाही. देशाच्या जडणघडणीच्या काळात विचारी आणि देशाप्रती आस्था असलेल्या लोकप्रतिनिधीचे प्रमाण चांगले असल्याने त्या काळात लोकशाही समृद्ध झाली. मात्र नंतर या सभागृहांना आखाड्याचे स्वरूप आले. आता तमिळनाडूच्या आणि बिहारच्या आमदारांनी विधानसभेत रात्रभर ठिय्या देऊन विधानसभेचे लॉजिंग आणि बोर्डिंगच करून टाकले. आपले लोकप्रतिनिधींना दिल्लीत जाऊन बेलगाम वागण्यात लगाम बसेल अशी अपेक्षा होती. आपण संसदेत कसे वागतो हे आपल्या मतदारापर्यंत थेट पोहचविले जाणार असल्याने किमान ज्यांनी आपल्याला निवडून दिले त्यांच्यासमोर आपली प्रतिमा अभ्यासू आणि संयमी अशीच व्हावी यासाठी संसदेत ते अदबीने आणि किमान जबाबदारीने वागतील अशी त्यामागची भूमिका होती, मात्र ती फोल ठरली. उलट लोकसभेत आपण घालत असलेला धिंगाणा हा आपल्या कामकाजाचाच भाग आहे असे वाटून कोणत्याही किरकोळ मुद्यांवर रण माजविले जाऊन गोंधळ घातला जाऊ लागला आहे. संसदेचे सुरळीत चाललेले कामकाज दाखविण्यापेक्षा संसदेतला गोंधळच अधिक टी. आर. पी. मिळवून देत असल्याने प्रसारमाध्यमांनीही अशा गोंधळांनाच अधिक प्रसिद्धी द्यायला सुरुवात केली. त्यातून मतदार यालाच आपले कर्तृत्व समजतात, असा समज लोकप्रतिनिधींमध्ये पसरला आणि अनावश्यक त्या प्रश्नावरही गोंधळ घातला जाऊ लागला. अशा गोंधळामुळे प्रश्न तर सुटत नाहीतच, मात्र एका तासाच्या कामावर खर्च होणारे लाखो रुपये वाया जातात. हा सारा पैसा जनतेच्याच खिश्यातून कर रूपाने गोळा केलेला असतो. त्याची अशी होणारी उधळपट्टी हा एक प्रकारे आपल्याच घामाच्या पैशाचा अपव्यय आहे.

गेल्या काही वर्षांपासून तर ग्रामपंचायतीपासून महापालिकापर्यंत आणि विधिमंडळापासून संसदेपर्यंत लोकशाही परंपरांना उतरती कळा लागली आहे. आमदार आणि खासदारांचे विधिमंडळ आणि संसदेतील वर्तन पाहिले तर अशा माणसांना आपण कसे निवडून दिले असा प्रश्न पडतो आणि अशा प्रतिनिधींना निवडून दिल्याबद्दल आपलीच आपल्याला लाज वाटते. आपण एका मतदारसंघाचे प्रतिनिधी आहोत. आपल्या या वागणुकीने आपल्या मतदारांना काय वाटेल याचा यत्किंचितही विचार हे आपले प्रतिनिधी करताना दिसत नाहीत. कारण मतदारांची गरज त्यांना भासते ती पुढल्या निवडणुकीच्याच वेळी. तोपर्यंत मतदार हे सर्व विसरून जातील, अशी त्यांची भावना असते आणि मतदारांच्या दुर्दैवाने आणि त्यांच्या सुदैवाने ती खरी ठरते. सुरक्षित आणि समजदार मतदाराची मते आपल्याला मिळाली नाहीत तरी आपण इतर मतदारांच्या मतावर येऊ शकतो, अशी त्यांची खात्री असते. निवडणुकीच्या काळात अशा मतदारांना कसे भुलवायचे याचे शास्त्र त्यांना चांगलेच ठाऊक झालेले आहे.

सार्वत्रिक निवडणुकीतील राजकीय पक्षांचा जाहीरनामा :

सार्वत्रिक निवडणुका म्हणजे लोकशाहीचा आविष्कार आहे. मतदाराच्या सार्वभौमत्वाचा साक्षात्कार असतो. लोकांचे व देशापुढील प्रश्न सोडविण्यासाठी आपण काय करणार हे मतदारापुढे मांडण्याची पक्षांना व उमेदवारांना चालून आलेली संधी या मधून लोकशाही यशस्वी करण्यासाठी आवश्यक ती लोकशिक्षणाची प्रक्रिया संपन्न होते. दुर्दैवाने निवडणुकीचा गदारोळ पाहिला तर सगळे उलटे चित्र दिसते. सत्ता हस्तगत करण्याची व टिकविण्याची या माध्यमातून चढाओढ पक्षामध्ये लागलेली दिसते. त्यासाठी साटेलोटे, संधिसाधू, गठबंधन आणि दलबदल याचा सहारा घेऊन आयुष्यभराची बांधिलकी तोडूनही एका पक्षातून दुसऱ्या पक्षात जाण्याची तयारी असते. असे चित्र सर्वत्र पाहवयास मिळते. आज सर्वच पक्षांचे जाहीरनामे मतदारांची दिशाभूल करणारे लोकप्रिय घोषणाबाजी करणारे दिसतात. कोणताच पक्ष जाहीरनामा गांभीर्याने घेताना दिसत नाही. जाहीरनामा व निवडणुकसभा यांच्यात अन्योन्य संबंध दिसत नाहीत. निवडणुका सभामधून एकमेकांवर आरोप व घोषणाबाजी यांनाच उधाण आले आहे. जाहीरनाम्यातील कार्यक्रम जनतेला समजावून सांगणे याची आवश्यकता कोणत्याच पक्षाला वाटत नाही. विचारांपेक्षा करिष्मा हाच निवडणुकीचा केंद्रबिंदू झाला आहे. आपल्या जाहीरनामाच्या माध्यमातून देशापुढील प्रश्नाचा सखोल विचार करून आपला सुसूत्र कार्यक्रम मतदारांपुढे ठेवणे यास राजकीय पक्षांनी अग्रक्रम द्यावयास हवा. मतदारांनी हा कार्यक्रम पारखून घ्यावयास हवा आणि जरूर तेथे पक्षांकडून व त्याच्या उमेदवारांकडून त्याबद्दल खुलासा मागवायला हवा. परंतु असे होताना दिसत नाही. कार्यक्रमापेक्षा कोण गादीवर बसणार यालाच अधिक महत्त्व दिले जात आहे.

भारतीय लोकशाही आणि गुन्हेगारीकरण :

आजच्या सार्वत्रिक निवडणुकांमध्ये प्रत्येक पक्षाचे तिकीट हे निवडून येण्याची पात्रता या एकाच निकषावर दिले जात असल्याचे चित्र दिसते. कोणत्याही पद्धतीने एखादा उमेदवार निवडून येत असेल तर पक्ष त्या उमेदवाराचाच विचार करतो. मग तो उमेदवार गुन्हेगार असला तरी चालतो. पप्पू यादव, शाहबुद्दीन यासारखे गुन्हेगार जेलमधून निवडून येतात. ही बिहारची परिस्थिती असली तरी महाराष्ट्रामध्ये देखील हितेंद्र ठाकूर, अरुण गवळी यासारखे अनेक गुन्हेगार विधिमंडळाचे सदस्य झाल्याचे पाहावयास मिळते. आज प्रत्येक पक्ष उमेदवार निवडताना उमेदवाराच्या गुन्हेगारी पार्श्वभूमीकडे दुर्लक्ष करताना दिसत आहे. गुन्हेगारी पार्श्वभूमी असलेले उमेदवार जनतेचे प्रतिनिधित्व विधिमंडळात करत असल्यामुळे सभागृहाचे पावित्र्य धोक्यात आले आहे.

सभागृहात काय करावे आणि काय करू नये, हे घटनेद्वारेच ठरवून दिले आहे. मात्र

जे करू नये असे सांगितले गेले आहे तेच हे प्रतिनिधी अट्टहासाने करताना दिसतात. लोकसभा आणि विधिमंडळ यांचे कामकाज विचाराने चालावे, असे असले तरी त्याच्याकडे मुद्दे नसल्याने ते तात्काळ गुद्यावर येतात. सभागृहाचे अध्यक्ष किंवा सभापती यांच्या आसनासमोर असलेल्या मोकळ्या जागेला वेल म्हटले जाते. सदस्यांनी आपल्या जागेवरच बसून प्रश्न विचारावे किंवा आपल्या समस्या मांडाव्यात असे नियमावलीत म्हटले आहे तरीही हे सदस्य आपले म्हणणे मांडण्यासाठी वारंवार वेलमध्ये जाताना आढळतात. अशा सदस्यांवर कठोर करवाई करण्याचे अधिकार पीठासीन अधिकाऱ्यांना असतात. मात्र तेही त्यांना असलेल्या अधिकारांचा वापर करण्यास कचरतात. आपलेच दात आणि आपलेच ओठ अशी त्यांची स्थिती होत असल्याने कोणताही कठोर निर्णय करणे त्यांना शक्य होत नाही. वास्तविक पीठासीन अधिकारीपदी निवड होते तेव्हा संबंधीत व्यक्ती कोणत्याही पक्षाची असली तरी या पदावर असतानाही त्यांनी पक्षविरहीत असावे, असा दंडक आहे मात्र तो पाळला जात नाही. त्यांनीच थोडी कठोर भूमिका घेतली तरी सभागृहाचे कामकाज सरळ होण्याचे प्रमाण वाढेल.

सभागृहाच्या वेलमध्ये जाणे हा किरकोळ म्हणजे पोलिसांच्या भाषेत त्याला अदखलपात्र असे म्हटले जाते अशा प्रकारचा गुन्हा ठरावा असे त्यापेक्षा अधिक गंभीर प्रकार गेल्या काही वर्षांत पाहायला मिळाले आहेत. आपल्याला विरोध करणारा सदस्य हा आपला शत्रूच आहे, असे मानून त्याची मानहानी करण्यावरच न थांबता त्याला शारीरिक इजा पोहचेल इथपर्यंत त्या प्रतिनिधीची मजल गेली आहे. गुजरात, उत्तरप्रदेश, बिहार या राज्यांच्या विधीमंडळात विरोधी सदस्याचे डोके फोडण्याचेही प्रकार या आधी घडले आहेत. महाराष्ट्राच्या विधानसभेत नव्याने निवडून आलेल्या सदस्याच्या शपथविधी समारंभात महाराष्ट्र नवनिर्माण सेनेच्या सदस्यांनी आपल्या अचाट शक्तीचे दर्शन घडवत समाजवादी पक्षाच्या सदस्याला मारहाण केल्याचे आपण पाहिलेच आहे.

लोकसभा आणि राज्यसभा या संसदेची सभागृहेही अशा प्रकारांना अपवाद राहिली नाहीत. गेल्या मार्च महिन्यात ज्येष्ठांचे म्हणविले जाणाऱ्या राज्यसभेत महिला विधयेकाला विरोध असणाऱ्या सदस्यांनी अध्यक्षांच्या मेजावरील कागद फाडण्याचे आणि त्या मेजावर चढण्याचा प्रयत्न केला होता. या प्रकरणात सात सदस्यांना निलंबित करण्यात आले हे सातही सदस्य स्वातंत्र्यलढ्यात हिरिरीने भाग घेणाऱ्या आणि देशात सामाजिक क्रांतीची बिजे रोवणाऱ्या उत्तरप्रदेश, बिहारचे होते हा त्यातला अधिक दुर्दैवाचा भाग. लोकप्रतिनिधीच्या या अशा वागण्यास कोणत्याही राजकीय पक्ष अपवाद नाहीत. शिस्त, साधनशुचिता, संस्कृती आणि परंपरा जपण्याचा मक्ता केवळ आपल्याकडेच आहे. अशा तोऱ्यात वावरणारा भारतीय जनता पक्ष असो, की सव्वाशे वर्षांची परंपरा सांगणारी काँग्रेस असो, आता मात्र या पक्षांनी देशाच्या हिताला प्राधान्य देऊन आपल्या पक्षाचे सदस्य

सभागृहाच्या नियमांचे काटेकोर पालन करतील याची काळजी घेण्याची गरज आहे. सभागृहात बेशिस्त वर्तन करणाऱ्या सदस्यांना पक्षपातळीवर रोखले गेले तरच सभागृहाचे पावित्र्य राखणे शक्य होईल मात्र तसे होणे सध्या तरी अशक्यच आहे. असे गोंधळ घालणाऱ्या या गोंधळ्यांना उमेदवारी देण्यास राजकीय पक्षही प्राधान्य देतात आणि मतदारही त्यांनाच आपला कौल देताना दिसतात. सदस्यांचे बेशिस्त वर्तन ही लोकशाहीला लागलेली कीड आहे. या किडीने लोकशाही पोखरायला सुरुवात केली आहे. त्यावर त्वरित कीडनियंत्रणाची फवारणी केली नाही तर लोकशाहीचा हा डोलारा केव्हा कोसळेल सांगता यायचे नाही.

भारतीय लोकशाही व मुक्त अर्थव्यवस्था :

सध्याच्या जागतिकीकरणाच्या युगात सर्वच राष्ट्रांनी मुक्त अर्थव्यवस्थेचा स्वीकार केला आहे. मुक्त अर्थव्यवस्थेमुळे विकसनशील राष्ट्रांमध्ये अनेक प्रश्न निर्माण झाले आहेत. भारतानेही लोकशाही समाजवादी तत्त्वाऐवजी मुक्त अर्थव्यवस्थेचा स्वीकार केला आहे. त्यामुळे उद्योग व्यापार या क्षेत्रात खाजगीकरणावर भर देण्यात येत आहे. अनेक सरकारी उद्योग खाजगी उद्योगपतींच्या ताब्यात दिले जात आहेत. आर्थिक सुधारणाबाबत सर्व पक्षांचे एक सारखे मत दिसून येत आहे. भारतीय जनता पक्षाच्या केंद्रामधील सरकारनेही अनेक उद्योगांचे खाजगीकरण केले. सध्या अस्तित्वात असलेल्या काँग्रेसचे नेतृत्व असलेल्या आघाडी सरकारने देखील खाजगीकरणावर भर दिला आहे. त्यामुळे कृषी, सहकार, ग्रामविकास या बाबतच्या धोरणाकडे आणि कार्यक्रमांकडे दुर्लक्ष झाले आहे. यामधून वाढत्या महागाईची समस्या निर्माण झाली आहे. पेट्रोल, डिझेल, केरोसीन, स्वयंपाकाचा गॅस यांच्या किंमती वर्षामध्ये पाच-सहा वेळेस वाढलेल्या दिसतात. यामुळे सामान्य नागरिकाला आपल्या जीवनाच्या आवश्यक गरजा पूर्ण करणे देखील दुरापास्त झाले आहे.

संदर्भग्रंथ -

(१) भारतीय लोकशाही व अर्थ आणि व्यवहार : राजेंद्र व्होरा आणि सुहास पळशीकर
(२) भारतीय लोकशाही शोध आणि आव्हाने - अरुण सारथी
(३) भारतीय लोकशाही - राजीव भार्गव
(४) दै. सकाळ लेख, १९ डिसेंबर २०११ नामदेव ढसाळ
(५) भारतातील राज्याचे राजकारण - डॉ. मोहन दिवाण

१९

भारतीय राजकारणातील महत्त्वाची समस्या : धर्म

प्रा. विलास आवारी आणि प्रा. सुरेश देवरे

प्रास्तविक :

धर्म ही प्रत्येकाच्या जिव्हाळ्याची बाब असली तरी धर्म या संज्ञेची व्याख्या निरर्थक आहे. तिचे स्पष्टीकरण करता येईल. तिच्यात विविध अशा व्यापक अर्थछटा आहेत. महाभारतातही भीष्मांनी असे म्हटले आहे की धर्माची व्याख्या करणे कठीण आहे. जो समाजाच्या धारणा करतो म्हणजे समाजाला एकत्रित बांधून ठेवतो. समाजाचे संघटन करतो तो धर्म. भारतीय समाजावर परंपरावादाचा फार मोठा पगडा आहे. त्यामुळे भारतीय समाजाच्या मनात धर्म जात यासारख्या घटकाची पायामुळे खोलवर रुजलेली आपणास पाहावयास मिळतात. राजकारण हे देखील समाजजीवनाचे एक अंग असल्याने समाज जीवनात चांगल्या-वाईट गोष्टींच्या प्रभावातून राजकारणही मुक्त राहू शकणार नाही.

वास्तविक पाहता आपल्या राज्यघटनेने या राज्यव्यवस्थेचा अंगिकार केला आहे. त्या व्यवस्थेत खरे तर धर्म, जात इत्यादी घटकांना स्थान मिळता कामा नये. भारतीय घटनाकारांनी या देशासाठी लोकशाही शासनपद्धती स्वीकारली आहे. पण लोकशाही ही केवळ शासनपद्धतीच नाही तर ती जीवनपद्धती देखील आहे. लोकशाही समाजातच लोकशाही शासन यशस्वी होऊ शकते. लोकशाही समाज हा सहिष्णुता, व्यक्तीची प्रतिष्ठा, समानता इत्यादी तत्त्वावर आधारित असतो. याउलट धर्म जात हे घटक समाजात विद्वेषाचे वातावरण निर्माण होण्यास कारणीभूत होतात. त्यातूनच सार्वजनिक जीवनात संघर्ष होतात. म्हणून लोकशाही समाजात धर्म जात या घटकांना गौण स्थान द्यावयास हवे. तीच लोकशाही व्यवस्थेच्या यशाची हमी म्हणता येईल. भारतात मात्र या बाबतचे वेगळे चित्र तयार झाल्याचे दिसून येते.

व्यक्तीच्या जीवनात धर्माला महत्त्वाचे स्थान असते याविषयी शंका नाही. मानवी

जीवनात काही गरजांची पूर्तता करण्याचे कार्य धर्म करत असतो. त्यामुळे मानवाला धर्माविषयी नेहमीच जिव्हाळा व आदर वाटत असतो. व्यक्तिजीवनात धर्माला लाभलेल्या स्थानामुळे भारतीय घटनेने आपल्या नागरिकांना २५ ते २८ या कलमातून धार्मिक स्वातंत्र्य बहाल केले आहे. धार्मिक स्वातंत्र्याचा हक्क म्हणून घटनेत समाविष्ट करण्यात आला आहे. परंतु धर्माचे कार्यक्षेत्र व्यक्तिगत जीवनापुरते मर्यादित असावे. त्याने सार्वजनिक जीवनात हस्तक्षेप करू नये, अशी आपल्या घटनाकारांची भूमिका होती. धर्माच्या सार्वजनिक जीवनातील हस्तक्षेपाचे धोके त्यांनी ओळखले होते. हे धोके टाळण्यासाठी त्यांनी धर्मनिरपेक्ष राज्याच्या कल्पनेला मान्यता दिली होती. भारतीय घटनेच्या सरनाम्यातही १९७६ ला केलेल्या ४२ व्या घटनादुरुस्तीचे धर्मनिरपेक्ष व समाजवाद हे दोन शब्द अंतर्भूत केले. परंतु खरा प्रश्न आहे तो घटनेतील बदल हे उपयोगाचे आहे का, म्हणून आज विचारवंतापेक्षा आचारवंतांची गरज आहे. कारण राष्ट्रीय एकात्मतेला तडे जातात ती विविध धर्माच्या लोकांच्या अस्तित्वामुळे नाही तर ते विविधतेत एकात्मता साधताना खऱ्या अर्थाने कोणताही राजकीय पक्ष वास्तवात धर्म निरपेक्ष नाही ही खरी समस्या आहे.

भारतात विविध धर्माचे लोक वास्तव्य करीत असल्यामुळे धर्मनिरपेक्ष राज्य कल्पनेचा स्वीकार प्रत्यक्ष कृतीत आणणे ही आपल्या देशाची महत्त्वाची गरज आहे. भारतीय समाजात सामंजस्य व परस्पर विश्वास निर्माण करण्याचे आणि त्याद्वारे राष्ट्राच्या एकात्मतेत अखंडता राखण्याचे कार्य धर्मनिरपेक्ष राज्यामुळे होऊ शकते. भारतीय राज्यघटना अंमलात आल्यापासून भारतीय राजकारणाची झालेली वाटचाल पाहता दुर्दैवाने असे म्हणावे लागते की, आपले राजकीय पक्ष व राजकारणी नेते यांनी घटनाकारांच्या उदात्त भावनेची फारशी कदर केली नाही आपण धर्मनिरपेक्ष राज्याचे तत्त्व मान्य केले असतानाही धर्माची राजकारणात मोठ्या प्रमाणावर लुडबुड चालू असते. ही वस्तुस्थिती नाकारता येणार नाही.

धर्माचे मूळ शील आहे असा धर्माचा खरा अर्थ घेतला असता तर सर्व नागरिकांना नेतृत्वाला राष्ट्र धर्म श्रेष्ठ वाटला असता. परंतु अलीकडील काळातील गुजरातमधील गोध्रासारखे प्रकरण पाहिले तर काय दिसते? गौतम बुद्धांनी म्हटल्याप्रमाणे अगदी दीर्घद्वेषी आणि महादुर्गुणी शत्रूदेखील जितके नुकसान करणार नाही त्याच्या कितीतरी अधिक चिरपरिणामी नुकसान अज्ञानाचा मार्ग स्वीकारल्याने होतो.

उपाय :

- ○ सामान्य कायद्याची निर्मिती आणि अंमलबजावणी झाली पाहिजे.
- ○ धार्मिक सणांच्या सुट्या बंद केल्या पाहिजेत.
- ○ देवदेवतांच्या शासकीय पूजा बंद केली पाहिजे.

- धार्मिक व जातीय घटकांवर आधारलेल्या पक्ष आणि संघटनांवर कायद्याने बंदी घातली पाहिजे.
- शिक्षणसंस्था शासकीय कार्यालयातून व्यक्तीच्या धर्माची व जातीची नोंद करता कामा नये.
- राष्ट्र हाच धर्म मानावा त्यामुळे तीव्रता कमी होऊ शकेल.

समारोप :

सर्व धर्मात आधुनिकीकरण झाल्याशिवाय या सुधारणा घडवून आणता येणार नाही. धर्माच्या आधुनिकीकरणामुळेच लोकांची धर्मांधता कमी होऊन ते राष्ट्रीय एकात्मतेच्या प्रवाहात सामील होऊ शकतील. आध्यात्मिक विकास हेच अर्थशास्त्राचे उद्दिष्ट असले पाहिजे. सॉकेटिसने म्हटल्याप्रमाणे 'सद्गुण म्हणजे ज्ञान हे प्रत्यक्षात यायला पाहिजे.' डॉ. मानवेंद्रनाथ रॉय यांनी म्हटल्याप्रमाणे 'बुद्धी व भावना ही दोन्ही मूल्ये समांतर असायला हवेत. म्हणजे वसुधैव कुटुम्बकम असा विश्व धर्म.'

संदर्भ :

(१) भारतीय शासन आणि राजकारण - भोळे भा. ल.
(२) भारतीय राज्यघटना आणि राजकीय व्यवहार - डॉ. बाचल वि. मा.
(३) इंडियन गोव्हर्नमेंट अँड पॉलिटिक्स - गुप्ता डी. सी.
(४) समाज प्रबोधन पत्रिका. साधना विशेषांक
(५) महाराष्ट्रातील प्रमुख वृत्तपत्रे.

२०

दहशतवाद : भारतीय लोकशाहीसमोरील एक आव्हान

प्रा. उज्ज्वला लोणकर

ऐंशीच्या दशकापासून भारत वेगवेगळ्या स्वरूपातील दहशतवादाचा सामना करीत आहे. सामान्यत: सरकारी मालमत्ता आणि व्यक्तींना लक्ष्य बनवितातच. दहशतवादाने राजकीय व अन्य नेत्यांचाही पाठलाग केला आहे. आता तर दहशतवादी सार्वजनिक ठिकाणी निर्भयपणे वावरणाऱ्या निष्पाप, नि:शस्त्र सामान्यजनांच्या जीवावर उठले आहेत. २१ व्या शतकात जगाची प्रचंड वेगाने प्रगती होत आहे. परंतु त्याच वेगाने आव्हानेही निर्माण होत आहेत. जागतिकीकरण, स्वार्थांधता, पर्यावरण अवनती, मूल्यांची घसरण, अनैतिकता वगैरे वगैरे नी त्याचबरोबर दहशतवाद हे आव्हानही निर्माण झाले आहे नी ते भारताची लोकशाही खिळखिळी करीत आहेत. दहशतवादाची कार्यपद्धती आश्चर्य वाटावे इतक्या वेगाने बदलत आहे.

अर्थ / व्याख्या : दहशत म्हणजे भीती. पण भीतीपेक्षा एक वेगळी बाब या दहशतीत दडलेली आहे. दहशतीमध्ये हिंसेच्या जोरावर मानवाच्या मनात भीती निर्माण केली जाते. निरपराधी नागरिकांची स्त्रिया व मुले यांची निर्दयपणे कत्तल केली जाते. ज्यांचा काहीही अपराध नाही, जे नि:शस्त्र आहेत त्यांना स्फोटके वापरून व गोळ्या घालून ठार मारले जाते. दहशतवाद हा अघोषित व अनियमित अशा युद्धाचाच प्रकार आहे. या युद्धात शत्रू कोण आहे ? कोठे व कसा हल्ला करेल ? ते कळत नाही.

१) शेरीम वसीओनी : ''एखाद्या विशिष्ट ठाण्याचा अथवा गटाचा प्रचार करण्यासाठी सर्वसामान्य जनतेत अगर त्यातील महत्त्वाच्या अंगात दहशत निर्माण करण्याच्या उद्देशाने केलेली हिंसक वर्तणूक म्हणजे दहशतवाद होय.''

२) जॉन क्रेटम : ''राजकीय उद्दिष्ट साध्य करण्यासाठी समाजाच्या किंवा त्यातील विशिष्ट स्तरात भीती व दहशत निर्माण करण्याच्या उद्देशाने केलेली हिंसक वर्तणूक म्हणजे दहशतवाद होय.''

३) अमेरिका स्टेट डिपार्टमेंट : ''गौण राष्ट्रीय गटाकडून किंवा सरकारी हस्तकांकडून नागरी लक्षावर पूर्वनियोजित व राजकीयदृष्ट्या प्रेरित हिंसाचाराचा प्रयोग करणे म्हणजे दहशतवाद होय.''

४) ''आपली राजकीय उद्दिष्टे साध्य करण्याकरिता काळ्या पद्धतीने किंवा मार्गाने हिंसाचाराचा अवलंब करणे म्हणजे दहशतवाद होय.''

दहशतवादाची कारणे

१) व्यक्ती व समाजाचे मानसिक व आर्थिक शोषण.
२) जागतिक राजकारण.
३) राष्ट्रीय व आंतरराष्ट्रीय सीमारेषांवरील तणाव.
४) आर्थिक कारणे.
५) सत्ताकांक्षा.
६) धर्मांधता.
७) शस्त्रास्त्रांची वाढती स्पर्धा.
८) शास्त्रीय दृष्टिकोनाचा अभाव.
९) नैसर्गिक साधन संपत्तीवरील अस्तित्व सिद्ध करण्यासाठी राजकारण.
१०) हिंसेचे उदात्तीकरण करणारी समाजव्यवस्था - प्रसारमाध्यमे.
११) हवे तसे दिले जाणारे शिक्षण.

दहशतवादाची सर्वाधिक झळ पोचणाऱ्या देशात भारत हा प्रमुख देश आहे. २६ नोव्हेंबर २००८ रोजी मुंबईतील हॉटेल ताज, ओबेरॉय, नरीमन हाऊस, छत्रपती शिवाजी टर्मिनल्स इत्यादी ठिकाणी भीषण हल्ले करण्यात आले. भारतातील काही राज्यात सकाळी बाहेर पडणारा सर्वसामान्य नागरिक संध्याकाळी परत सुरक्षित घरी परत येईल याची खात्री नाही. आज प्रत्येकाला जीव मुठीत धरून जगावे लागत आहे. मग तो राजकारणी असो, पोलीस अधिकारी असो वा सर्वसामान्य नागरिक असो, अपहरण करणे, ओलीस ठेवणे, बॉम्बस्फोट करणे हे आता नित्याचेच झाले आहे. दहशतवाद्यांनी काश्मीरच्या नंदनवनाला स्मशानभूमीची कळा आणली आहे. परकीय शक्तींकडून मिळणाऱ्या मदतीवर काश्मीरमधील दहशतवाद पोसला जात आहे. जम्मू- काश्मीरमध्ये दहशतवाद पसरविणारे भाडोत्री दहशतवादी पाकव्याप्त काश्मीरमध्ये प्रशिक्षण घेतात व त्यास पाकिस्तानचे संपूर्ण सहकार्य असते हे उघड गुपित आहे.

लष्कर-ए-तोयबा, हिज्बुल मुजाहिद्दिन शिवाय नागा बंडखोर, बोडो अतिरेकी यांनीही ईशान्य भारतात थैमान घातले आहे. नक्षलवाद्यांनी देशातील अंतर्गत सुरक्षा व्यवस्था धोक्यात आणली आहे.

वित्तीय दहशतवाद :

दहशतवादाच्या बदलत्या आव्हानांमध्ये बनावट नोटांचा सुळसुळाट हे सुरक्षा यंत्रणांपुढे असलेले मोठे व गुंतागुंतीचे आव्हान आहे. बनावट नोटा चलनात आणणारे हे एक प्रकारे वित्तीय दहशतवादीच आहेत, असे समजून या प्रश्नावर समन्वित लढा द्यावा लागणार आहे. काही दिवसांपूर्वी पुणे जिल्ह्यातील तळेगावपासून नागपूरपर्यंत बनावट नोटा चलनात आणण्याच्या घटना उजेडात आल्या. अटक केलेल्या संशयितांकडून मिळालेली माहिती आणि पोलिसांच्या हाती लागलेले धागेदोरे यांचा विचार केल्यास बांगला देश, पाकिस्तान, संयुक्त अरब अमिरातीमधील देशांतून या नोटा आणल्या जातात. त्यातही बांगलादेश, नेपाळ व पाकिस्तानलगत असलेल्या भारताच्या सीमांवर देखरेख ठेवणे कठीण असल्याने कोणत्या मार्गाचा वापर करून या नोटा देशाच्या कानाकोपऱ्यात पोचविल्या जातात, याचा अंदाज बांधणे कठीण आहे. बनावट नोटा भारताच्या चलनात आणून अर्थव्यवस्था खिळखिळी करणे हे दहशतवादीच (दाऊदचे हस्तक) आहेत. बनावट नोटांचे गठ्ठे वित्तीय बॉम्बच आहेत. ते वेळीच निकामी करण्यात यावेत. त्यासाठी रिझर्व्ह बँक, गृह मंत्रालय, परराष्ट्र खाते व राज्याच्या सुरक्षायंत्रणेतील समन्वय वाढणे गरजेचे आहे.

दहशतवाद्यांना होणाऱ्या आर्थिक पाठबळाची बाब राज्यकर्त्यांना चिंताग्रस्त करीत आहे. २००७ मध्ये बर्लिन येथे झालेल्या आंतरराष्ट्रीय परिषदेत त्यावेळचे भारताचे मुख्य सल्लागार एम. के. नारायणन यांचे संपूर्ण भाषण दहशतवादी कारवायांना होत असलेल्या आर्थिक पाठबळाच्या मुद्द्यांवर आधारित होते.

दहशतवादी कारवायांसाठी आर्थिक निधी उभारण्यासाठी देशाच्या शेअर बाजाराचा उपयोग करून घेतला जात असल्याचा गौप्यस्फोटच नारायणन यांनी करून देशाच्या अर्थकारणाचे व्यवस्थापन करणाऱ्यांना सावध केले. शेअर्सची खरेदी-विक्री करून त्यातील कमिशनच्या व्यवसायाच्या आधारे पैसा उभारला जाऊ शकतो. मुंबईत असा व्यवसाय करणाऱ्या काही व्यक्तींची संशयावरून छाननी केली असता त्यांचा संबंध चक्क दहशतवादी संघटनांशी असल्याचे उघडकीस आले. शेअर बाजारात कृत्रिम चढउतार करून पैसा कमावण्यास 'मॅनिप्युलेशन' म्हणतात.

सरकार पुरस्कृत दहशतवाद :

लेबेनॉनची 'हिजबला हमास' तसेच 'जैश-ए-महंमद', 'हिज्बुल मुजाहिद्दिन' या काश्मीरमधील दहशतवादी संघटनांना विशिष्ट देशाचे पाठबळ लाभले आहे आणि त्या संबंधित देशाच्या राजकीय उद्दिष्टांची पूर्ती करण्याचा प्रयत्न त्या करीत आहेत. 'अल् कायदा' ही सुरुवातीच्या काळात अशा 'स्टेट स्पॉन्सर' वरच तग धरून राहिली. तिला

प्रथम सुदानचा आधार मिळाला आणि नंतर पाकिस्तानच्या 'आय एस आय' ने पुरस्कृत केलेल्या 'तालिबान' चा. अगदी आत्ताही 'तालिबान' व 'अल कायदा' च्या वरिष्ठ म्होरक्यांना पाकिस्तान व अफगाणिस्तानच्या दुर्गम सीमाप्रांतात मुक्त वावर आहे. एखाद्या दहशतवादी संघटनेला आं. रा. स्तरावर सरकारी पुढाकाराने मिळालेले (छुपे) पाठबळ म्हणजे सरकार पुरस्कृत दहशतवाद. दहशतवादाचा विषय हा खोलवर रुजलेला असल्याने परराष्ट्रसंबंधात तो फार महत्त्वाचा बनला आहे.

छुपे दहशतवादी :

फ्रेडरिक फोर्सेस यांच्या 'अफगान' या पुस्तकात अल कायदा व तिच्याशी संलग्न संघटना कशा नियोजनबद्धरीत्या एक छुपे युद्ध जगावर लादू पाहत आहेत, हे सांगितले आहे. या पुस्तकात नव्या दहशतवादी गटांचा उल्लेख फोर्सेस यांनी 'ताकूफिर' (Taqfir) असा केला आहे. हे ताकूफिर म्हणजे असे अतिरेकी की, जे अतिरेक्यांसारखे भासत नाहीत. ते सामान्यात सहज मिसळून जातात. त्यांचे सारखेच राहणीमान, वेशभूषा करतात. इंग्रजी भाषा चांगली बोलतात वर तंत्रज्ञानात इतके अवगत असतात की त्या त्या क्षेत्रातील तज्ज्ञही फिके पडावेत. पण याबरोबरच त्यांच्या हृदयात असते एका विलक्षण घृणा, आजूबाजूच्या राष्ट्रांविषयी, समाजाविषयी वा संस्कृतीविषयी आणि एक बीभत्स आनंद, त्यांच्या या समाजविघातक कृत्यातून मिळवत असतात.

दहशतवाद्यांची कार्यपद्धती –

(१) संसदेवरील हल्ले.

(२) रेल्वे, बसमध्ये हल्ले.

(३) धार्मिक स्थळांवर हल्ले.

(४) निष्पाप लोकांच्या हत्या.

(५) गर्दीच्या ठिकाणी बॉम्बस्फोट.

(६) राजकीय नेत्यांची हत्या.

(७) व्यक्तीची अपहरणे.

(८) विमान अपहरण.

दहशतवाद्यांची कार्यपद्धती ही मेंदूला झिणझिण्या आणणारी आहे. ती समजून घेणे आणि त्या अनुषंगाने यंत्रणा सक्षम करणे हे भारतीय लोकशाही पुढील आव्हान असून ते समजून घेणे व त्या अनुषंगाने यंत्रणा सक्षम करणे गरजेचे आहे.

पहिले आव्हान .... मनुष्य बळ ...

समाजातील काही असंतुष्ट मंडळींचा 'ब्रेनवॉश' करण्यासाठी प्रक्षोभक साहित्य, सीडीज, ठरावीक वेबसाइटस् आणि ब्लॉग्जचा भडिमार केला जातो. त्यात काही मासे गळाला लागतात. साधी मारहाणीची केसही कुठे नोंदली न गेलेले नंतर रक्तपिपासू होतात. अगदी स्वतःचा जीवही गमावण्यास तयार होतात. हेच ते 'ब्रेनवॉश' यातील प्रत्येक जण आत्मघातकी हल्लेखोर होईल वा प्रत्यक्ष अतिरेकी कारवायात सहभागी होईल असे नाही. अनेक जण हे दुसऱ्या फळीतील मदतनीस म्हणून काम करतात. यांना 'स्लिपर सेल' म्हणतात.

दुसरे आव्हान ... तंत्रज्ञान ...

संगणक व माहिती तंत्रज्ञानाचा उपयोग दहशतवादी कारवायांसाठी मोठ्या प्रमाणात होत आहे. तंत्रज्ञानाचा एवढा प्रभावी वापर केला जातो की एक वेळ पोलीस लॅपटॉप वापरू शकतील की नाही हे माहिती नाही पण अतिरेक्यांना तो खुबीने वापरता येतो. उदा. संसदेवरील हल्ल्याआधी मौलाना मसूर अजहर हा आपल्या लॅपटॉपद्वारे मोबाईल जोडत असे नि वायरलेस इंटरनेट (WAP) वरून आपल्या पाकिस्तानातील आकांबरोबर संपर्क करीत असे. तसेच संदेशवहनासाठी Steganography सारखे अद्ययावत यंत्र वापरले जाते. म्हणजे दहशतवाद्यांना गुप्त संदेश अगदी ऐश्वर्या रॉय व अभिषेक बच्चन यांच्या फोटोत लावून पाठविता येतो. सामान्य माणसाला फक्त फोटोच दिसेल पण अतिरेक्यांना मात्र त्या फोटोमधून संदेश वेगळा करण्याचे तंत्रज्ञान अवगत आहे.

पैसे उभारण्याचे दहशतवाद्यांचे अकरा प्रमुख मार्ग –

(१) स्वयंस्फूर्त देणग्या.

(२) जबरदस्तीने पैसे वसूल करणे.

(३) सरकार पुरस्कृत मदत.

(४) खंडणी.

(५) गुन्हेगारी संघटनांबरोबर हातमिळवणी.

(६) कायदेशीर व्यवसाय उभारणे.

(७) शेअर बाजारातील उलाढाल.

(८) बँकांचा वापर.

(९) अमली पदार्थांची तस्करी.

(१०) बनावट नोटांचा प्रसार.

(११) धार्मिक किंवा धर्मादाय संस्थांच्या नावाखाली पैसे गोळा करणे.

दहशतवाद निर्मूलनासाठी उपाय -

(१) योगाभ्यास.
(२) ताण-तणावाचे शिक्षण.
(३) गुप्तचर संघटना मजबूत करणे.
(४) विद्यार्थ्यांना व्यावसायिक शिक्षण देणे.
(५) विद्यार्थ्यांना लष्करी शिक्षण देणे.
(६) शिक्षणातून मूल्यांची शिकवण देणे.
(७) शिक्षणातून विश्वबंधुत्वाची रूजवणूक करणे.
(८) दहशतवाद विरोधी यंत्राचा शोध लावणे.
(९) संरक्षण अभ्यास अनिवार्य करणे.
(१०) देशांतर्गत शांततेची पायाभरणी करणे.
(११) दहशतवाद विरोधी दिन साजरा करणे.
(१२) जागरूकता - दहशतवाद्यांनी आधुनिक तंत्रज्ञानाच्या वापराबरोबरच अभिनव अशा आर्थिक मार्गांनी हल्ले करण्यास सुरुवात केली आहे. आता रेल्वे स्थानके व सर्व महत्त्वाच्या ठिकाणी केवळ कॅमेरे लावून दहशतवादाचा मुकाबला करणे अशक्य आहे. आजचा दहशतवादी अभिनव पद्धतीने आर्थिक बुरख्याआड चालला आहे. त्यास शोधून नष्ट करण्यासाठी जागरूकता हाच एकमेव उपाय आहे.
(१३) सामाजिक व आर्थिक विषमता दूर करणे.
(१४) धर्मनिरपेक्षता व राष्ट्राभिमान वाढविणे.

दहशतवाद हे अघोषित युद्ध आहे. आज बंगलोर, उद्या अहमदाबाद, मुंबई नि परवा पुणे, सुरत. एक दिवस आपल्यावरही वेळ येणार आहे. मग त्यासाठी आपली तयारी काय? पुन्हा तोच प्रश्न. दहशतवादी हल्ले हे होण्याआधी टाळता येतील? याचे उत्तर 'हो' असे तेव्हाच देता येईल, जेव्हा आपली गुप्तचर यंत्रणा स्थानिक व राष्ट्रीय पूर्ण सक्षम असेल राष्ट्रविरोधी शक्ती आणि स्लिपर सेल यांना पायदंड घातला जाईल, बॉम्ब स्क्वॉड आणि सायबर सेल या साइड पोस्टिंग न राहता त्यांचा पूर्ण क्षमतेने विकास होईल आणि स्थानिक जनतेला दहशतवाद विरोधी लढ्यात हिरिरीने सहभागी करून घेता येईल.

संदर्भ :

(१) 'आर्थिक बुरख्याआड लपले आहेत. दहशतवादी' - अनंत बागाईतकर, (१९ फेब्रुवारी २००७) सकाळ, सप्तरंग, पृ. ३.
(२) 'आव्हान 'स्टेट स्पॉन्सर्ड' दहशतवादाचे' - शांतिश्री पंडित, (१३ मार्च २००७) सकाळ, संपादकीय, पृ. ६.

(३) 'छुपे दहशतवादी : नवा धोका' - प्रतिनिधी, (३ ऑगस्ट २००८) सकाळ, सप्तरंग, पृ. ३.

(४) 'सार्कच्या प्रगतीला दहशतवादाचे आव्हान' - विजय नाईक, (१० ऑगस्ट २००८) सकाळ, सप्तरंग, पृ. ३.

(५) वित्तीय दहशतवादाचे आव्हान, सकाळ.

(६) भारत आणि जग (जुलै २०१०), प्रा. डॉ. बी. डी. तोडकर, डायमंड पब्लिकेशन, पृ. २०६-२१८.

(७) व्यक्तिमत्त्व विकास - पठाण बी. बी (मार्च २००८) नित्य नूतन प्रकाशन, पृ. ९२-९९.

२१

भारतीय लोकशाही आणि राष्ट्रीय एकात्मकता

प्रा. एस.डी. गायकवाड

भारतीय राजकारणात राष्ट्रीय एकात्मता हा ज्वलंत प्रश्न होऊन बसला आहे. तशी राष्ट्रीय एकात्मता ही कल्पना नवीन नाही. भारतात राहणाऱ्या सर्व नागरिकांचे राष्ट्रीय भावनेतून मनोमिलन घडवून आणणे आणि त्यांच्यात भावनात्मक ऐक्य निर्माण करणे म्हणजे राष्ट्रीय एकात्मता म्हणता येईल. भारतीय नागरिकात राष्ट्रीय एकात्मतेची भावना पूर्वीपासून दिसून येते. स्वातंत्र्यपूर्वकाळात ती प्रकर्षाने दिसून आली. धर्म, वंश, भाषा, परंपरा याबाबीत विविधता असली तरी आपण भारतीय नागरिक म्हणून एक आहोत अशी प्रत्येक भारतीयांची भावना आणि विश्वास आहे. चीन-पाकिस्तान युद्धाच्या वेळी ही ती दिसून आली.

असे असले तरी राष्ट्रीय एकात्मतेबद्दल अनेक गैरसमज आहेत. राष्ट्रवादामुळे अनेक राष्ट्रांत राष्ट्रीय एकात्मता निर्माण केली जाते किंवा निर्माण होते. परंतु राष्ट्रवादाचे स्वरूप उदारमतवादी असेल तर अशी निर्माण झालेली एकात्मता आंतरराष्ट्रवादाला पोषक ठरते. परंतु जर संकुचितपणा असेल तर त्या एकात्मतेपासून आंतरराष्ट्रवादाला धोका निर्माण होतो. म्हणून राष्ट्रीय एकात्मतेचे स्वरूप विधायक असायला हवे. आज सर्वांकडे राष्ट्रीय एकात्मतेच्या समस्येबाबत चर्चा होत असली तरी राष्ट्रीय एकात्मतेची भावना उदात्त असली तर ती समस्या बनू शकत नाही. परंतु एकात्मतेच्या नावाखाली सर्वंकष स्वरूप निर्माण करून हिटलरशाही निर्माण होत असेल तर राष्ट्रीय एकात्मता ही समस्या निर्माण होऊ शकते.

वास्तविक राष्ट्रीय एकात्मता म्हणजे कोणत्याही तऱ्हेच्या सर्वंकष समाजवादापासून मुक्त असणारे ऐक्य होय.

तसेच विशिष्ट भूभागावर सहकार्याच्या भावनेने एकत्र राहण्याची इच्छा व भविष्यातही लोकशाही शासनाखाली राहण्याची इच्छा म्हणजे राष्ट्रीय एकात्मता होय.

अर्थात, राष्ट्रीय एकात्मता निर्माण होणे हे भारतापुढे एक आव्हान आहे. कारण वांशिक, भाषिक, आर्थिक, जातीय भेद, धार्मिक भेद हे राष्ट्रात एकात्मता निर्माण होऊ देतील असे वाटत नाही.

ब्रिटिश काळात हा देश स्वातंत्र्यासाठी एकात्म झाला आहे. सर्व भेद विसरून एक झाला होता, परंतु स्वातंत्र्याचे ध्येय पदरात पडताच देशात संकुचित अस्मिता निर्माण झाली. चीन-पाकिस्तान युद्धाचा काळ सोडला तर ही संकुचित अस्मिता आजही दिसून येत आहे. राष्ट्र संघटनाऐवजी राष्ट्र विघटनाची प्रवृत्ती दिसून येते. राष्ट्रपिता ऐवजी संकुचित वृत्ती जोपासल्या जात आहेत. जात, भाषा, धर्म, प्रादेशिकता, पक्षीय राजकारण ह्या गोष्टींना मोठ्या प्रमाणावर महत्त्व प्राप्त झाले आहे. त्या एकात्मतेला धोका निर्माण झाला आहे.

राष्ट्रीय एकात्मतेतील अडथळे

(१) **धार्मिकता :** भारताने धर्मनिरपेक्ष राज्याची संकल्पना मान्य केली असली तरी राजकारणासाठी मोठ्या प्रमाणावर धर्माचा वापर केला जाऊ लागला आहे. त्यामुळे संघर्ष निर्माण होण्यास प्रोत्साहन मिळत आहे.

(२) **जातीयता :** सामाजिक बाबतीत जरी जातीयतेला काही प्रमाणात आळा घातला जात असला तरी राजकीय बाबतीत मात्र जातीचा फार मोठ्या प्रमाणावर उपयोग करून घेतला जाऊ लागला आहे. राजकारणासाठी जातीय दंगली घडवून आणल्या जात आहेत. आंतरजातीय विवाह होत असले तरी राजकारणात मात्र जातीला महत्त्व दिले जात आहे. त्यामुळे राष्ट्रीय एकात्मतेला धोका निर्माण झाला आहे.

(३) **भाषिक अभिमान :** भाषेचा राजकीय फायद्यासाठी उपयोग करून घेण्याच्या दृष्टीने जनतेच्या भावना प्रेरित केल्याने राष्ट्रीय एकात्मता धोक्यात येते. उदा. राज ठाकरेंचे आंदोलन.

(४) **प्रादेशिक असमतोल :** देशाच्या निरनिराळ्या भागात आर्थिक विकासाच्या दृष्टीने असमतोल निर्माण झाला तर आर्थिकदृष्ट्या मागासलेल्या विभागातील जनतेच्या मनात आपल्यावर अन्याय होत असल्याची भावना निर्माण होते. त्यातून प्रादेशिक वाद निर्माण होतो.

(५) **प्रदेशवाद :** प्रादेशिकतेमुळे देशात संकुचित वृत्ती निर्माण होते. प्रादेशिक निष्ठा या प्रादेशिक निष्ठेपेक्षाही प्रखर बनतात त्यामुळे प्रादेशिक हितसंबंधाच्या रक्षणासाठी राष्ट्रहिताला तिलांजली दिली जाते. राष्ट्रहिताला धोका निर्माण होतो.

प्रदेशवादातून प्रादेशिक पक्ष व संघटना निर्माण होतात. या संघटना व पक्ष आपला प्रभाव वाढविण्यासाठी प्रादेशिक विविधता, प्रादेशिक विकासाकडे दुर्लक्ष, प्रांतीय निष्ठा, जातीय स्वरूप, भाषेत अस्मिता इ. ना महत्त्व देऊन आपला प्रभाव निर्माण करतात.

तसेच पक्षीय राजकारणापासूनही प्रादेशिक पक्षाची निर्मिती होते. पक्षातील घुसमट, नाराजी, तिकीट नाकारणे इ. गोष्टींमुळे प्रादेशिक पक्ष निर्माण होतात. उदा. राष्ट्रीय कॉंग्रेस - राष्ट्रवादी कॉंग्रेस त्यांच्यातील गटबाजी, शिवसेना-मनसे, रिपब्लिकन पक्ष व त्यांच्यातील इतर गट या गोष्टी राष्ट्रीय एकात्मतेला धोका पोहोचवितात.

या प्रादेशिक पक्षांच्या वाढीतून व प्रादेशिक असमतोलातून नवीन राज्याची मागणी पुढे येते. धार्मिकवादी, जातीयवाद, पृथ्थकतावाद उदयास येतो. त्यातून विभक्तीकरणाची प्रक्रिया आणि भावना वाढीस लागते. लहान राज्य स्वतंत्र होण्याची मागणी करतात. त्यातून प्रादेशिक विकास होतो, पण राष्ट्रीय एकात्मता कमजोर होते.

भारतात एकेरी नागरिकत्वाची तरतूद असूनही परप्रांतियांबाबत मतभेद केला जातो. अर्थात या गोष्टीला कायद्यानुसार आळा घालता येऊ शकतो. मूठभर लोकांच्या म्हणण्यानुसार प्रादेशिक वाद निर्माण करून राष्ट्रीय एकात्मता धोक्यात आणणे ही गोष्ट कधीही सहन करून घेतली जाऊ शकत नाही.

याचबरोबर आंतरराज्य संबंध / संघर्ष सीमावाद, नदीपाणी वाटप वाद, नोकरभरती वाद इत्यादी गोष्टी राष्ट्रीय एकात्मतेला धोका पोहचवितात.

राजकारणाच्या संकुचित प्रवृत्तीमुळे राष्ट्रीय एकात्मतेला आव्हान देण्याची प्रवृत्ती निर्माण झाली आहे. राष्ट्रीय एकात्मता, बंधुता, अखंडता, भावना यांचा बळी दिला जात आहे. मोठ्या प्रमाणावर भ्रष्टाचार व हिंसाचार वाढला आहे.

एकंदरीत प्रादेशिक पक्ष व प्रादेशिक वाद यामुळेच देशाला गंभीर प्रश्नांना तोंड द्यावे लागत आहे. यातून देशाला सोडवायचे असेल तर पुढील उपाय अंमलात आणणे गरजेचे आहे.

राष्ट्रीय एकात्मता टिकविण्यासाठी उपाय

(१) आर्थिक विकास : भारतात अनेक मागासलेले प्रदेश व संस्कृती, उपसंस्कृती वन्य जाती-जमाती आहेत. सर्वांचा विकास समान होण्यासाठी त्यांची गरज लक्षात घेऊन आर्थिक सहकार्य करावे.

(२) भाषिक विकास : देशात अनेक भाषा बोलल्या जातात. परंतु हिंदी ही राष्ट्रभाषा मानली आहे. परंतु दक्षिणेकडील राज्यांचा त्याला प्रखर विरोध आहे. त्यामुळे भाषिक वाद निर्माण होतात. त्यासाठी प्रादेशिक भाषांना महत्त्व देऊन हिंदीचा हळूहळू प्रसार व प्रचार करावा. जेणेकरून हिंदी आपल्यावर लादली जाते असे त्यांना वाटू नये.

(३) अमेरिकेप्रमाणे सर्व राज्यांना वरिष्ठ सभागृहात समान प्रतिनिधित्व द्यावे जेणेकरून असंतोष निर्माण होणार नाही.

(४) राज्याराज्यातील नद्यांच्या पाणी वाटपावरून व सीमावादावरून निर्माण झालेले वाद समझोता करून त्वरित सोडवावे.

(५) सर्व नागरिकांसाठी समान धोरण आखावे.

(६) संप्रदाय व प्रादेशिकवादाला प्रोत्साहन देणाऱ्या राजकीय पक्षांसाठी कडक कायदे करावे व त्या कायद्यांचे कसोशीने पालन करावे.

(७) राष्ट्रीय पातळीवरच्या पक्षांवर राजकीय जागृतीची व धोरणांची जबाबदारी असते. ती त्यांनी राष्ट्रहित डोळ्यांसमोर ठेवून पार पाडावी. केवळ सत्तेसाठी राजकारण करू नये.

(८) थोर पुरुषांच्या पुतळ्यांचा किंवा नावाचा वापर करून समाजकारण किंवा राजकारण करण्यावर बंदी आणावी.

(९) जातीच्या किंवा धर्माच्या आधारावर पक्ष किंवा संघटना निर्माण करू देऊ नये. असे होत असल्यास त्या संघटना किंवा पक्षांवर कायमची बंदी आणावी.

(१०) आजच्या परिस्थितीत बऱ्याच प्रमाणात बदल झाला आहे. त्यामुळे पूर्वीचेच निकष लावून कोणत्याही जातीच्या, धर्माच्या लोकांना कोणत्याही सवलती देऊ नये.

(११) आपल्या देशात राष्ट्रीय शिक्षणाचा अभाव जाणवतो. राष्ट्रीय एकात्मता टिकविण्यासाठी राष्ट्रीय शिक्षण देण्यात यावे.

राष्ट्रीय एकात्मता टिकवायची असेल तर वरील उपाययोजना अंमलात आणण्याच्या प्रयत्न करावा. कोणतीही समस्या बंदुकीच्या धाकाने सुटत नाही. जरी सुटली तरी फार काळ टिकत नाही. म्हणून समाजप्रबोधन होणे गरजेचे असते. तसेच राष्ट्रीय एकात्मता टिकवायची असेल तर हिंदुस्थानची संस्कृती लोकांच्या समोर उभी करून परतंत्रातील परिस्थिती लोकांना समजून सांगावी. त्या काळातील थोर पुरुषांचे चरित्र लोकांपुढे ठेवावे. केवळ थोर पुरुषांच्या पुतळ्यांना हार घालून थोरपणा येत नाही तर त्यांच्यासारखाच त्याग करण्याची प्रवृत्ती स्वतःमध्ये निर्माण होणे गरजेचे आहे. भारत माझा देश आहे आणि सर्व भारतीय माझे बांधव आहे असे म्हणून चालणार नाही तर त्याप्रमाणे प्रत्येकाने वागणे गरजेचे आहे. सर्वांमध्ये निःस्वार्थी भावना निर्माण झाल्यास नक्कीच राष्ट्रीय एकात्मता निर्माण होईल.

२२

भारतीय लोकशाही आणि महिलांचे सबलीकरण

डॉ. बी. आर. नागरे

भारताला स्वातंत्र्य मिळून ६५ वर्षे आता पूर्ण होतील. डॉ. बाबासाहेब आंबेडकरांनी म्हटले होते. आपल्याला स्वातंत्र्य मिळाल्याने आपणास फक्त राजकीय लोकशाही मिळाली. खरी लोकशाही येण्यासाठी सामाजिक आणि आर्थिक लोकशाही येणे हा फार मोठा पल्ला आपणास गाठायचा आहे. ह्या विचारांचे मंथन केले. तर आज सामाजिक, आर्थिक लोकशाहीच्या दृष्टीने समाजाचा निम्मा हिस्सा म्हणजे 'महिला' घटक त्या दृष्टीने खरोखर आपण सामाजिक, आर्थिक लोकशाहीच्या दृष्टीने स्त्री ह्या घटकाला 'सबल' करण्यासाठी काही प्रयत्न केले आहेत. का ? त्याचा आढावा घेण्याचा हा अल्पसा प्रयत्न घेतला आहे.

२०११ च्या जनगणनेनुसार, भारताची लोकसंख्या १२१, ०१, ९३, ४२२ इतकी आहे. पुरुषांची संख्या ६२, ३७, २४, २४८ आणि स्त्रियांची संख्या ५८, ६४, ६९, १७४ इतकी आहे. पुरुषांचा साक्षरतेचा दर ८२.१४% आहे. तर स्त्रियांच्या साक्षरतेचा दर ६४.४६% इतका आहे.

'स्त्री एक माणूस' आहे, ह्या मनुष्य बळाच्या सर्वांगिण विकासाच्या दिशेने सामाजिक आर्थिक क्षेत्राला योग्य चालना दिली नाही, तर देशात मोठी आपदग्रस्त परिस्थिती निर्माण होईल. ह्यासाठी समाजाची मानसिकता बदलणे हे महत्त्वाचे आहे. ह्याचे संमिश्र चित्र दिसते आहे.

२६ जानेवारी १९५० पासून भारतीय राज्यघटनेच्या अंमलबजावणीला सुरुवात झाली. धोरण ठरविण्याचा अधिकार असलेले या देशातील सर्वोच्च पीठ भारतीय संविधान त्यात सुद्धा लिंग भेद दूर करून महिलांचा जीवनविकास आणि त्यांना संरक्षण देणाऱ्या धोरणांचा अंगिकार केलेला आहे. महिलांच्या संबंधातील काही महत्त्वाच्या तरतुदी कायद्याद्वारे प्रस्थापित करण्यात आल्या आहेत. अशी धोरणे खालीलप्रमाणे.

१) घटनेचे कलम १४ - राज्यकारभार, अर्थकारण आणि समाजकारण या क्षेत्रांमध्ये महिलांना समान हक्क आणि समान संधी देणे. घटनेचे कलम-महिलांना लिंगभेदाने वागविण्यावर बंदी.

घटनेचे कलम १५ (३) शासकीय योजना आणि कार्यक्रम यामधून महिलांना, त्या महिला आहेत म्हणूनच झुकते माप देणे.

घटनेचे कलम ३९, महिलांसाठी उपजीविकेची साधने समान हक्काने उपलब्ध करून देणे. तसेच समान कामासाठी पुरुषांइतकेच वेतन द्यावे, कामाच्या ठिकाणी महिलांना न्याय्य आणि मानवतावादी दृष्टिकोन ठेवून वागविणे तसेच प्रसूतिकाळात विशेष सवलती देणे.

घटनेचे कलम ५१ (अे) (इ) महिलांची अप्रतिष्ठा होईल असे धंदे, उद्योग, व्यवसाय इत्यादी महिलांचा मूलभूत अधिकार म्हणून सामाजिक क्षेत्रे, उद्योगक्षेत्र यामधून बंद करणे.

महिलांना अधिकारप्राप्ती (सन २००१) चे राष्ट्रीय धोरण, शासकीय योजना, कार्यक्रम यामधून व्यवहारात प्रत्यक्ष अंमलबजावणी व्हावी. या दृष्टिकोनातून अर्थसंकल्पीय प्रक्रियामधून लिंगभेद निवारण संकल्पना प्रस्थापित करणे.

या धोरणा बाबतींमधील तरतुदी कायद्याद्वारे प्रस्थापित करून धोरण परिणामकारक आणि ठाम करण्यात यावे. या दिशेने अंमलात आलेले काही कायदे आणि विधेयके खालीलप्रमाणे -

(१) महिलांना अनैतिक धंद्यात ओढण्याबद्दलचा (प्रतिबंधक) कायदा १९५६, प्रसूतिकाळ सवलती कायदा १९६१.
(२) हुंडा विरोध (प्रतिबंधक) कायदा १९६१.
(३) सती प्रथा प्रतिबंधक कायदा १९८७.
(४) कौटुंबिक अत्याचारांपासून महिलांना मुक्त करणे, संरक्षक कायदा २००५.
(५) आर्थिक क्षेत्र कारखानदारी कायदा १९४८, किमान वेतन कायदा १९४८, समान रोजगार कायदा १९७६, कर्मचारी राज्य विमा कायदा १९४८, वेठ बिगारी महिला मजूर पद्धत (प्रतिबंधक) कायदा १९७६.
(६) सुरक्षा - सन १९७६ मध्ये भा. दं. संहितेमध्ये केलेल्या महिला विषयक संदर्भातील तरतुदी भा. दं. संहितेत अंतर्भाव केलेल्या महिला विषयक विशेष तरतुदी. गर्भधारणेसंबंधातील वैद्यकीय निदान तंत्र (गैरवापर प्रतिबंधक आणि नियम बंधने) कायदा १९९४.
(७) सामाजिक क्षेत्र - परिवार न्यायालये कायदा १९०४, गर्भपात शस्त्रक्रिया कायदा १९७१, हिंदू वारसदारी कायदा १९५६, २००५ मध्ये केलेल्या दुरुस्तीसह भारतीय घटस्फोट कायदा १९६९.

देशाच्या अनेक वर्षांच्या पंचवार्षिक योजनांच्या मनोगतांकडे दृष्टिक्षेप टाकला तर असे दिसून येईल की, सदर लिंगभेद निवारणासंबंधातील धोरणे प्रगतीपथावर आहेत. केवळ महिला विकासासाठी म्हणूनच निधी उपलब्ध करून देण्याचा आरंभ मात्र महिला घटक योजनेद्वारे करण्यात आला. तरीही असे म्हणावे लागेल की, लिंगभेद निवारणाच्या संवेदनशीलतेची कंपने सातव्या पंचवार्षिक योजनेद्वारे थरथरू लागली.

सातव्या पंचवार्षिक योजनेने महिला आणि मुले विकास विभागाकडून महिलांना लाभदायक अशा २७ योजनांच्या संकल्पना प्रस्थापित केल्या. आजही त्या आणि तशा प्रकारच्या योजनांचा अंमल शासनाकडून केला जात आहे. या संकल्पना संबंधातील योजनांचा विस्तार आणि संख्यावाढही केली जात आहे.

आठव्या पंचवार्षिक योजनेने (१९९२-९७) लिंगभेद निवारण संकल्पनेवर विशेष भर देण्याचा ठाम निश्चय प्रथमत:च केला आणि महिलांच्या विकासक्षेत्रासाठी निधीचा निश्चित पुरवठा करण्याचे धोरण स्वीकारले.

नवव्या पंचवार्षिक योजनेत शासकीय योजना आणि कार्यक्रमांच्या वाटपामधील किमान ३०% निधी / तसेच लाभ महिला विकास विषयक कार्यक्रमांवर खर्च करावा असे म्हटले.

१० व्या पंचवार्षिक योजनेत महिलाविकास योजना आणि जेंडर बजेटिंग अर्थ संकल्पना चळवळ. या दोन परिणामकारी संकल्पना परस्पर पूरक राहव्यात. म्हणून त्यांचे कार्य संयुक्त करण्याचा प्रयत्न केला.

महिला आणि बाल विकास मंत्रालय हा तर महिला विकास आणि लिंगभेद निवारणाचा मूलस्रोत आहे.

महिलांच्या सहकारी संख्या, महिलांचे स्वावलंबी गट यांना औद्योगिक परवाने / व्यापारी राखीव भूखंड, पेट्रोल पंप देण्यात अग्रक्रम ठेवणे. महिला प्रवाशांसाठी जादा बसेस, राखीव डबे यांची सोय करणे. महिलांना कर्ज देताना बँकांनी व्याजदरात सवलत देणे.

महिलांनी केवळ लाभार्थी या नात्याने जेंडर बजेटिंग चळवळीत सहभागी व्हावे, असा उद्देश नाही तर अंमलबजावणी आणि निर्णय घेण्यामध्ये पुरुषांबरोबरीने त्या समान भागीदार आहेत. अशा तऱ्हेची वागणूक त्यांना मिळाली पाहिजे. या दृष्टीने लोकांनी निवडून दिलेल्या महिला लोक प्रतिनिधी, महिलांचे स्वावलंबी गट इत्यादीना जेंडर बजेंटिंगची कार्यपद्धती आणि निर्णय घेण्याची क्षमता निर्माण व्हावी यासाठी सक्रिय सहभागी करून घेऊन महिला शक्ती वाढविण्याचा पुरस्कार जेंडर बजेटिंग चळवळीने करून महिला सबला करण्याला हातभार लावला आहे.

महिलांना आपला विकास साधण्यासाठी जेंडर बजेटिंग आघाडी हे उत्तम माध्यम

मिळाले आहे. ती त्यांना प्रदान केलेली शक्ती आहे. शासनाच्या चौकटीत जेंडर बजेटिंगने त्यांना निर्णय घेणाऱ्या म्हणून नेऊन बसविले आहे. त्या जागी बसून त्यांनी आपली निवड पारखून घेऊन त्यांना स्थानिक पातळीवर आर्थिकदृष्ट्या सक्षम होता येईल. देशाच्या अर्थकारणाला त्या दिशा देऊ शकतील. ग्रामपंचायतीच्या पातळ्यांवर आरंभ करून त्या महिला विकासाचा पाया भक्कम करू शकतील.

७३ व्या, ७४ व्या. घटना दुरुस्तीने लोकशाहीच्या विकेंद्रीकरणावर भर दिला. स्थानिक स्वराज्य संस्थात ३३% स्त्रियांना आरक्षण मिळाले. आता २०११ च्या निवडणुकांत ५०% स्त्रियांना आरक्षण मिळाले आहे. अर्थात quality आणि Equality ह्यांचा मेळ घालणे ही गरजेचे आहे.

महिला विकास समितीत महिला सदस्यांची संख्या ७५% असेल, ही समिती ग्रामसभेतच निवडली जातील असे विधायक प्रयत्न स्त्री-सबलीकरणासाठी होत आहेत.

शासकीय महिला राज्यगृहे, माहेर योजना, संरक्षणगृहे, निराश्रित महिलांसाठी स्वयंसेवी संस्थामार्फत आधारगृहे, महिला मंडळाच्या महिला. प्रशिक्षण केंद्रास अनुदान, व्यावसायिक प्रशिक्षण घेणाऱ्या मुलींना विद्यावेतन, देवदासी पुनर्वसन योजना, अनाथालये, महिला सक्षमीकरण योजना, हुंडा-निर्मूलन समिती, जिजामाता महिला आधार विमा योजना, बालिका समृद्धी योजना, महिला सैनिकी शाळा, आदर्श स्त्री-शिक्षिका पुरस्कार, १२ वी पदवी पर्यंत मुलींना मोफत शिक्षण राज्य / राष्ट्रीय महिला आयोगाची स्थापना, महिला बचत गट हे सर्व प्रयत्न भारतीय लोकशाहीत महिलांचे सबलीकरण होण्यासाठीच आहेत. फक्त खंत याची वाटते की, एकीकडे सबलीकरणाचे असे प्रयत्न आणि दुसरीकडे मुलगी जन्मालाच येऊ नये अशी समाजाची मानसिकता, ह्यातील द्वंद्व हे भारतीय संस्कृती / समाजपद्धतीला शोभणारे नाही. शासन ज्या ज्या गोष्टी स्त्रियांच्या विकासासाठी करते, त्याची माहिती बऱ्याच स्त्रियांपर्यंत पोहचत नाही. ही फार मोठी उणीव आहे.

आणि म्हणून भारतीय लोकशाहीपुढे अनेक आव्हाने आहेत. परंतु त्यातील 'स्त्री भ्रूण हत्या' आणि स्त्रियांना योजनांची माहिती नसणे हे फार मोठे आव्हान आहे. कारण लोकशाही ही केवळ शासनपद्धती नसून जीवनपद्धती आहे. म्हणून चिरंतन जागरूकता ही लोकशाहीची खरी किंमत असते. (Eternal vigilence is the price of liberty or Democracy)

संदर्भ :

(१) भारतीय राज्य घटनेची ओळख - डी.डी. बसू
(२) जनगणना अहवाल २०१२
(३) महिला आरक्षण विधेयक - २५ फेब्रुवारी २०१०.

२३

भारतीय लोकशाही आणि राजकीय पक्ष

प्रा. जयराम ढवळे आणि डॉ. पी. एस. पडूळ

लोकशाही हा सर्वसामान्य असा शासनप्रकार आहे. राजकीयदृष्ट्या लोकशाही म्हणजे अशी राज्यकारभाराची यंत्रणा की, जिच्यामध्ये प्रत्येक व्यक्तीचा सहभाग महत्त्वाचा मानण्यात येतो. आज प्रत्येक राष्ट्र लोकशाही निर्माण केल्याचा दावा करताना दिसून येते. परंतु, लोकशाही हा शासनप्रकार नवा नाही फार जुन्या काळापासून हा शासनप्रकार सर्वांना परिचित आहे. लोकशाही शासनप्रकार एकाएकी निर्माण झाला नसून, क्रमाक्रमाने अनेक शतकांत हा प्रकार विकास पावला आहे. लोकशाहीच्या स्पष्ट सिद्धान्ताचे श्रेय प्राचीन ग्रीकला द्यावे लागेल. तेथूनच लोकशाहीच्या विचारसरणीची खरीखुरी सुरुवात होते. प्राचीन ग्रीक विचारवंत ॲरिस्टॉटलने राज्याचे वर्गीकरण करताना लोकशाही हा शासन प्रकार सांगितला आहे. प्राचीन ग्रीक नगर राज्यात छोट्या आकारामुळे लोकशाही निर्माण होऊ शकली व व्यवस्थितपणे कार्य करू शकली. पुढील काळात लोकशाहीची खरी सुरुवात इंग्लंडपासून झाली. इ. स. १२१५ मध्ये राजा जॉनने मॅग्ना कार्टावर सही केली आणि लोकांच्या हक्कांना एक प्रकारे मान्यता दिली. १६२८ चे पीटिशन ऑफ राईट्स, १६४९ चा राजवध, १६८८ ची रक्तहीन राज्यक्रांती, १७२१ साली पंतप्रधानपदाची निर्मिती या गोष्टी एकामागोमाग घडत गेल्या व इंग्लंडला लोकशाहीची जननी हे सार्थ असे नामाभिदान प्राप्त झाले. १७८९ साली फ्रान्समध्ये क्रांती झाली आणि स्वातंत्र्य व समता तत्त्वावर लोकशाहीची उभारणी झाली. याच वर्षी लोकशाहीस लिखित घटनेचे अधिष्ठान अमेरिकेने प्राप्त करून दिले व लोकशाहीचे वारे संपूर्ण जगात वाहण्यास सुरुवात झाली. भारतानेदेखील लिखित स्वरूपात लोकशाहीला मान्यता देऊन संसदीय लोकशाहीचा स्वीकार केला व २६ जानेवारी १९५० पासून याची अंमलबजावणी होण्यास सुरुवात झाली. आज जगाच्या तुलनेने भारतात अधिक लोकशाही विकेंद्रीकरण झाल्याचे दिसून येते.

कोणत्याही लोकशाही व्यवस्थेच्या यशस्वीतेमध्ये तेथील राजकीय पक्षांचे अस्तित्व ही महत्त्वपूर्ण अट असते. किंबहुना राजकीय पक्ष हा संसदीय व्यवस्थेचा गाभा असतो. म्हणूनच असे म्हटले जाते की, ''लोकशाही व्यवस्थेमध्ये गोळी, हिंसा किंवा मारपीट यांची आवश्यकता नसते कारण लोकांना जर सत्ताधिशांना हटवायचे असेल तर त्यासाठी 'मतपत्रिका' हा साधा उपाय त्यांच्या जवळ उपलब्ध असतो.'' यावरून लोकशाहीमध्ये राजकीय पक्षांना लोकमताचे, भावनांचे आणि त्यांच्या आशा-अपेक्षांचे भान ठेवून कार्य करावे लागेल. १९७० च्या दशकानंतर भारतातील सत्तारूढ आणि विरोधी पक्षांनी याकडे वस्तुत: दुर्लक्ष केल्याचे आपणास काही बाबींवरून दिसून येते.

क्षेत्रियता :

भारताच्या राजकारणात प्रांतवादाचे / क्षेत्रियतेचे आगमन १९८० च्या दशकात झाले. १९८३ च्या निवडणुकांमध्ये क्षेत्रियतेवर अधिक भर देऊन प्रादेशिक पक्षांनी सत्ता प्राप्त केली व काँग्रेस आय पक्ष वगळता अन्य राष्ट्रीय व प्रादेशिक पक्षांनी याचे स्वागतच केले. नेहरू युगानंतर भारतात प्रथक संकल्पनेने जोर पकडला आणि प्रादेशिक राजकारणाचे हिंसक रूप भारतीय लोकशाहीत दिसू लागले. नागा तमिळनाडू, पंजाब प्रश्न ही याची उदाहरणे होत.

१९९९ च्या दशकात प्रांतवादाला व्यापक धार आली. महाराष्ट्रात शिवसेना, आंध्रात तेलगू देसम, पंजाबमध्ये अकाली दल, तमिळनाडूत द्रमुक इत्यादी प्रादेशिक पक्ष क्षेत्रीय वादाला प्रोत्साहित करू लागले. १९९६-२००४ या कालखंडात भाजपाने प्रादेशिकतेला व्यावहारिक रूप देत ४ राज्यांची निर्मिती केली. हे वारे इतके जोरात वाहू लागले की आंध्रात 'तेलंगणा' आणि महाराष्ट्रात 'विदर्भ' अशा राज्यांची मागणी होऊ लागली. जी भाषिक पुनर्रचना आयोगाच्या विरोधात होती. मायावतींनी १५ मिनिटांत उ. प्र. चे ४ राज्यांत विभाजन प्रस्तावास मंजुरी दिली. अशा प्रकारे केवळ सत्ता केंद्रित राजकारणासाठी राष्ट्रीय एकतेला वेठीस धरण्याच्या प्रक्रिया भारतीय राजकीय क्षेत्रात घडून येऊ लागल्या. परिणामी राष्ट्रीयतेची जागा प्रादेशिकता घेताना दिसत आहे. याने राष्ट्रीय एकतेच्या अस्तित्वावर प्रश्नचिन्ह उपस्थित केले.

गटबंधनात्मक राजकारण :

भारतासारख्या बहुपक्षीय आणि बहुराजकीय संघराज्यात १९६०-७० च्या दशकात गटबंधनात्मक राजकारणाची सुरुवात झाली. या प्रवाहाने 'मूलभूत राजकीय तत्त्वांना' मागे टाकण्यात महत्त्वाची भूमिका बजावली. भारतीय राजकारणात या प्रवाहाचे आगमन काँग्रेस संदर्भात नकारात्मक प्रतिक्रियेतून झाले. त्याचबरोबर क्षेत्रीय असंतुलन, पक्षांतर्गत गटबाजी, सत्तेत स्थान आणि भारतातील सामाजिक, सांस्कृतिक व आर्थिक भिन्नता

इत्यादी अन्य बाबीही यास कारणीभूत ठरल्या. गटबंधनात्मक राजकारणाचा उदय बहुमताच्या अभावातून झाला.

प्रादेशिक पक्षांचा मुख्य हेतू 'सत्ता प्राप्ती' राहिल्याने सार्वत्रिक निवडणुकात राष्ट्रीय पक्षासमोर विविध प्रश्न निर्माण झाले. शिवाय राष्ट्रीय पक्षासमोर प्रादेशिक पक्ष प्रतिस्पर्धी म्हणून उभे राहिले. पर्यायाने प्रादेशिक पक्षांना सोबत घेऊन राष्ट्रीय-प्रादेशिक राजकारणाची धुरा सांभाळणे राष्ट्रीय पक्षासाठी आवश्यक बनले. त्यातूनच आघाड्यांच्या राजकारणास प्रारंभ झाला. काँग्रेस आणि भाजपा याचे मुख्य बळी ठरले.

राजकीय नेतृत्व-दृष्टिकोन :

लोकशाहीत राजकीय नेतृत्वाचा 'दृष्टिकोन' पक्षांची विचारधारा स्पष्ट करीत असतो. भारतासारख्या बहुपक्षीय देशात राजकीय नेतृत्वामधील दृष्टिकोनात्मक भिन्नतेमुळे लोकशाही मूल्यांची जपणूक ही मूलभूत समस्या ठरली आहे. संविधानाशी एकनिष्ठता असली तरी राजकीय पक्षांचा मुख्य दृष्टिकोन 'सत्ताप्राप्ती' राहिल्याने सत्तेबाहेर राहताना ह्या पक्षांच्या दृष्टिकोनामध्ये वारंवार बदल होताना दिसतात. या बदलांच्या मुळाशी भारतीय समाजरचना हे महत्त्वपूर्ण कारण राहिले आहे. ज्यामुळे राजकीय नेतृत्वाना हितसंबंधात्मक सार्वजनिक हिताऐवजी पक्षीय हित किंवा व्यक्ती हिताला अधिक प्राथमिकता दिली. परिणामी राजकारणामध्ये बुद्धिजीवी मध्यम वर्गाचा लोकशाही राजकारणात अभाव दिसून येतो. पर्यायाने भारतातील राजकीय नेतृत्वांनी बदलत्या परिस्थितीनुरूप आपल्या विचारधारेमध्ये परिवर्तन करण्याऐवजी पारंपरिक सामाजिक - आर्थिक संरचनेला महत्त्व दिले.

दृष्टिकोनाबरोबरच राजकीय नेतृत्वांचे 'चरित्र' लोकशाही राजकारणात अतिशय महत्त्वाचे मानले जाते. स्वातंत्र्योत्तर कालखंडात १९९० च्या दशकानंतर बहुपक्षीय नेतृत्वा- संदर्भात सातत्याने प्रश्नचिन्ह उपस्थित केले जाऊ लागले. याचे 'गुन्हेगारी वर्गाची राजकारणातील सक्रियता' हे महत्त्वाचे कारण मानले जाते. बोहरा समितीने राजकीय अपराधीकरणावर केलेल्या विश्लेषणाने राजकीय नेतृत्वाच्या 'स्वच्छ चरित्र' प्रतिमेवर शंका उपस्थित होतात. यामुळे कोणत्याही राजकीय पक्षाची ओळख विशिष्ट विचारधारे संदर्भात करणे अवघड जाते. याचे मूळ व्यक्ती आणि सत्ता केंद्रित राजकारण हे आहे.

पक्षांतराचे राजकारण :

भारतीय राजकीय व्यवस्थेमध्ये पक्षीय प्रणालीमधील सर्वांत महत्त्वाचा दोष 'दल बदलू नीती' हा दिसून येतो. सैद्धान्तिकदृष्ट्या पक्ष बदल करणे मान्यता प्राप्त होऊ शकते. परंतु सत्तेसाठी वारंवार पक्ष बदल नीती हे लोकशाही विरोधी कार्य ठरते. भारतीय राजकारणात ही कीड व्यापक प्रमाणात पसरत आहे. भारतीय लोकशाहीमध्ये पक्षीय

बदलाच्या राजकारणाने मोठी समस्या निर्माण केली आहे. यासाठी कोणताही नेता किंवा प्रतिनिधी जनतेला विश्वासात घेणे आवश्यक मानत नाही. यासंदर्भात स्वतंत्र पक्षाचे महामंत्री श्री. नारायण दांडेकर यांचे मत लक्षात घेणे आवश्यक ठरते. आपल्या पक्षाची भूमिका स्पष्ट करताना त्यांनी म्हटले की, पक्षांतर दोन प्रकारचे असते. एक सिद्धान्ताधारित आणि दुसरे स्वार्थीभाव, सिद्धान्ताधारित पक्षांतर ही समजण्याजोगी बाब आहे. मात्र परिस्थितीनुसार सत्ताधारी पक्षाकडे जाणे या प्रवृत्तीचा देशाला कोणताही फायदा होत नाही. अशा प्रकारचे पक्षांतर लोकशाहीसाठी हानिकारक असते. पक्षांतर नीतीमुळे मतदात्यांचा विश्वासघात होतो त्याप्रमाणे त्या पक्षाच्या राजकीय वैचारिक सुस्पष्टतेवरही प्रश्नचिन्ह उपस्थित होतात.

थोडक्यात भारतातील लोकशाही व्यवस्थेची जपणूक करण्यासाठी राजकीय पक्षांना निश्चित नीतितत्त्वांचा अवलंब करणे क्रमप्राप्त आहे. बहुपक्षीय राजकीय प्रणालीत प्रत्येक पक्षाची स्वतंत्र विचारधारा असली तरी राष्ट्रीयदृष्ट्या लोकशाही मूल्यांशी हे विचार विसंगत असू नये. राष्ट्रीय तत्त्वांची प्रादेशिकतेशी तुलना न करता प्रादेशिकतेला राष्ट्रीय प्रवाहात आणून विकासाचे सूत्र पुढे आणणे महत्त्वाचे आहे. अर्थात प्रांतिक स्वायतत्ता कायम ठेवण्याच्या अटीवर ही भूमिका सर्वच राजकीय पक्षांची असणे गरजेचे आहे. त्याचबरोबर राष्ट्रीय प्रवाहासाठी आवश्यक आघाड्यांच्या राजकारणात राष्ट्रीय हितसंबंधाना धक्का लागणार नाही आणि प्रादेशिक व राष्ट्रीय असा भेद होणार नाही अशी नवीन राजकीय आघाडीची कल्पना सर्वच राजकीय पक्षांनी स्वीकारणे गरजेचे आहे. हातात हात घालून चालताना व्यक्तिगत स्वार्थासाठी पक्षीय सक्रियतेवर आघात न घालता पक्षीय व राष्ट्रीय हितासाठी व्यक्तिगत साध्याऐवजी सामूहिक साध्यावर लक्ष केंद्रित करून राजकीय पक्षांनी आपली राजकीय सक्रियता विकसित करणे गरजेचे आहे.

संदर्भ ग्रंथ :

(१) हमारे विधायक - सिंह विजेंद्रपाल, रिसर्च पब्लिकेशन, नई दिल्ली.

(२) भारतीय राजनीति का भविष्य - खंडेला मानचंद, अरिहंत पब्लिशिंग हाऊस, जयपूर - २००९.

(३) भारतीय लोकशाही अपेक्षा आणि वास्तव - मरंडे वि. ल.

(४) लोकशाही स्वरूप आणि समस्या - कुंभार नागोराव, प्रबोधन प्रकाशन, लातूर - १९८८.

(५) पक्षांतर बंदी नव्हे? अनियंत्रित नेतेशाहीची नांदी - लिमये मधू, सदाशिव बागाईतकार स्मृतिमाला, अक्षर भांडार, पुणे - १९८५.

(६) भारतीय राज्यघटना, राजकारण (महाराष्ट्राच्या विशेष संदर्भासह) आणि कायदा - प्राचार्य डॉ. बाळ कांबळे, प्राचार्य डॉ. अलीम वकील, प्राचार्य डॉ. पी. डी. देवरे, २०१२, डायमंड प्रकाशन, पुणे.

प्रकरण २४

भारतातील स्वयंसेवी संस्थांपुढील आव्हाने

प्रा. वीरेन्द्र धनशेट्टी

स्वातंत्र्योत्तर भारताच्या जडणघडणीत सरकार, खाजगी क्षेत्र व बिगर शासकीय संस्थांचा समप्रमाणात वाटा आहे. प्रामुख्याने भारताला स्वातंत्र्य मिळाल्यावर विकासाचा कोणता मार्ग स्वीकारावा या प्रश्नाचे उत्तर पं. नेहरूंनी आपल्या संमिश्र अर्थव्यवस्थेच्या पर्यायाने सोडविले. प्रायव्हेट-पब्लिक पार्टनरशीपची ही संकल्पना भारतासारख्या खंडप्राय देशात सर्वार्थाने यशस्वी ठरली असे म्हणावयास वाव आहे.

भारताला स्वातंत्र्य मिळाल्यानंतर सामान्य जनतेच्या शासनाकडून फार मोठ्या अपेक्षा होत्या. स्वराज्यासोबत सुराज्यही लवकरच अवतरेल अशी अपेक्षा होती. तथापि लोककल्याणकारी राज्याच्या संकल्पनेअंतर्गत सर्व प्रश्नांची सोडवणूक करणे शासनाला अशक्य होते. विकासासाठी आवश्यक ती आर्थिक क्षमता व तांत्रिक प्रगतीचा अभाव असल्याने सत्तरीच्या दशकात जनतेत निराशेची भावना प्रकट होऊ लागली.

भारताच्या राजकीय, सामाजिक, आर्थिक जीवनात सत्तरीचे दशक हे अस्वस्थतेचे दशक मानले जाते. अशा असंतोषाच्या वातावरणात संपूर्ण देशात जनवादी चळवळींचे विविध प्रवाह सर्वत्र निर्माण होऊ लागले. प्रामुख्याने यात दलित चळवळी, कामगार चळवळी, शेतकरी आंदोलने तसेच सर्वोदयी, समाजवादी, राष्ट्रसेवा दल, युक्रांदसारखी समाजातील प्रगत गटातील युवकांतून पुढे आलेली चळवळ वा ती ज्या नवनिर्माण आंदोलनाचा भाग होती ती जयप्रकाश नारायणांच्या नेतृत्वाने बिहार, गुजरात, उत्तरप्रदेशातील नवनिर्माण आंदोलन अशी एक जनवादी चळवळींची लाट सर्वत्र अनुभवास आली. अर्थात, स्वातंत्र्योत्तर काळात शासकीय पातळीवरून काहीच कार्य झाले नाही असे म्हणता येणार नाही. कारण, भारत सरकारने १९५१ व १९५२ या वर्षांत अनुक्रमे सामूहिक विकास कार्यक्रम (Community Development Programme) व राष्ट्रीय विस्तार कार्यक्रम (National Extention Programme) यासारख्या महत्त्वाकांक्षी योजना

राबविण्याचा मनोदय दाखविला. परंतु या योजनांना फार मोठे अपयश आले. एकंदरीत या सत्तरीच्या दशकात विकासाच्या प्रक्रियेत जनतेचा सहभाग असावा, विकासाची जबाबदारी ही केवळ शासनाची नाही असेही एक चित्र या काळातच पुढे आले.

या सर्व पार्श्वभूमीवर जनवादी चळवळींतील कार्यकर्त्यांनी स्थानिक पातळीवर रुजून तन-मन-धनाने समर्पित वृत्तीने काही विशिष्ट प्रश्नांवर / समस्यांवर लक्ष केंद्रित करून त्या सोडविण्यावर भर दिला. त्यात प्रामुख्याने बाबा आमटेंचे आनंदवन, राळेगण सिद्धीचे अण्णा हजारे, पनवेल येथील युसूफ मेहेरअली सेंटर, गोपुरी आश्रम - आप्पासाहेब पटवर्धन (कणकवली), पाणीसमिती (देसरडा), हमालपंचायत (बाबा आढाव), श्रमिक सहयोग - ठाणे, सत्यशोधक कम्युनिस्ट पक्ष - धुळे यांसारख्या अनेक स्वयंसेवी संस्था - संघटना / व्यक्तींनी बहुमोल कार्य केले. समाजात परिवर्तनाचा / विकासाचा गाडा पुढे नेण्यात योगदान दिले.

भारतात अस्तित्वात असलेल्या स्वयंसेवी संस्थांचे साधारणत: तीन प्रकार पडतात.

(१) जागतिक बँक, आशियाई विकास बँक, आंतरराष्ट्रीय विकास संस्था अशा विकाससंस्थांशी जोडलेल्या व त्या आधारे काम करणाऱ्या संस्था.

(२) कार्पोरेट स्वयंसेवी संस्था - फोर्ड, मेलिंडा (बील) गेट्स यांसारख्या बहुराष्ट्रीय व मक्तेदारी औद्योगिक समूहांशी जोडलेल्या व प्रामुख्याने त्यांच्या आर्थिक मदतीवर चालणाऱ्या स्वयंसेवी संस्था.

(३) विश्वव्यापी स्वयंसेवी संस्था - ऑक्सफॅम, सेव्ह द चिल्ड्रेन फंड, बँड एड, वर्ल्ड व्हिजन, वॉर ऑन वॉंट, कॅथलिक रिलिफ सर्व्हिसेस, ॲक्शन एड यांसारख्या स्वयंसेवी संस्था.

(४) उपरोक्त तीन प्रकारच्या संस्थांव्यतिरिक्त या साऱ्यांच्या पलीकडे जाऊन परिवर्तनवादी वा पर्यायी व्यवस्थेच्या निर्मितीसाठी काम करणारे गटही आढळतात.

अलीकडील काळात अशा स्वयंसेवी संस्था-संघटनांच्या कार्याबाबत उलटसुलट चर्चा सुरू झाली आहे. साम्यवादी चळवळ दडपून टाकण्यासाठी भांडवली शक्तींनी निर्माण केलेला पर्याय म्हणूनही स्वयंसेवी संस्था-संघटनांवर टीका केली जाते. या संस्था आजच्या समस्याग्रस्त जागतिकीकरणाच्या काळात जनवादी पर्याय पुरवीत आहेत असे भासत असले तरी वास्तवात लोकलढ्यांना न्यायाधारीत समाजरचनेसाठी योग्य अशा राजकीय मार्गापासून विचलित करण्याचा प्रयत्न करीत आहेत अशीही टीका केली जातेय.

आज भारतात विविध समाजगटांबरोबर काम करणाऱ्या उदा. आदिवासी, दलित, शेतमजूर, महिला, असंघटित कामगार, वेश्या, बालकामगार, परित्यक्त्या, अपंग इत्यादींसाठी अनेक स्वयंसेवी संस्था आहेत. या बहुतेक संस्था / संघटना पाणी, वीज, आरोग्य, शिक्षण, शेती, पर्यावरण यापैकी एकेका क्षेत्रात आमूलाग्र परिवर्तनासाठी कार्य

करीत आहेत. या संस्था वंचित लोकसमूहांच्या जीवनात गुणात्मक बदल घडवून आणताहेत ही या संस्थांच्या यशाची बाजू आहे. शाश्वत विकास, मानवी हक्क, पर्यावरणवाद, स्त्रीवाद असे नव्याने उदयास आलेले चर्चाविश्व या संस्थांच्या कार्यात केंद्रस्थानी आहे. आपल्या ज्ञान, प्रशिक्षण, कौशल्यांचा वापर करून दुर्बल घटकांच्या बाजूने समाजजीवनात सकारात्मक हस्तक्षेप करण्यात या संस्था यशस्वी ठरल्या आहेत. पुढील मुद्द्यांच्या आधारे या स्वयंसेवी संस्थांच्या यशाचे मूल्यांकन करता येईल.

(१) शासकीय धोरणांवर प्रभाव टाकून प्रागतिक कायदे अस्तित्वात आणण्यात स्वयंसेवी संस्था यशस्वी ठरल्या आहेत.

(२) मानवी जीवनाच्या विविध क्षेत्रांत पथदर्शक स्वरूपाचे मूलगामी प्रयोग करण्यात या संस्थांना यश आले आहे.

(३) कोणतीही सामाजिक, धार्मिक, आर्थिक समस्या मुळापासून समजून घेऊन बारकाईने अभ्यास करणे, पद्धतीशीरपणे माहिती गोळा करणे, व्यवस्थापकीय कौशल्ये वापरून कामाचा वेग आणि परिणामकारकता वाढविणे, नियमित आणि चोख काम करणे, व्यावसायिक दृष्टी, तंत्रज्ञानाचा सुयोग्य वापर, काटेकोरपणा ही या स्वयंसेवी संस्थांची बलस्थाने आहेत.

उपरोक्त बलस्थानांबरोबरच या स्वयंसेवी संस्थांच्या उणिवाही नजरेआड करता येत नाहीत. स्वयंसेवी संस्थांची कार्यप्रणाली संशयास्पद ठरण्यासाठी पुढील बाबी कारणीभूत ठरल्या.

(१) स्वयंसेवी, संस्थांच्या व्यापक प्रसारामुळे लोकांच्या हक्कासाठी लढणाऱ्या चळवळी, गट यांची मोडतोड झाली. व्यवस्था परिवर्तनाच्या केंद्रस्थानी असणाऱ्या विचारसरणी व कार्यक्रमांना छेद गेला.

(२) समाजात परिवर्तन घडविण्यासाठी काम करणाऱ्या या स्वयंसेवी संस्थांची संस्थात्मक रचना व कार्यपद्धती बऱ्याचदा लोकशाही मूल्ये व रिती यांना डावलणारी आहे. सोबतच त्यांना आर्थिक मदत करणाऱ्या संस्थांच्या मार्गदर्शनानुसारच या स्वयंसेवी संस्थांना काम करावे लागते. त्यामुळे काही वेळा समाजहितास बाधा पोहोचते.

(३) बहुतेक स्वयंसेवी संस्थांचे काम हे स्थानिक लोकसहभागाचे न बनता उपरे, बाहेरचे काम या स्वरूपाचे राहते. या संस्था लोकसहभागाच्या तत्त्वाचा पुरस्कार करीत असल्या तरी प्रत्यक्षात जनतेपासून अलग राहण्यातच त्यांनी स्वारस्य दाखविले आहे. याहीपेक्षा महत्त्वाची बाब म्हणजे पैसा जोपर्यंत पुरविला जातो तोपर्यंतच या स्वयंसेवी संस्था काम करीत राहतात. पैशाचा ओघ थांबला की प्रकल्प / योजना बंद पडतात असा सार्वत्रिक अनुभव आहे.

(४) स्वयंसेवी कार्यकर्त्यांना पगार मिळतो याची जाणीव झाल्याने सामान्य लोकांमध्ये अशा कार्यकर्त्यांप्रति प्रेम, आदर राहिला नाही. परिणामी निधी न स्वीकारताही काम करणाऱ्या कार्यकर्त्यांबद्दलही समाज साशंक नजरेने पाहतो.

(५) समाजात स्वातंत्र्य, समता, बंधुता, न्याय आदी मूल्यांची प्रस्थापना करू पाहणाऱ्या स्वयंसेवी संस्थांच्या कारभारात अपारदर्शकता, उत्तरदायित्वाचा अभाव, व्यक्तिकेंद्री कार्यपद्धती, भ्रष्टाचार, अकार्यक्षमता अशा अनेक अपप्रवृत्ती शिरलेल्या आहेत.

(६) कार्यकर्त्यांच्या राजकीय जाणिवा व वैचारिक प्रगल्भता कमी झाल्याने ज्या समाजव्यवस्थेविरुद्ध व त्यातील प्रतिगामी मूल्यांविरुद्ध संघर्ष करावयाचा असतो तीच मूल्ये अशा संस्थांमध्ये व कार्यकर्त्यांच्या व्यक्तिगत जीवनात शिरल्याचे दिसून येते.

उपरोक्त उणिवा / मर्यादांवर मात करणे स्वयंसेवी संस्थांसाठी नितांत गरजेचे बनले आहे. याहून महत्त्वाचे म्हणजे या सर्व स्वयंसेवी संस्थांमध्ये काही किमान मुद्द्यांवर सामयिक असे व्यासपीठ कायमस्वरूपी निर्माण होणे तातडीने आवश्यक आहे. माहितीचे आदान- प्रदान, मार्गदर्शन तसेच समाजाला योग्य ती दिशा देण्यासाठी हे व्यासपीठ उपयुक्त ठरेल. किंबहुना कार्ल मार्क्स व महात्मा गांधीच्या विचारात अभिप्रेत राज्यविरहित समाजनिर्मितीच्या दिशेने टाकलेले ते पहिले पाऊल असेल.

स्वयंसेवी संस्थांची भविष्यकालीन वाटचाल

(१) पुढील २० ते २५ वर्षांत अर्थरचना, समाजरचना, कुटुंबसंस्था, राजकीय व्यवस्था, संस्कृती यात होणाऱ्या बदलांचा संदर्भ घेत स्वयंसेवी संस्थांच्या कामाची आखणी, उभारणी व परिणामकारकता वाढवावी लागेल.

(२) सर्व स्वयंसेवी संस्थांनी परिवर्तनवादी राजकारणाची व राजकीय शक्तीची आवश्यकता अधोरेखित करून परिवर्तनवादी राजकारणाची व्यापक मांडणी स्वीकारून त्याचा आपल्या कामात अंतर्भाव करणे हेही स्वयंसेवी संस्थांच्या कार्यात समाविष्ट करणे गरजेचे बनले आहे.

(३) स्वयंसेवी संस्थांच्या कार्यकर्त्यांनी आपल्या वेळेचे नियोजन करणे आवश्यक ठरले आहे. सोबतच आपल्या एकूण कार्याचा आकृतीबंध निश्चित करण्याचीही जबाबदारी स्वयंसेवी संस्थांनी पार पाडावी.

(४) स्वयंसेवी संस्थांनी कामाची प्राथमिकता ठरविणे आवश्यक आहे. ज्या कामांसाठी पैसा उपलब्ध होतो ती सर्व कामे हाती घेणे योग्य ठरत नाही. त्याऐवजी कार्यक्षेत्र सीमित ठेवून परिणामकारकपणे कार्य करता येईल.

(५) समाजाच्या संस्थात्मक रचनेत स्वयंसेवी संस्थांची भूमिका महत्त्वाची असल्याने आपल्या कार्यक्षेत्रात या स्वयंसेवी संस्थांनी नव्या संशोधन व विकासप्रक्रियेचा अंगीकार करावा.

(६) स्वयंसेवी संस्थांच्या कामातून समाजाचा फायदा आहे. या प्रकारची जाणीव सर्वत्र विकसित करण्याची आवश्यकता आहे.

(७) स्वयंसेवी संस्थांद्वारे विकासप्रक्रियेची व्यापक समजही (राजकीय, आर्थिक, सामाजिक, सांस्कृतिक, मानसिक, शैक्षणिक, भावनिक) समाजात दृढमूल करणे गरजेचे आहे.

(८) समाजरचना व शासकीय यंत्रणेतील उणिवांवर मात करण्याच्या प्रयत्नांतून स्वयंसेवी संस्थांची निर्मिती झाल्याने त्यांनी तात्कालीन व दूरगामी उपाय निश्चित करावेत.

संदर्भ :

(१) भारतातील व महाराष्ट्रातील स्वयंसेवी संस्थाचे प्रकाशित अहवाल, २०१२.
(२) मानवी विकास अहवाल २०१०, २०११
(३) विकासाचे प्रशासन - प्रा. बंग

२५

नागरीसमाज संकल्पना व वास्तवता

प्रा. व्ही. आर. जाधव

नागरी समाज ही संकल्पना प्राचीन काळापासून अस्तित्वात असली तरी विशेषत: ज्येष्ठ समाजसेवक अण्णा हजारे यांच्या भ्रष्टाचार निर्मूलनाच्या आंदोलनामुळे ती अधिक चर्चेत आली आहे. 'समाज' हा शब्द किंवा संकल्पना ग्रीक विचारवंत ॲरिस्टॉटल यांच्या 'पॉलिटिक्स' या ग्रंथात लॅटिन भाषेत Societal Civils या संकल्पनेतून आलेली आहे. ग्रीक नगरराज्यात राजसत्ता व समाजव्यवस्था यात फरक केला जात नसे कारण यावेळी नागरी समाज हा राजसत्तेत विलीन होता. त्यामुळे त्या काळातील तात्त्विक मांडणी आज उपयुक्त ठरेल असे नाही. कारण त्या काळातही नागरी समाज ही संकल्पना होती असे म्हणता येईल.

मध्ययुगीन काळात धर्मसत्तेचा राजसत्तेवर प्रभाव वाढला त्यामुळे नागरी समाज प्रभावित झाला. त्यामुळे ही कल्पना बराच काळ मागे पडलेली दिसते. त्याऐवजी राजा सार्वभौम आहे ही संकल्पना पुढे आली. राजसत्तेच्या आधाराशिवाय समाजाला पर्याय नाही असेच चित्र पुढे आले. परंतु हॉब्ज, लॉक, रुसो यांच्या सामाजिक करार सिद्धान्तामुळे नागरी समाज संकल्पना पुन्हा जीवित होऊ लागली. सामाजिक करार सिद्धान्तामुळे राज्यावर नियंत्रण ठेवण्याचा किंवा प्रसंगी व्यक्तीचा आविष्कार व स्वातंत्र्याच्या संरक्षणासाठी राज्याला विरोध करण्याच्या अधिकारामुळे ती पुन्हा नव्याने पुढे येऊ लागली व राज्यसंस्थेत नागरी समाज या संकल्पनेचे महत्त्व पुन्हा प्रस्थापित होऊ लागले.

हॉब्जने निसर्गावस्थेत मनुष्य स्वभावाचे वर्णन करताना मनुष्य किती वाईट आहे. त्याला त्या अवस्थेतून बाहेर काढण्यासाठीच सिद्धान्त मांडले. जॉन लॉकने त्यात बदल करून मर्यादित राजसत्ता आणि भक्कम व अधिकारशाही नागरी समाज निर्माण करावा असे सांगण्याचा प्रयत्न केला. जॉन लॉकने दोन करार सांगितले. एका कराराने लोकांनी एकत्र येऊन आम्ही सर्व सत्ता राजाला देऊ शकतो व दुसऱ्या कराराने राजावर

बंधने टाकले. ती अशी की मूलभूत हक्क जीवित, स्वातंत्र्य मालमत्ता हे जनतेकडे बाकी सर्व राजाकडे दिले. यातून असेच स्पष्ट होते की, राज्याची रचना कशी असावी व अधिकार कोणते हे लोक ठरवतील उदा. भारताची राज्यघटना लोकांनी तयार केलेली आहे.

हेगेल व कार्ल मार्क्सने राज्याला सिव्हिल सोसायटी व मार्केटिंग व्यवस्थेशी जोडलेले दिसते. हेगेलच्या मताप्रमाणे नागरी समाजात खाजगी मालमत्ता व्यक्तीचे हक्क व बाजारपेठ यांना महत्त्व असते म्हणून हेगेल राज्य व समाज यांचे विलीनीकरण करतो मात्र ग्रामसी याने नागरी समाज व राज्य वेगळे आहे असे सांगितले. ग्रामसी असे म्हणतो की, राज्यातून समाजाला काही मिळवायचे असेल तर नागरी समाजाने राज्यावर दबाव आणावा विशेषत: पश्चिम आशियातील मुस्लिम राष्ट्रांमध्ये सुरू असलेली हुकुमशाही विरोधातील आंदोलने ही नागरी समाजाचाच प्रभाव असल्याचे दिसते. असे म्हणता येईल, की तेथील नागरी समाज जनतेचे अधिकार व स्वातंत्र्य यावर आधारित लोकशाही प्रस्थापित करण्यात यशस्वी होऊ शकेल, असा विचार करता येईल.

नागरी समाजाच्या उदयाचा विचार करत असताना १९५० नंतर आशिया, आफ्रिका व लॅटिन अमेरिका खंडामध्ये नवीन देशांचा उदय झाला. साम्राज्यवाद संपवून त्या लोकांनी नवीन राष्ट्रे उभी केली. राष्ट्राची उभारणी करत असतानाच या देशांनी वेगवेगळ्या स्वरूपाच्या अर्थव्यवस्थाही स्वीकारल्या, उदा. समाजवादी व्यवस्था, खुली अर्थव्यवस्था फसिझम, मिश्र अर्थव्यवस्था वै. या सर्व अर्थव्यवस्थांमध्ये राज्याची भूमिका काय होती हा प्रश्न पुढे आला. त्यातूनच नागरी समाज व राज्य यात अंतर आहे. नागरी समाज हा राज्यसंस्थेला पर्याय होऊ शकत नाही. कार्ल मार्क्सने असे म्हटले आहे की, राज्यसंस्था दुय्यम आहे. नागरी समाज हा राज्यसंस्थेला आकार देतो. कोणतीही शोषणवादी व्यवस्था अमर राहू शकत नाही. तो म्हणतो नागरी समाज ही संकल्पना भांडवलदारांच्या विकासाबरोबरच आलेली आहे.

१९७०-८० च्या दशकात नागरी समाजाची कल्पना अधिक पुढे आलेली आहे. ग्रामसीच्या विचाराने त्या विचाराला अधिक गती मिळाली. १९५० पासून ते १९७०-८० च्या दरम्यान जगात भांडवलशाही, बळकट व स्थिर झाली. मोठ्या प्रमाणावर तंत्रज्ञानाची प्रगती झाली. भारताचादेखील त्याच गतीने विकास झाला. मात्र त्याच प्रमाणात आर्थिक विषमता वाढत जाऊन अनेक प्रश्न निर्माण झालेले दिसतात. २० व्या शतकाच्या अंतिम टप्प्यात जी उदात्त संकल्पना उदयास आली ती म्हणजे नागरी समाज होय.

नागरी समाजाच्या उद्देशामागील भूमिका दोन प्रकारच्या देशांसाठी सांगता येईल.

(१) अधिकारशाही राजवटीमधून उदारवादी राजवटीकडे संक्रमित होण्यासाठी नागरी समाजाची गरज

(२) उदारमतवादी लोकशाहीत जेथे कमकुवत किंवा दुर्बल आहे ती प्रगल्भ करण्याची भूमिका नागरी समाजाची आहे.

वैशिष्ट्ये :

(१) नागरी समाज हा राज्य व कुटुंब यांच्या दरम्यान असतो.
(२) नागरी समाजाचे सदस्यत्व स्वयंस्फुर्त असते.
(३) नागरी समाज राज्यसंस्थेवर अंकुश ठेवतो.
(४) नागरी समाज लोकशाहीला विस्तारित करतो.
(५) नागरी समाज भांडवलवादी व बाजारकेंद्र अवस्थेमध्ये निर्माण होतो.

अशा प्रकारची वैशिष्ट्ये असणारे नागरी समाज १९८०-९० च्या दशकात उदयास आलेले दिसतात. कारण पाश्चिमात्य राष्ट्रांमध्ये राजकीय व्यवस्था बदलल्या. पक्षीय राजकारण अधिक परिदृढ झाले. लोकांच्या प्रश्नांना उत्तर देण्यास राष्ट्रीय पक्ष अपुरे ठरू लागले. त्यांची क्षमता कमी होताना दिसते म्हणूनच नागरी समाजाने देखील काही महत्त्वाची भूमिका पार पाडणे आवश्यक आहे.

कार्य :

(१) शासन संस्थेवर नियंत्रण ठेवणे.
(२) राजकीय सहभागाची गतिशीलता वाढविणे.
(३) निवडणुकीवर नियंत्रण ठेवणे.
(४) माहितीचे योग्य प्रसारण करणे.
(५) समाजातील हितसंबंध जोपासणे इत्यादी आणि या सर्वांपेक्षा नागरी समाजाचे महत्त्वाचे कार्य म्हणजे लोकशाही संस्थांचे मूल्यमापन करणे.

नागरी समाजाचे मूल्यमापन करावयाचे ठरले १९७०-८० च्या दशकात लॅटिन, अमेरिका, आफ्रिका, आशिया या ठिकाणी लोकशाही प्रक्रिया निर्माण झाल्या आहेत व विकसित होत आहेत. बिगर राजकीय, सामाजिक, आर्थिक, राजकीय चळवळी यंत्रणा निर्माण करीत आहे. ज्या ठिकाणी लष्करशहा, हुकूमशहा होते त्यांना असे म्हणावे लागते की आम्ही निवडणुका घेणार आहोत लोकांची अधिमान्यता मिळविण्यासाठी देखील पोषक वातावरण निर्माण होत आहे. या एकूण वातावरणातून अनेक चळवळी उदयास आल्या आहेत. जागतिकीकरणाच्या प्रक्रियेतून निर्माण होणाऱ्या अनेक प्रश्नांची उत्तरे शोधण्यासाठी नागरी समाज हे कार्य करीत आहे ते देखील महत्त्वाचे ठरत आहे. अर्थात नागरी समाज हा लोकशाही संस्थांना पर्याय होऊ शकत नाही. पण राज्य व समाज यांच्यात परस्पर पूरक संबंध आहे.

भारताच्या संदर्भात जेव्हा नागरी समाजाची स्थिती विचारात घेतली तर नागरी

समाजातून भारत स्वातंत्र्यप्राप्तीपर्यंत वाटचाल करू शकला. तसेच स्वतंत्र झाल्यावर अर्थव्यवस्था कोणती स्वीकारावी हा प्रश्न होता. भारताने मिश्र अर्थव्यवस्था स्वीकारली. पण आज भारतात नागरी समाज, परराष्ट्रीय धोरण, राज्य यांच्यात गोंधळ होत आहे. ही गोंधळाची अवस्था थांबविण्यासाठी समाज, सरकार, राजकीय पक्ष, बिगर राजकीय संघटना या सर्वांनीच आपआपली भूमिका योग्य पद्धतीने पार पाडणे आवश्यक आहे. समाजातील सर्व घटकांना राजकीय शिक्षण देणे तसेच समाजाप्रती आपली कर्तव्यदेखील त्यांना समजली पाहिजेत. लोकशाहीतील लोकांना लोकशाही, लोकमत, समाज, राज्य, राष्ट्र या सर्व गोष्टी ज्ञात होणे आवश्यक आहे. तरच नागरी समाज म्हणून तो आपले कर्तव्य पार पाडू शकतो. कोणतीही व्यवस्था जोपर्यंत स्थिर आहे, तोपर्यंत नागरी समाज शांत राहतो पण व्यवस्था अस्थिर बनली किंवा व्यवस्थेत गोंधळ वाढला. तर नागरी समाजाला पुन्हा नैसर्गिक अधिकारांचा विचार करावा लागतो कारण शेवटी अंतिम सत्ता लोकांची असते म्हणूनच लोकांच्या स्वातंत्र्य, संपत्ती व हक्का विरोधी कोणी कारवाई केल्यास किंवा कोणाच्या कारवाईला प्रतिबंध करण्यास विधिमंडळ अकार्यक्षम ठरले तर लोक त्यांना बदलू शकतात. भारताच्या संदर्भात थोड्याफार प्रमाणात तशी विचार करण्याची वेळ येऊ पाहत आहे. कारण भ्रष्टाचार, राजकीय गोंधळ व त्यातून समाजाची मानसिकता असा विचार करता नागरी समाजाला आपली भूमिका कठोरपणे निभवावीच लागेल असेच म्हणता येईल.

संदर्भ :

(१) राजकीय सिद्धान्त : डॉ. रा. गो. देवगांवकर
(२) राजकीय सिद्धान्त : डॉ. भा. ल. भोळे
(३) राजकीय विचारवंत : डॉ. रा. गो. देवगांवकर
(४) पाश्चात्त्य राजकीय विचारवंत : डॉ. वि. मा. बाचल

२६

भारतीय लोकशाही – राष्ट्रीय सुरक्षेला एक आव्हान : प्रादेशिक वाद

डॉ. बन्सीधर भांगे

प्रस्तावना

भारतीय लोकशाहीला स्वातंत्र्यप्राप्तीपासून अद्यापपर्यंत विविध धोके, आव्हाने यांना सामोरे जावे लागत आहे आणि भारतीय जनतेतील लोकशाही विचारधारा प्रादेशिकवादामुळे बळकट होण्याऐवजी कमकुवत होत आहे. राष्ट्रीय सुरक्षेच्या दृष्टीने हा चिंतेचा विषय होय.

लोकशाही

भारतीय लोकशाहीची संकल्पना व्यापक आणि बहुआयामी स्वरूपाची आहे. यात राजकीय, सामाजिक आणि आर्थिक लोकशाहीचा समावेश केला गेलेला आहे. भारतातील विविध प्रदेश, प्रांत यांना समान न्याय प्राप्त व्हावा, भौगोलिक एकात्मता निर्माण व्हावी, समानतेच्या सिद्धान्तातून आर्थिक विकास व्हावा तसेच लोकशाही व्यवस्थेच्या पूर्वीच्या इतिहासाची पुनरावृत्ती होऊन राष्ट्रीय सुरक्षा धोक्यात येऊ नये यासाठी लोकशाही व्यवस्था स्वीकारली गेली आहे. लोकशाही हे भारताच्या राष्ट्रीय सुरक्षेचे महत्त्वपूर्ण मूल्य बनत चालले आहे.

परंतु भारतातील लोकांच्या सांस्कृतिक, सामाजिक, आर्थिक, वैचारिक विविधतेमुळे प्रादेशिकता ही विचारधारा महत्त्वपूर्ण ठरत असून या प्रादेशिकता विचारधारेने भारतीय लोकशाही व्यवस्थेला एक प्रकारे आव्हानच दिलेले आहे.

प्रादेशिकवाद

भारतावर विविध धर्मांच्या शासनकर्त्यांची आक्रमणे झाली त्यातून त्यांच्या सत्ता

भारतात स्थिरावल्या याचा प्रभाव हा भारतीय राजकीय व्यवस्थेवर झाला. त्यातून विविध विचारधारा पुढे आल्या आणि त्यातून प्रादेशिकवाद हा भारताने लोकशाही व्यवस्था स्वीकारली असता कायम आहे, यांचा भारताच्या अंतर्गत राष्ट्रीय सुरक्षेवर परिणाम होतो.

प्रादेशिक भाषावाद

भारत बहुभाषिक राष्ट्र असल्याने स्वप्रादेशिक भाषा बोलण्यास प्राधान्य देण्यात आलेले आहे. १९८१ च्या जनगणनेनुसार भारतात १६५२ बोली भाषा आहेत. उत्तर भारतात मोठा हिंदी भाषिक वर्ग असल्याने तिला राष्ट्रीय भाषा मान्यता देण्यात आली आहे. घटनेतील ३४३ व ३४४ कलमानुसार १७ भाषांना मान्यता देण्यात आली तसेच ३४५ कलमानुसार त्यांना प्रादेशिक भाषा व ३४८ व ३४९ कलमानुसार न्यायालयीन भाषा म्हणून त्यांना मान्यता देण्यात आली. हिंदी भाषेला राष्ट्रभाषेचा दर्जा देण्यात आल्यानंतर १९६८ दक्षिणीय राज्याकडून हिंदी भाषास विरोध हा प्रारंभ झाला. आज देखील हा विरोध कायम आहे. हा सांस्कृतिक, सामाजिक, वैचारिक दृष्टिकोनातून भारतीय लोकशाही, राष्ट्रीय एकात्मतेसाठी मोठे आव्हान होय.

प्रादेशिक आर्थिक विषमतेतून वाद

भारतातील भौगोलिक विविधता व असमान नैसर्गिक साधन संपत्तीची विभागणी यातून प्रादेशिकवाद हे भारतीय लोकशाहीसमोर धोके ठरू पाहत आहेत. आंध्रप्रदेशातील तेलगंणा राज्य निर्मितीचा मुद्दा हा या धोक्याचे महत्त्वपूर्ण उदाहरण म्हणून पाहता येईल. तेलगंणा, अदिलाबाद, नेलगोंडा, वारंगळ, खम्मम, निजामाबाद, सिंकदरबाद, हैद्राबाद, करीम नगर, कामारेड्डी, महेबुब नगर आदी जिल्ह्यांतर्गत तेलंगणा राज्याची मागणी तेलगंणा पार्टीकडून होत आहे. यासाठी राष्ट्रीय दळणवळणाच्या मार्गाचा आंदोलनासाठी वापर होत आहे. एवढेच नव्हे तर अनेक तेलगंणा समर्थक आत्महत्या करीत आहेत. परंतु तेलगंणा राज्यासाठी आंध्रप्रदेशातील सरकार सकारात्मक नाही. यावरून आंध्रात हिंसा होत आहे. उस्मानिया विद्यापीठ तर तेलगंणा राज्याच्या चळवळीचे केंद्र बनले असून आंध्रातील नक्षलवादी गटांनी तेलगंणा राज्य निर्मितीसाठी पाठिंबा दिला आहे. ही परिस्थिती प्रादेशिक आर्थिक विषमतेतून राष्ट्रीय लोकशाही समोरील उद्‌भवलेली आव्हाने स्पष्ट करते.

प्रादेशिक राजकीय विषमता

भारताला स्वातंत्र्य प्राप्त झाल्यानंतर भारतात विलीनीकरण न करता अनेक संस्थाने ही आपली स्वतंत्र ओळख ठेवू इच्छित होते. परंतु जन आंदोलने व भारत शासनाची ठाम भूमिका यामुळे या संस्थानाचे विलिनीकरण हे भारतात झाले. उदा. हैद्राबादची निजामशाही,

काँग्रेस पक्षाशिवाय प्रादेशिकता जोपासण्यासाठी अनेक नवीन पक्ष संघटना उदयास आल्या त्यात तमिळनाडूतील डीएमके, एआयएडीएमके, आंध्रात तेलगू देसम, कर्नाटकात जनता दल, आसाममध्ये आसाम गण परिषद, पंजाबमधील अकालीदल, काश्मीर मधील नॅशनल कॉन्फरन्स, पीडीपी, तसेच नागालँड मुक्ती आघाडी, गुरखा आघाडी, मोझो राष्ट्रीय आघाडी, ओरिसातील बीजू जनता दल आदी पक्षाचा प्रादेशिक स्तरावर समावेश होतो. अशी ही प्रादेशिक पक्षांशी संबंधित राज्ये ही भारतीय लोकशाही आणि राष्ट्रीय सुरक्षेशी संबंधित आहेत. हे प्रादेशिक पक्ष स्वतःच्या राज्याच्या फायद्यासाठी केंद्र सरकारवर दबाव निर्माण करतात वाजपेयी सरकारमधील महत्त्वपूर्ण घटक पक्ष तेलगू देसम-चंद्राबाबु नायडू यांनी सातत्याने आंध्रासाठी मोठ्या प्रमाणावर आर्थिक पॅकेज प्राप्त केले. तसेच सध्या ममता बॅनर्जीचा तृणमूल काँग्रेस पक्षदेखील सत्ताधारी काँग्रेस पक्षाची डोकेदुखी ठरत आहे. म्हणजेच प्रादेशिक राजकीय विषमता ही भारतीय लोकशाहीला तर आव्हान ठरत आहे. परंतु राजकीय स्थैर्य केंद्र सरकारी निर्णय क्षमतेला असुरक्षित बनवत आहे हे मात्र खरे आहे.

प्रादेशिकवादातून उद्भवलेल्या समस्या

नक्षलवाद

अत्याचारित जमीनदार वर्ग, स्थानिक प्रशासन, प्रादेशिक विविधतेमुळे सत्ताधारी पक्षाकडून वर्गाकडून दुर्लक्षित अत्याचारग्रस्तांनी व असुरक्षित आदिवाशी यांनी नक्षलवाद चळवळ ही सुरू केली. ही चळवळ पश्चिम बंगाल राज्यातून प्रारंभ झाली व वेगाने इतर राज्यात देखील पसरली. आंध्रप्रदेशातील खम्मम, वरंगळ, अदिलाबाद, निजामाबाद, करीम नगर, नेलगोंडा व पूर्व गोदावरी जिल्ह्यात तर मध्यप्रदेशामधील बस्तर जिल्ह्यात, महाराष्ट्रात गोंदिया, गडचिरोली व चंद्रपूर या जंगल पहाडयुक्त आदिवासी जिल्ह्यात फैलावली. आज २०० पेक्षा अधिक जिल्ह्यात ही चळवळ व्याप्त आहे. ही चळवळ एक प्रकारे प्रादेशिकवादास खतपाणी घालते म्हणजेच नक्षलग्रस्त क्षेत्रात लोकशाही व्यवस्था, सरकारी हस्तक्षेप, कार्यक्रम सुधारणा, विकास आदींना विरोध होय. भारताचे पंतप्रधान मनमोहन सिंग आणि गृहमंत्री पी. चिदंबरम यांनी आपल्या भाषणात स्पष्ट केले की, नक्षलवाद चळवळी ह्या राष्ट्रीय स्थैर्यास धोका उत्पन्न करीत आहेत.

पंजाब समस्या

प्रादेशिकतेतून विकास मागणीतून स्वतंत्र खलिस्तान निर्मितीचा जोर पंजाब राज्यात होऊ लागला. ह्यातून पंजाबात बब्बर-ए-खालसा अशा अनेक संघटना उदयास आल्या यातून दहशतवादी कार्यवाह्य होऊ लागल्या. यास पाकिस्तान पुरस्कृत आय. एस. आय. गुप्तचर संस्थेने मदत करून पंजाबमधील प्रादेशिकवादास उत्तेजन दिले याचा परिणाम

म्हणजेच अमृतसरमधील सुवर्ण मंदिर देखील या कार्यवाहीपासून सुरक्षित राहू शकले नाही याचा परिणाम म्हणजेच पंतप्रधान इंदिरा गांधी व जनरल वैद्य यांनी ब्लु स्टार ऑपरेशन राबवून सुवर्ण मंदिरातील दहशतवाद्यांना कंठस्नान घालण्यात आले. याचा दीर्घकालीन परिणाम म्हणजेच प्रादेशिकवादाच्या पार्श्वभूमीवर पंतप्रधान श्रीमती इंदिरा गांधीची झालेली हत्या होय. यातून स्पष्ट होते की प्रादेशिकवाद पार्श्वभूमीवर देशातील केंद्रीय नेतृत्वाचा बळी जातो म्हणजेच प्रादेशिकवाद हा भारतीय लोकशाहीला हिंसक धोका आहे असे म्हणता येईल.

जम्मू-काश्मीर समस्या

राष्ट्रीय प्रवाहात आणण्यासाठी जम्मू-काश्मीरमधील जनतेसाठी केंद्र सरकार विविध प्रकारचे आर्थिक साह्य जम्मू-काश्मीरला करत आहे. विशेषत: ३७० व्या कलमाने जम्मू-काश्मीरचा वेगळेपणा राखण्याचा प्रयत्न देखील केंद्र सरकारकडून होत आहे. परंतु स्थानिक नागरिक हे दहशतवादी कार्यवाहीशी पूर्णत: नकारात्मक भूमिका घेत नाही. तसेच स्थानिक संघटना दहशतवादी गट पाक पुरस्कृत लष्कर-ए-तोयबा, हरकत-उल-मुल्लाद्दीन, जैश-ए-महंमद आदी कार्यरत असल्याने स्थानिक जनजीवन यांनी वळून काढलेले आहे. एवढेच नव्हे तर जम्मू-काश्मीर मधील होणारी मानवी हानी हा प्रादेशिकवादातून चिंतेचा विषय होय.

तक्ता क्र. १

सन २००१ ते २००९ कालखंडात जम्मू काश्मीरमध्ये झालेली मानवी हानी.

वर्ष	नागरिक	सुरक्षादले	दहशतवादी	एकूण
२००१	१०६७	५९०	२८५०	४५०७
२००२	८३९	७६९	१४१७	३०२५
२००३	६५८	३३८	१५४६	२५४२
२००४	५३४	३२५	९५१	१८१०
२००५	५२०	२१६	९९६	१७३२
२००६	३४९	१६८	५९९	१११६
२००७	१६४	१२१	४९२	७७७
२००८	६९	९०	३८२	५४१
२००९	५५	७८	२४४	३७७

उगमस्थान - साऊथ एशिया टेरीटेरीच्या पोर्टअल डाटाबेस

वरील विश्लेषणावरून स्पष्ट होते की, जम्मू काश्मीरमधील प्रादेशिकवादामुळे जम्मू काश्मीरमधील जीवनप्रणाली क्षतिग्रस्त झालेली आहे. हे आपणास मान्य करावे लागते. १९९० च्या दशकाच्या शेवटी देशाच्या इतर राज्यात दहशतवादी कार्यवाह्यात वाढ झालेली आहे. म्हणजेच प्रादेशिकवाद हा हिंस्र, अमानवी कार्यवाह्यांचे देखील उगमस्थान आहे हे मात्र नक्कीच.

ईशान्य भारत

ईशान्य भारतातील राज्य ही कमी लोकसंख्यायुक्त पहाडे, जंगलांनी व्याप्त असल्याने आसाम, नागालँड, मिझोराम, मणीपूर, मेघालय, त्रिपुरा आणि अरुणाचल प्रदेश यांचा विकास हा भारत सरकारकडून अपेक्षित होऊ शकला नाही. यामुळे या भागातील दारिद्र्य, बेरोजगारी, मागासलेपणा यातून येथे प्रादेशिक विद्रोह हा झाला. या विद्रोह संघटना नॅशनल सोशॅलिस्ट कौन्सिल ऑफ नागालँड, युनायटेड लिबरेशन फ्रंट ऑफ आसाम, बोडो, त्रिपुरा नॅशनल लिबरेशन फ्रंट या संघटनाचा बंदोबस्त करण्यासाठी भारत सरकारने लष्करी बळाचा वापर केला तरी अद्याप ईशान्य भारताची परिस्थिती सुधारलेली नाही.

महाराष्ट्र - कर्नाटक - बेळगाववाद

भाषिक तत्त्वावर राज्यनिर्मितीत महाराष्ट्राशी संलग्नीत भाषा-मराठी-बोली-बेळगाव, कारवार निपाणीसोबत ४०० गावे कर्नाटकातील महाराष्ट्रात विलीनीकरण व्हावे यासाठी सन १९६९ पासून महाराष्ट्र एकीकरण समिती संघर्ष करत आहे. परंतु कर्नाटक देखील या भागावर आपला कायम हक्क दाखवत असल्याने महाराष्ट्र-कर्नाटक राज्यातील सीमावर्ती भागातील परिस्थिती अनेकदा संवेदनशील होते. दोन्ही राज्यासंबंधित पक्ष भडकपद्धतीने आपली भूमिका मांडतात हे प्रादेशिकवाद राष्ट्रीय सुरक्षा, लोकशाहीच्या दृष्टीने चिंतेची बाब होय.

प्रादेशिकवाद व राज्यस्तरीय पक्षाची भूमिका

प्रादेशिकवाद हे भारतातील विविधता, बोलीभाषा, आर्थिक विषमता तसेच राजकीय पक्षाची स्थानिक पातळीवरील नेतृत्व करण्याच्या भूमिकेतून देखील उद्‌भवलेले आहेत याकडे कानाडोळा करून चालणार नाही. लोकशाहीतील सत्तेसाठी जादूई आकडा यामुळे तर केंद्र सरकार मधील प्रादेशिक पक्षाचे महत्त्व वाढत आहे. उदा. सध्या तृणमूल काँग्रेस पक्ष हे पक्ष राष्ट्रीय हित लोकशाहीला महत्त्व देण्याऐवजी प्रादेशिकतेला महत्त्व देत आहेत हा एक भारतीय लोकशाहीच्या दृष्टीने चिंतेचा विषय आहे.

उपाय योजना

- केंद्र सरकारकडून मागास भागासाठी, राज्यासाठी दिलेली विकासाची आश्वासने पाळणे हे आवश्यक होय.
- हिंसक आंदोलनालाच फक्त शासन प्रतिसाद देते, लोकशाही मार्गाने केलेल्या अहिंसक आंदोलनाचा शासनावर काही परिणाम होत नाही ही लोकांची भावना बदलणे गरजेचे आहे.
- राष्ट्रीय एकात्मतेची भावना देशातील नागरिकांत जागणे आवश्यक होय.
- पंतप्रधान राजीव गांधीच्या कालखंडापासून भारतीय लोकशाहीत प्रादेशिक पातळीवर निवडणुकीत प्रादेशिक पक्षांना मोठ्या प्रमाणावर यश प्राप्त होऊ लागले. यांचा परिणाम म्हणजेच प्रादेशिक अस्मितेला महत्त्व प्राप्त झाले याचा परिणाम म्हणजेच नरसिंहराव, गुजराल, चंद्रशेखर, देवगौडा यांची शासने ही अल्पजीवी ठरली. या पार्श्वभूमीवर राष्ट्रीय पक्षाचे नेतृत्व हे प्रभावशाली असणे आवश्यक होय.
- राष्ट्रीय पक्ष काँग्रेस अथवा भाजप असो या पक्षांना देशातील सर्व राज्यात आपले कार्यक्षेत्र पक्षाचे जाळे वाढविण्यास अपयश आलेले दिसून येते. याचा परिणाम म्हणजेच प्रादेशिकवादाला मिळणारे उत्तेजन होय.
- प्रादेशिक विकासातील असमतोल ही पार्श्वभूमी लक्षात घेऊन सरकारने हा प्रादेशिक विकासात समतोल साधला तर प्रादेशिक पक्षाचे महत्त्व हे कमी होईल
- राष्ट्रीय सुरक्षेचे महत्त्व सामान्य लोकांपर्यंत पोहचणे आवश्यक आहे.
- भारतीय लोकशाहीपुढे सर्वात ज्वलंत धोका हा प्रादेशिक वादाचा आहे. त्यामुळे प्रादेशिकता भारतीय लोकांतील दूरत्व निर्माण करण्याऐवजी प्रादेशिकतेतून जवळीकता साधता येईल. यासाठी जागृतता नागरिकांत निर्माण होणे ही भविष्याची गरज आहे.

संदर्भ :

(१) झुंज दहशतवादाशी - काश्मीर एक अभ्यास - शरदचंद्र गोखले.
(२) भारताची अंतर्गत सुरक्षा - चौधरी ए. पी.
(३) राष्ट्रीय सुरक्षा - सिंह राजवीर.
(४) Terrorism World Undersiage - S.K.Ghosh.
(५) Pakisanes first, Network of terror in India - S.K. Ghosh.

२७

लोकशाही आणि जनतेची राजकारणातील उदासीनता

डॉ. सुनिल शिंदे

स्वातंत्र्यप्राप्तीच्या वेळी एक राष्ट्र म्हणून जी स्वप्ने आम्ही रंगवली होती. त्यांचा आज भंग झाला आहे. परकीय राज्यकर्ते या देशातून गेले म्हणजे सारे अलबेल होईल. स्वराज्याचे अल्पावधीतच सुराज्य होईल. जनतेच्या हाती सार्वभौम सत्ता येईल. राज्यांत प्रत्येक व्यक्तीला काम असेल, शिक्षण मिळेल, आपल्या अंगच्या सर्व सुप्त क्षमतांचा विकास करायला वाव मिळेल अशा उंचावलेल्या अपेक्षा घेऊन स्वातंत्र्याचे पदार्पण या भूमीवर झाले होते. याच ध्येयवादाचा मूर्तिमंत आविष्कार म्हणजे भारताचे संविधान होय! लोकशाही, धर्मनिरपेक्षता व सामाजिक न्याय या मूलतत्त्वांवर त्याची उभारणी झाली. रक्ताचा थेंब न सांडता या देशात आमूलाग्र सामाजिक परिवर्तन घडवून आणणारी राज्यप्रणाली या संविधानातून अंमलात येत असल्याचे डॉ. आंबेडकरांनी संविधान सभेत सांगितले. त्यामुळे साहजिकच असा प्रश्न पडतो की, असा आशादायक प्रारंभ झालेल्या या वाटचालीला उलटी दिशा नेमकी का आणि कशी मिळाली ? आज देशात संसदीय संस्थांची बरीच पडझड झाली. संसदीय कामकाजाचे सर्व संकेत झुगारून दिले जात असून विधिमंडळाच्या व्यासपीठांना दंगलीचे आखाडे बनवून टाकले आहे. आपापल्या जागांवर उभे राहून व सभागृहांची शिस्त सांभाळून अभ्यासपूर्ण चर्चा करण्याऐवजी सभापतींच्या आसनासमोरची रिकामी जागा हेच आमच्या प्रतिनिधींनी आपले कार्यक्षेत्र केले आहे. ताळतंत्र सोडून त्यांनी केलेल्या माकडचेष्टा दूरदर्शनवरून आपण प्रत्यक्ष पाहतो आहोत. विधिमंडळातील चर्चांचा दर्जा नुसताच खालावला नसून तेथील चर्चा जवळपास पूर्णच थांबली आहे. वाद-प्रतिवादाची जागा आता आरोप-प्रत्यारोप यांनी घेतली आहे. कार्यपालिकेत खालपासून वरपर्यंत भ्रष्टाचार, अकार्यक्षमता, दप्तरदिरंगाई यांना ऊत आला आहे. न्याय व्यवस्थेचा अनादर करण्यात राजकीय पुरुषार्थ मानला जाऊ लागला आहे.

'राजकारणाचे गुन्हेगारीकरण' हा टप्पा कधीच ओलांडून 'गुन्हेगारांचे राजकारण'

देशात जोमाने सुरू झाले आहे. पूर्वी राजकारणात साहित्यिक, समाजसेवक, वकील-प्राध्यापक असे लोक बरेच दिसायचे आज बिल्डर-स्मगलर-गुन्हेगार यांचे प्रमाण वाढते आहे. निवडणुकींच्या माध्यमातून सत्तेवर आलेल्या पक्षाचे प्रमुखही आपला संविधानावर आणि संविधानाने निर्माण केलेल्या न्यायसंस्थेवर विश्वास नसल्याचे राजरोसपणे जाहीर करतात.

असा हा नवा राज्यकर्ता वर्ग आपल्या स्वतंत्र सार्वभौम गणराज्याचा भक्षक आहे. तो लोकशाहीचा शत्रू आहे, संविधान व कायदा यांच्याशी त्याचा छत्तीसचा आकडा आहे. सामाजिक, आर्थिक परिवर्तनाशी त्याला काहीही देणेघेणे नाही.

समाजातील सर्वात शेवटच्या माणसाच्या गरजा विचारात घेऊन येथील राजकारण, समाजकारण, अर्थकारण, शिक्षण वगैरे क्षेत्रांतील निर्णय घ्यावेत, या गांधीच्या शिकवणुकींची आपण उपेक्षा केली. याचे दुष्परिणाम आपण आज भोगत आहोत. राष्ट्राला आजच्या या कोंडीतून बाहेर पडता येईल का ? आणि त्याला कोण सोडवू शकेल ? या प्रश्नांचा विचार करावा लागेल. कोणी अवतारी महापुरुष, विचारवंत, प्रशासक, पत्रकार वा न्यायमूर्ती नव्हे, तर सामान्य भारतीय नागरिकच देशाला तारील हे स्पष्ट आहे. भ्रष्टाचार, अकार्यक्षमता, ठोकशाही प्रवृत्ती, दहशत, दंडेली, जमातवाद या आणि अशा इतरही अरिष्टांपासून बचावण्याचा रामबाण मार्ग म्हणजे जनमानस त्यांच्या विरोधात उभे करणे हाच असू शकतो.

भारताला लोकशाहीवाचून दुसरा तरणोपाय नाही. याची खुणगाठ सामान्य नागरिकांना पटू लागली आहे. धनिकांना धनाचा, तज्ज्ञांना नैपुण्याचा, बलदंडांना बळाचा, तर सत्ताधारकांना सत्तेचा आधार असतो. जनसामान्यांपाशी यातले काहीच नसते, पण लोकशाहीने त्यांना बहाल केलेली ताकद या सर्वांना भारी असते. कळत-नकळत या देशातल्या सामान्य मतदारांनीच येथील लोकशाहीचा गाडा इथंपर्यंत खेचत आणला असून त्यांना आत्मक्षमतेचा उत्तरोत्तर प्रत्ययही आला आहे. पिण्याच्या पाण्यापासून प्राथमिक शिक्षण, आरोग्य, रोजगार, सामाजिक न्याय यापैकी कोणतीच गोष्ट कोणाच्या मेहेरबानीतून मिळणार नाही, तर लोकशाही प्रक्रियेमध्ये सातत्यपूर्ण डोळस व क्रियाशील सहभाग दाखवूनच ती आपण मिळवू शकतो. असा आत्मविश्वास त्यांच्यात निर्माण झाला आहे. देशात राज्यपातळीवर व केंद्रपातळीवर जेवढी म्हणून परिवर्तने, सत्तांतरे झाली. ती सगळी मतदारांच्या जागरुकतेमुळे, सहभागामुळे मतपेटीच्या माध्यमातून घडून आली आहेत.

परंतु आज आमचा ज्ञानी, गुणी मतदार पंतप्रधानापासून ते सरपंचापर्यंत कोणाच काय चुकलं आणि कोणी काय करायला हवं होतं याचं उत्तम विश्लेषण करताना दिसतो. पण तोच मतदानाच्या दिवशी झोपलेला असतो आणि जे कोणी ठरल्याप्रमाणे मतदान करतात. त्या सर्वांना लोकशाही प्रक्रियेशी फारसं सोयरसुतक नसतं किंवा त्यांचं स्वत:चं

मत स्वत:च राहिलच नसतं. म्हणजेच थोडक्यात भारतामध्ये मत नसणारी मत देतात आणि मत असणारी मत देत नाहीत. त्यामुळे दिवसेंदिवस सुजाण नागरिकांचा निवडणुकांवरील विश्वास उडत चालला आहे. जवळपास पन्नास टक्के मतदारांना मतदानाबद्दल आस्था नाही. ते कधी मतदान करत नाहीत. सव्वाशे कोटींच्या भारतात फक्त ३२ कोटीच म्हणजे २५ ते २६ टक्के लोकच मतदान करतात आणि जे करतात त्याचे स्वरूप जत्रेला जसे हौसे, नवसे-गवसे यांचीच गर्दी खऱ्या भक्तांपेक्षा अधिक असते तसाच प्रकार या निवडणुकांबाबत आहे. काही काम नाही आणि मिरवता येत म्हणून मिरवणारे हौसे, काही स्वार्थ मनात ठेवून उमेदवारांची हांजी हांजी करणारे नवसे व उमेदवारांच्या संगतीने आपल्याला काही मिळते का, हे पाहणारे गवसे, यांचीच भरती आजच्या निवडणुकांतून दिसून येते. त्यामुळे निवडणुकीला शासकीय गांभीर्य न राहता जत्रेचे स्वरूप प्राप्त झाले आहे. वास्तविक निवडणूक प्रणाली एक अत्यंत महत्त्वाची घटना आहे. त्यामुळे त्याकडे ज्या गांभीर्याने पाहावयास हवे, ते गांभीर्य आज राहिलेले दिसत नाही. अर्थात त्याला निवडणूकप्रणालीही काही अंशी जबाबदार आहे. आज मतदारांच्या उदासीनतेचे मूळ निवडणूकप्रणालीतील दोषात आहे. उदा. मतदारसंघाची रचना, मतदारांची पात्रता, निवडणूक प्रक्रिया, पोट निवडणुका, निवडणुकीवरील खर्च इत्यादी.

मतदारसंघ :

मतदारसंघाची रचना सदोष आहे. उदा. १९९१ च्या लोकसभा निवडणुकीत ठाणे मतदारसंघात १७ लाख ४४ हजार ५९२ मतदार होते. तर लक्षदीपमधील ३० हजार मतदार संख्या असलेल्या मतदारसंघाचे प्रतिनिधित्व करणारे पी. एम. सय्यद आणि १७ लाखाहून जास्त मतदारांचे प्रतिनिधित्व करणारे राम कापसे यांचा लोकप्रतिनिधी म्हणून दर्जा समान समजला जातो हे अयोग्य वाटते.

उमेदवाराची पात्रता :

आज समाजातील तळागाळापर्यंत शिक्षण पोहोचल्यानंतरही निवडणुकांमधील उमेदवारास कोणतीही शैक्षणिक पात्रता नसावी ? वा उमेदवार निवडताना तो सुशिक्षित आहे, की नाही हे पाहिले जाऊ नये.

आज सातवी पास अगर तेवढेही न शिकलेला नागरिक नगरसेवक, महापौर, आमदार, खासदार म्हणून निवडून येतो व आपल्यापेक्षा उच्चशिक्षित अशा आयुक्तांसारख्या अधिकारी मंडळीवरही अधिकार गाजवतो या विरोधाभासामुळे आज सर्वसामान्य नागरिकांना निवडणुकींबद्दल निश्चितच तिटकारा वाटतो आहे. एकीकडे आपण नेहमी म्हणत असतो की, आपण विज्ञानाची कास धरली पाहिजे आणि प्रगती केली पाहिजे.

दुसरीकडे मात्र देश चालकांना कोणतीच शैक्षणिक पात्रता ठेवलेली नाही. जोपर्यंत उमेदवारांबद्दल मतदारांना आस्था वाटणार नाही तोपर्यंत मतदानाच्या प्रमाणात वाढ होणार नाही. उलट मतदारांत अनास्था वाढतच जाणार.

पोटनिवडणूक :

खासदार, आमदार, नगरसेवक कोणीही राजीनामा दिला, पक्ष बदलला किंवा त्यांचे निधन झाले तर पोटनिवडणूक घेण्यात येते. अनेकवेळा नगरसेवक, आमदार, खासदार म्हणून निवडून आलेली मंडळी आपल्या पक्षातील एखाद्या महत्त्वाच्या व्यक्तीसाठी आपल्या मूळच्या पदाचा राजीनामा देतात. प्रत्येक निवडणुकीसाठी अगोदरच अब्जावधी रुपये खर्च होतात. असे असताना पुन्हा पोटनिवडणुका घेऊन त्यात भर घालणे हे चुकीचे तंत्र आहे. या निवडणुकीसाठी प्रशासकीय कर्मचाऱ्यांना आपले मूळ काम सोडून या निवडणूक प्रक्रियेकडे लक्ष द्यावे लागते. पोटनिवडणुका म्हणजे काळ, वेळ, अर्थ या साऱ्यांचाच अपव्यय आहे. तसेच मुदतपूर्व निवडणुकांमुळे सरकारच्या चालू असलेल्या योजनांना खीळ बसते. योजना रखडल्या जातात. याचा परिणाम देशाच्या अर्थव्यवस्थेवर होतो. म्हणून पोट निवडणूक किंवा मुदतपूर्व निवडणुका होणे ही सुद्धा निवडणूक प्रक्रियेतील त्रुटी होय.

मतदारसंघ बदलणे :

अनेक उमेदवार आपल्या मतदारसंघासह दुसऱ्या दोन-दोन, तीन-तीन मतदारसंघात उमेदवार म्हणून उभे राहतात. अशी ज्यादा निवडणूक लढविणे म्हणजे परत नव्या निवडणुकांना आमंत्रणच अशा प्रकारे मतदारसंघ बदलणे किंवा अनेक ठिकाणांहून उमेदवारी करणे ही पण निवडणूक प्रक्रियेतील महत्त्वाची त्रुटी होय.

पक्षांतर :

उमेदवार एकदा निवडून आल्यानंतर आपल्या मतदारांशी प्रतारणा करीत एका पक्षातून दुसऱ्या पक्षात प्रवेश करीत असतात. आपल्या मनाप्रमाणे पक्ष बदलत राहतात. त्यामुळे पक्ष पाहून मते देणाऱ्या मतदारांची फसवणूक होत असते. त्याचप्रमाणे पक्षांतरामुळे बऱ्याचदा सरकार चालविण्यास पक्ष असमर्थ ठरतो. म्हणूनच पक्षांतर हा आजच्या निवडणूकप्रणालीतील मोठा दोष आहे.

निवडणूक खर्च :

निवडणूक म्हटली की, प्रचारासाठी बेसुमार खर्च असे एक समीकरण झाले आहे. त्यामुळे आर्थिकदृष्ट्या कमकुवत असणाऱ्यांचा निवडणूक हा प्रांत आपला नाही असा

समज झालेला आहे. आज छुप्या मार्गांनी मतदारांना लालूच दाखविण्यासाठी वस्तूंच्या रूपाने किंवा पैसा नोट देऊन व्होट खरेदी करणे हा आजच्या निवडणूक प्रणालीतील मोठा दोष आहे.

विरोधक :

मत देत असलेल्या उमेदवारांनी आपल्यासाठी, समाजासाठी, प्रांतासाठी या देशासाठी इतर सभासदांसमवेत एकत्र बसून विधायक कामे करावीत. परंतु आज विरोधक विरोध करताना फक्त विरोधासाठी विरोध किंवा आपण विरोधकच आहोत. या भावनेपोटी विरोध करतात. यामुळे देशाची आर्थिक व सामाजिक घडी विस्कटली जाते. विरोध जरूर नोंदवावा. पण तो सरकार पाडण्यासाठी नव्हे तर फक्त चुकीच्या पद्धती थांबविण्यासाठी असावा. त्यांनी देश आणि समाज हिताच्या दृष्टीने शासन चालविण्यास मदत केली पाहिजे.

नियमांचे सिंहावलोकन :

आज असे दिसून येते की, राज्यकर्ते निवडणूक प्रणालीत कधीही, कसेही बदल करतात. उदा. नगरपालिका किंवा महानगरपालिका निवडणुकीस लागू झालेली प्रभाग पद्धती काही वर्षांपूर्वी सुरू करण्यात आली होती आणि आज ती पुन्हा का रद्द करण्यात आली, नगराध्यक्षांची निवड प्रत्यक्ष जनतेकडून करणे तर कधी अप्रत्यक्ष नगरसेवकांमार्फत करणे. यामुळे निवडणुकीच्या नियमांबाबत सामान्य मतदार गोंधळलेला दिसतो. निवडणुकी संबंधीचे नियम करणे, ते परत रद्द करणे, सोयीप्रमाणे नियम बदलणे म्हणजे निवडणूक पद्धतीचे नियमित सिंहावलोकन होत नाही.

जनतेचे राजकारणातील उदासीनता दूर करण्यासाठी निवडणूकप्रणालीतील काही दोष दूर करून उपाय सुचवता येतील.

मतदारसंघ :

मतदारसंघाची रचना व्यवस्थित करण्यात यावी म्हणजे मतदारांच्या संख्येत समानता असावी, तसेच मतदारसंघ छोटे असावेत तरच योग्य उमेदवाराची निवड करणे शक्य होईल.

उमेदवाराची पात्रता :

मतदारांच्या अनास्थेचे मूळ शासन चालविणाऱ्या खासदार, आमदार, नगरसेवक यांच्या पात्रतेमध्ये आहे. आज या जागांवर बहुतांशी अशिक्षित, गुन्हेगारीतून पुढे आलेला व वृद्ध असाच वर्ग दिसून येतो. म्हणूनच निवडणूक लढविणाऱ्या उमेदवारांसाठी पात्रतेची आवश्यकता आहे.

वयाचा दाखला :

शासकीय कर्मचाऱ्यांबाबत निवृत्तीचे वय ५५ ते ६० ठेवलेले असते. परंतु हा नियम निवडणुकीच्या बाबतीत नाही. आमदार, खासदार किंवा यांसारख्या पदावरील मंडळी निष्क्रीय, अकार्यक्षम असली तरी चालतात काय? आपले अनेक प्रतिनिधी थकलेले दिसून येतात. त्यांना नीट दिसत नाही. अडखळत बोलतात, नीट चालता येत नाही, वाकू शकत नाहीत असे असूनही सर्वोच्च पदावर आरुढ असतात. यासाठी उमेदवाराचे वय ४० ते ६० वर्षे एवढेच असावे. म्हणजे विचारांची प्रगल्भता, परिपक्वता व कार्यक्षमता वाढेल म्हणून जन्मतारखेचा दाखला निवडणुकीचा अर्ज भरतेवेळी उमेदवाराने जोडणे आवश्यक करावे.

शैक्षणिक पात्रतेचा दाखला :

सेवक या पदासाठी जर शैक्षणिक पात्रतेचा दाखला आवश्यक असेल तर देशातील राज्यातील निरनिराळ्या विभागांतील कामांची पूर्तता ज्या पदाधिकाऱ्यांनी करून घ्यावयाची असते त्यांना शैक्षणिक पात्रता का विचारली जाऊ नये? याबाबतीतही शैक्षणिक पात्रता ठेवणे महत्त्वाचे ठरते. कारण सरकारी अधिकारी उच्च शिक्षित तर त्याचा चालक काही न शिकलेला हे योग्य वाटत नाही. अधिकारी व पदाधिकारी यांच्या वैचारिक पातळीत तफावत असल्यामुळे त्यांच्यात संघर्ष होतात. म्हणूनच निवडून येणारे महापौर, जिल्हापरिषद अध्यक्ष, पंचायत समिती सभापती व आमदार या सर्व पदांकरिता पदवी तर खासदार, मुख्यमंत्री, पंतप्रधान व इतर मंत्री हे द्विपदवीधर अगर उच्च पदवीधारक (पोस्ट ग्रॅज्युएट) असणे आवश्यक आहे. ज्याप्रमाणे वकील, डॉक्टर, चार्टर्ड अकांऊटंट यांना जशी शैक्षणिक पात्रतेशिवाय मान्यताप्राप्त होऊ शकत नाहीत तशाच प्रकारे राजकीय पदाधिकाऱ्यांना सुद्धा शैक्षणिक पात्रता ठेवणे महत्त्वाचे ठरते.

डॉक्टरांचा वैद्यकीयदृष्ट्या सक्षमतेचा दाखला :

उमेदवारास वैद्यकीयदृष्ट्या सक्षमतेच्या दाखल्याची अट असणे जरुरीचे आहे. आपण अनेक वेळा पाहतो की महापौर, मुख्यमंत्री, पंतप्रधान, राष्ट्राध्यक्ष वगैरे अनेकांना धड चालताही येत नाही. त्यांची प्रकृती अनेकवेळा बिघडलेली असते. कार्यक्षमतेसाठी शरीर सक्षम असणे महत्त्वाचे आहे. म्हणून वयाची ४० ते ६० वयोमर्यादा निश्चित करावी.

पोलीस प्रमुखांचा दाखला :

समाजात एकेकाळी गुंड म्हणून वावरलेल्या आणि निरनिराळ्या गुन्ह्यांत असलेल्या व्यक्ती निवडणुकीस उभे राहतात. त्यांच्या नेहमीच्या प्रवृत्तीचा वापर करून पैशाच्या आणि दादागिरीच्या बळावर ते निवडून येतात आणि राजरोसपणे समाजाच्या मानगुटीवर

बसतात. म्हणून जी व्यक्ती निवडणुकीस उभी राहते त्या व्यक्तींवर न्यायालयात गुन्हा दाखल झालेला नाही, शिक्षा झालेली नाही याची खात्री व्हावयास हवी. तसेच गुन्ह्याचा आरोप असणाऱ्यांना निर्दोष सुटल्याशिवाय निवडणूक लढवण्यास पात्र ठरू नये त्यासाठी कोणत्याही उमेदवारास तो राहतो त्या भागाच्या पोलीस प्रमुखाकडून त्याचा स्वच्छ चारित्र्याचे प्रमाणपत्र दाखल करावयास सांगायला हवे. आज असा काही नियम नाही म्हणूनच कित्येक गुन्हेगार, गुन्हेगार म्हणून नव्हे तर आमदार-खासदार म्हणूनही मिरवताना दिसत आहेत.

इन्कमटॅक्स क्लिअरन्स :

आज निवडणूक हे पैसेवाल्यांचेच क्षेत्र आहे. असा समज समाजात झाला आहे आणि हा पैसा दोन नंबरचाच हवा. कारण तो बराचसा गुप्तपणे पेरायचा असतो. याशिवाय निवडणुकीत यश येत नाही, अशीच धारणा उमेदवाराची झाली आहे. म्हणूनच निवडणुकीस उभ्या राहणाऱ्या उमेदवारांकडून तरी आयकर पूर्णपणे भरला गेला आहे काय ? याचे पत्र सादर व्हावयास हवे, तसेच तो स्वत: कराच्या नियमात राहून पैसा कमावित आहे याची खात्री करून घ्यायला हवी. आज कोठेही कर्ज घेताना, टेंडर घेताना आणि इतरही काही महत्त्वाच्या बाबतीत इन्कमटॅक्स क्लिअरन्सची मागणी वेळोवेळी सरकारी खात्यातून केली जाते, म्हणून असे सरकार चालविणाऱ्यांना उमेदवारी अर्ज दाखल करताना इन्कमटॅक्स क्लिअरन्सचा दाखला जोडण्याचा नियम आवश्यक आहे.

पोटनिवडणूक, मुदतपूर्व निवडणुका :

पोटनिवडणुका होण्याची कारणे पाहिली तर ती असतात एखाद्या पदाधिकाऱ्याचा मृत्यू किंवा राजीनामा अशा वेळी पुन्हा पोटनिवडणूक न घेता, पूर्वीच्या निवडणुकीत ज्या उमेदवारास दोन नंबरची मते मिळालेली असतील त्यास त्या जागी निवडावे. मतदार पाच वर्षांतून एकदाच सर्वांसाठी मतदान करतील त्याला पुन्हा मतदान करावे लागणार नाही.

पक्षांत्तर :

अपक्ष या संकल्पनेस कायद्याने बंदी घालावयास हवी. तसेच एखाद्यास पक्ष सोडावयाचा असल्यास त्याने त्या पदाचा राजीनामाच देणे बंधनकारक ठेवावे. त्याने राजीनामा दिल्यावर पूर्वी म्हटल्याप्रमाणे निवडणुकीच्या वेळी ज्यास २ नंबरची मते मिळालेली असतात त्याची निवड जाहीर करावी यामुळे पक्षांतरास कायमचीच तिलांजली मिळू शकेल.

चरितार्थाचे साधन :

उमेदवाराने निवडणुकीसाठी उमेदवारी अर्ज भरताना आज तो चरितार्थ कसा

चालवितो व निवडून आल्यानंतर सामाजिक कार्याची बांधिलकी सांभाळून आपला चरितार्थ कसा चालविणार, याचे विवरण त्याने स्वत: देणे आवश्यक ठरवावे. आजपर्यंत त्याच्या नावे किती संपत्ती आहे. याची माहिती देणे आवश्यक आहे. म्हणजे मुदत पूर्ण झाल्यावर पूर्वीच्या उत्पन्नापेक्षा उमेदवारांच्या उत्पन्नात किती वाढ झाली हे कळू शकेल. आज नागरिकास माहीत नसते की, उमेदवार काय काम करतो. त्याचे चरितार्थाचे साधन पूर्वी काय होते व आज काय आहे? आज आपणास वारंवार न्यायालयामध्ये अनेक नेत्यांचे भ्रष्टाचाराचे दावे नजरेस येतात. म्हणून हा मुद्दाही उमेदवाराच्या पात्रतेच्या बाबतीत महत्त्वाचाच ठरतो.

मतदान सक्तीचे करणे :

नेहमीच निवडणुकीत मतदानाचे प्रमाण कमी असते. याबाबत निवडणुका योग्य काळात घेतल्या नाहीत. पावसाळा, उन्हाळा, थंडी वगैरे अनेक कारणांवर राजकीय पक्ष अगर जनता चर्चा करीत असते. परंतु ही कोणतीही कारणे योग्य वाटत नाहीत. कारण एकदा माणसाने मनावर घेतले तर कितीही अडचणी आल्यातरी तो आपला मनोदय पूर्ण करतोच.

उदा. आप्तापैकी कोणाचे बारसे, विवाह वा दहावा, बारावा असल्यास किंवा कोठे पार्टीला जायचे असल्यास तो अनेक नानाविध अडचणींना तोंड देऊन हजर राहतोच. मग भले त्यावेळी सरकारने सुट्टी जाहीर केलेली नसेल, मालकाने रजा दिलेली नसेल, दुकानात कामगार कमी असतील, फॅक्टरीत ओव्हरटाईम चालू असेल, कोणतीही परिस्थिती असो, तो इच्छित ठिकाणी निश्चितच जातो. परंतु सरकारने सुट्टी जाहीर करून, महिनाभर अगोदर निवडणुकांचा गाजावाजा होत असूनही आणि घरापासून एखाद्या किलोमीटर अंतरावर मतदान केंद्र असूनही आज ५० टक्के जनता मतदानास जात नाही. याबाबत ना कोणी पुढारी ओरडतो ना कोणता राष्ट्रीय पक्ष, अगर कोणती संघटना काम करताना दिसते.

यासाठी या मतदारास मतदान करणे हे सक्तीचे करणे आवश्यक आहे. मतदान न केल्यास कमीत-कमी शिक्षा म्हणून त्या मतदाराचे पुढील पाच वर्षांसाठी रेशनिंग कार्डावरून नाव कमी करणे, शासनाच्या लाभापासून वंचित ठेवणे, एक दिवसाचे वेतन कपात करणे असे शासन लाभू केल्यास संपूर्ण निवडणुकीचा चेहरामोहराच बदलू शकेल असा ठाम विश्वास वाटतो.

ठरावीक काळानंतर निवडणुकीच्या नियमांचे सिंहावलोकन करणे :

आज जी काही निवडणुकीबाबत लोकांमध्ये उदासीनता दिसून येत आहे त्याचे मुख्य कारण गेल्या साठ वर्षांमध्ये संसदेने निवडणुकांच्या संदर्भात सिंहावलोकन केल्याचे दिसून येत नाही. ज्या काही निवडणुकांच्या बाबतीत दुरुस्त्या केल्या आहेत त्या सत्तेवर

असणाऱ्या पक्षांना कशा फायदेशीर ठरतील एवढ्या सीमित उद्देशानेच झालेल्या दिसून येतात. मात्र निवडणूक नियमांचा मूलभूत असा विचार केलेला दिसत नाही असेच वाटते. यासाठी किमान दर दहा वर्षांनी निवडणुकीच्या प्रस्थापित नियमांचे सिंहावलोकन संसदेने करणे आणि परिस्थितीनुरूप त्यात दुरुस्त्या करून देशाला उपयोगी असे नियम करणे महत्त्वाचे ठरवावे.

एकंदरीत लोकशाही स्थिर व्हावयाची असेल व देश मजबूत बनवायचा असेल, तर केवळ निवडणूक आचारसंहिताच नव्हे, तर एक अधिक व्यापक अशी राष्ट्रीय आचारसंहिता पाळण्याची आवश्यकता आहे. मुख्य निवडणूक आयुक्त डॉ. गिल यांनी म्हटल्याप्रमाणे 'चुनाव सिर तोडने के लिए नहीं, तो दिल जोडने के लिए होते हैं' आणि आचारसंहिता केवळ शासन, राजकीय नेते व निवडणुकीसाठी उभे राहणारे उमेदवार यांच्यासाठीच नसून, व्यापार-उद्योग क्षेत्रातील मंडळी, विचारवंत, अभ्यासक, समाजसेवक किंबहुना सर्वसामान्य नागरिक या सर्वांसाठीच आहे.

सर्वसामान्य नागरिकांनी दृढनिश्चय केला पाहिजे, की कोणत्याही प्रलोभनाला बळी न पडता, कोणाच्याही दबावाखाली न येता, शांतपणे विचार करून देशाचे भले कशात आहे हे लक्षात घेऊन निष्कलंक उमेदवारालाच आपले मत द्यावे. राजकीय पक्षांची ही जबाबदारी आहे की मतदारांची दिशाभूल न करता त्यांनी आपला कार्यक्रम जनतेपुढे स्पष्टपणे ठेवावा व गुन्हेगारी पार्श्वभूमी असलेल्या कोणत्याही व्यक्तीस उमेदवारी न देता स्वच्छ चारित्र्याच्या, लोकहितपरायण अशा व्यक्तीस उमेदवारी द्यावी. व्यापार-उद्योग क्षेत्रातील धनिकांनी पक्षांना द्यावयाची आर्थिक मदत काळ्या पैशाच्या स्वरूपात न देता उघड धनादेशाने द्यावी.

राष्ट्रीय आचारसंहितेत खालील मुख्य मुद्द्यांचा समावेश व्हावा. १) राष्ट्रहित हे सर्वात महत्त्वाचे, त्याचा विसर पडू नये, पक्ष, धर्म, जात, प्रदेश इत्यादी गोष्टी नंतर येतात. पंडित जवाहरलाल नेहरूंनी म्हटल्याप्रमाणे देश बुडला, तर सगळेच बुडतील, देश तगला तर सगळेच तगतील. २) देशाच्या एकतेला धोकादायक असे कोणतेही कृत्य करू नये. ३) आर्थिक प्रगतीस सर्वांनी हातभार लावावा. आर्थिक प्रगतीची फळे गरिबांपर्यंत पोचली पाहिजेत. ४) विकासप्रक्रिया नैसर्गिक संपत्तीला व पर्यावरण संतुलनाला बाधक नसावी. ५) सत्तेचे स्थान समाजसेवेसाठी असते. त्याचा उपयोग वैयक्तिक, पारिवारिक, पक्षीय स्वार्थासाठी होता कामा नये. ६) कायद्याचे पालन सर्वांनीच करायला हवे. कायदा सर्वांना सारखा लागू असावा. ७) सामाजिक शिस्तीचे पालन चोखपणे केले पाहिजे. ऊठसूट बंद सारखे शस्त्र उगारून सर्व समाजाला वेठीला धरता येणार नाही. ८) प्रत्येक नागरिकाने आपले हक्क मागण्याआधी आपल्या कर्तव्याचे पालन केले पाहिजे. कारण कर्तव्यपालनातूनच अधिकारप्राप्ती होऊ शकते. राष्ट्रीय आचारसंहितेची ही अष्टसूत्री सर्वांनीच

मानली, तर जनतेची राजकारणातील उदासीनता दूर होऊन भारताचे भवितव्य उज्ज्वल ठरेल.

संदर्भ :

(१) लोकसभा निवडणुका १९५२ ते १९९९ - फडके य. दि., अक्षर प्रकाशन, मुंबई, १९९९.

(२) पेच राजकारणातले - लिमये मधू, ग्रंथाली प्रकाशन, मुंबई, १९९८.

(३) आजची आपली लोकशाही - दुभाषी प. रा., श्रीविद्या प्रकाशन, पुणे, १९९९.

(४) भारताचे स्वातंत्र्य - भोळे भा. ल., साकेत प्रकाशन, औरंगाबाद, १९९८.

(५) मला उमजलेली निवडणूक - लिमये हरिभाऊ, लिमये विश्वप्रकाश, पुणे, २००४.

(६) पीपल्स मॅन्डेड - बाचल व्ही. एम., व्ही. एम. बाचल पब्लिशर्स.

(७) पक्षांत्तराचे राजकारण - फडके य. दि., अक्षर प्रकाशन, मुंबई, २००१.

२८

विविध समूहामध्ये लोकाशाही विस्ताराचे आणि त्यांच्या सार्वजनिक धोरण निश्चितीचे आव्हान

डॉ. प्रकाश रा. पवार

लोकशाही पुढील आव्हाने राजकीय सिद्धांताच्या चौकटीत आणि राजकीय प्रक्रियेच्या चौकटीत वेगवेगळ्या पद्धतीने मांडता येतात. लोकशाहीच्या सिद्धांता प्रमाणे राजकीय व्यवहार घडावा अशी अपेक्षा धरली तर लोकशाहीची आव्हाने वेगळी दिसतात. राजकीय प्रक्रियेतून लोकशाहीचा अर्थ व्यक्त होणे त्यापुढील आव्हाने समजून घेणे हा एक वेगळा पैलू दिसतो. लोकशाही प्रक्रियेच्या संदर्भात राजकीय समावेशन आणि बहिष्कार या चौकटीत भारतीय लोकशाहीपुढे लोकशाहीच्या विस्ताराने एक आव्हान आहे. भारतीय लोकशाही कोणाची आहे. किंवा भारतीय लोकशाहीवर नियंत्रण कोणत्या गटाचे आहे. या प्रश्नांची उत्तरे वेगवेगळी आहे. महिला आणि पुरुष यांच्या संदर्भांत भारतीय लोकशाही पुरुषाची आहे. महिलांना भारतीय लोकशाहीत फार चांगले स्थान नाही. त्यामुळे महिला हा घटक राजकीय दृष्ट्या वंचित आहे. या घटकावर पुरुषाचे नियंत्रण आहे. त्यामुळे त्यांच्या लोकसभा व विधानसभा पातळीवरील सहभागावर पुरुषाचे नियंत्रण आहे. स्थानिक शासन संस्थांच्या संदर्भांत मात्र हे लोकशाहीतील नियंत्रण सैल झाले आहे. लोकशाहीने स्थानिक पातळीवर महिला घटकामध्ये विस्तार केला आहे. मात्र विधानसभा व लोकसभा पातळीवरील लोकशाहीचा विस्तार महिला वर्गांत झाला नाही. हे लोकशाही पुढील आव्हान आहे. दुसरा मुद्दा अल्पसंख्याक समाजावर बहुसंख्यांकांचा बहिष्कार आहे. त्यामुळे अल्पसंख्यांकांचा समावेश लोकशाही प्रक्रियेत झाला नाही. या क्षेत्रात देखील विस्तार करण्याचे आव्हान लोकशाही समोर आहे. महिलांच्या व मुस्लिमांच्या राजकीय सहभागाच्या संदर्भांत लोकशाहीच्या पुढील आव्हाने स्पष्ट करण्यासाठी महाराष्ट्रातील विधानसभा पातळीवरील दोन उदा. येथे वापरली आहेत.

महिला वर्गांत लोकशाही विस्ताराचे आव्हान

भारतीय समाजात अनेक प्रकारच्या भेदभावापैकी महिला-पुरुष हा एक महत्त्वाचा भेदभाव आहे. यामुळे राजकारण हे पुरुषाचे क्षेत्र मानले जाते. राजकारणात महिलांनी सहभाग घेण्यास भारतीय समाज व्यवस्था अनेक बंधने घालते. त्यामुळे भारतीय लोकशाहीमध्ये महिला-पुरुषया भेदभावाचा आधार घेत पुरुषाचे वर्चस्व निर्माण झाले आहे. विधानसभा व लोकसभा या दोन्ही पातळ्यांवर महिलांचा राजकीय सहभाग फारच अल्प आहे. किंबहुना त्यास पुरुषांचा महिलांच्या राजकीय सहभागावरील बहिष्कार असे संबोधने योग्य ठरते. या मुद्यांचा आधार घेत पुरुषांचा राजकीय क्षेत्रात वर्चस्व आले. त्या १९४७ ते १९९० पर्यंत महिला वर्गांचीही संमती होती. १९७४ नंतर महिला महिला वर्गांची संमती कमी होण्यास सुरुवात झाली. राज्यसंस्थेवर पुरुषाचे नियंत्रण असल्यामुळे राज्यसंस्था देखील पुरुषांच्या बाजूची होती व आहे. विधानसभा व लोकसभा पातळीवर महिलांसाठी राखीव जागांचा मुद्दा संसदेत आला तेव्हा त्यास सर्व पक्षातील पुरुषांनी विरोध केला. सर्व पक्षातील पुरुषांनी विरोध करतांना महिलांचे काम राजकारण नाही अशी एक भूमिका घेतली होती. याचाच अर्थ पुरुषांचे कार्यक्षेत्र राजकारण करण्याचे आहे. तर महिलांचे कार्यक्षेत्र घरकाम हे आहे. असा भेदभाव करत राजकीय क्षेत्रात महिलांनी प्रवेश करण्यास बंदी पुरुष घालतात. हा अडथळा गेली पन्नास-साठ वर्ष चालत आला आहे. हे आकडेवारीवरून देखील दिसते. महाराष्ट्राच्या विधानसभेत सरासरी तीन किंवा चार टक्के आमदार महिला होत्या (पहा तक्ता १) या पातळीवर लोकशाहीच्या पुढे लोकशाहीच्या विस्तारांचे आव्हान आहे. लोकशाहीच्या पुढे विस्ताराबरोबरच आशयामध्ये विस्तार करण्याचे आव्हान आहे. विधानसभा व लोकसभा पातळीवर राजकीय सहभाग फारच अल्प असल्यामुळे राजकीय सत्तेत सहभाग फारच अल्प राहिला आहे.

तक्ता. १

महाराष्ट्र विधानसभा सदस्यांचे महिला-पुरुष टक्केवारी (१९६२-२००४)

अ.क्र.	निवडणुक वर्षे	महिला सदस्य टक्केवारी	पुरुष सदस्य टक्केवारी
१	१९६२	४.९२	९५.७
२	१९६७	३.३३	९६.६६
३	१९७२	००	१००
४	१९७८	२.७७	९७.२२
५	१९८०	६.५९	९३.४०

अ.क्र.	निवडणुक वर्षे	महिला सदस्य टक्केवारी	पुरुष सदस्य टक्केवारी
६	१९८५	५.५५	९४.४४
७	१९९०	२.०८	९७.९१
८	१९९५	३.८१	९६.१८
९	१९९९	४.१६	९५.८३
१०	२००४	४.१६	९५.८३

टीप : वैशाली पवार, महाराष्ट्र विधानसभा पातळीवरील महिला नेतृत्त्वाचा एक चिकित्सक अभ्यास १९६२ ते २००४ या संशोधन प्रकल्प, बीसीयुडी, पुणे विद्यापीठ, पुणे

लोकशाहीत सत्ता कोणाच्या हाती हा प्रश्न फार महत्त्वाचा असतो. कारण लोकशाहीत सत्ता ही सर्वांच्या हाती असली पाहिजे. सर्वांच्या समंतीने तिचा व्यवहार झाला पाहिजे. मात्र सत्ता ही पुरुष गटांच्या हाती राहिली आहे. महिलाकडे ती सरकली नाही. महाराष्ट्रात विधानसभेत कॅबिनेट मंत्री महिला केवळ १७ होत्या. राज्यमंत्री २० व उपमंत्री ०२ महिला होत्या. हा डेटा १९६२ ते २००४ पर्यंतचा आहे. यावरुन निष्कर्ष असा निघतो की लोकशाहीतील सत्तेचा व्यवहार हा पुरुषसत्ताक स्वरुपाचा होता. महिला या घटकांपर्यंत सत्तेच्या पातळीवर लोकशाही विस्तारली नाही. त्यामुळे या पातळीवर लोकशाही विस्ताराचे आव्हान आहे.

तक्ता क्र. २

महाराष्ट्र महिला आमदारांचे राजकीय सत्तेनुसारनुसार वर्गीकरण (१९६२-२००४)

अ.क्र	मंत्रीपद	महिला	पुरुष	एकूण
१	कॅबिनेट मंत्री	१७	३४३	३६०
२	राज्यमंत्री	२०	२८२	३०२
३	उपमंत्री	०२	४६	४८
	एकूण	३९	६७१	७१०
	टक्केवारी	५.५०	९४.५०	१००

टीप : वैशाली पवार, महाराष्ट्र विधानसभा पातळीवरील महिला नेतृत्त्वाचा एक चिकित्सक अभ्यास १९६२ ते २००४ या संशोधन प्रकल्प, बीसीयुडी, पुणे विद्यापीठ, पुणे

मुस्लिमांच्या राजकीय समावेशनांचे आव्हान

भारतात मुस्लीम लोकसंख्येच्या प्रमाणापेक्षा फारच कमी त्यांचा लोकशाहीतील राजकीय सहभाग आहे. महाराष्ट्रात १०.६० टक्के लोकसंख्या मुस्लीम समाजाची आहे. त्यांचा महाराष्ट्राच्या विधानसभेतील सहभाग सरासरी तीन किंवा चार टक्के राहिला आहे. (पहा तक्ता. ३) १९६० ते २००९ या दरम्यान मुस्लीम समाजातील आमदार नेहमीच कमी सदस्य प्रमाणात निवडून आले. त्यामुळे त्यांच्यावर महाराष्ट्रातील बहुसंख्याकांचा बहिष्कार दिसतो. या मुद्दा भारतीय संदर्भांत देखील या उदाहरणा प्रमाणेच दिसतो. त्यामुळे मुस्लीम समाजात लोकशाहीच्या विस्ताराचे एक आव्हान आहे, असे या आकडेवारीच्या आधारे म्हणता येते. ११९ पैकी केवळ दोन महिला काँग्रेस पक्षाकडून निवडून आल्या आहे. यांचा अर्थ अल्पसंख्यक समुहाबाबद पुरुषाच्या तुलनेत महिलामध्ये लोकशाहीने विस्तार करण्याची समस्या जास्त आव्हानात्मक आहे. या मुद्यांना भारतीय लोकशाहीने भिडण्याची जास्त गरज आहे. या मुद्यांना भारतीय लोकशाही भिडलीतर तिचा विस्तार होईल. तसेच अशय बदलण्याची शक्यता राहील. नाहीतर भारतीय लोकशाही पुरुषाची असण्याबरोबरच ती बहुसंख्याकांची देखील राहील.

निवडणुक वर्ष	महाराष्ट्र विधान-सभेतील एकूण जागा	महाराष्ट्र विधानसभेत निवडून आलेले मुस्लीम सदस्य	महाराष्ट्र विधान-सभेत निवडून आलेले मुस्लीम सदस्यांची टक्केवारी	महाराष्ट्रातील मुस्लीम लोकसंख्येची टक्केवारी	फरक
(१)	(२)	(३)	(४)	(५)	(६)
१९६२	२६४	११	४.५४	७.६७	-३.१३
१९६७	२७०	०९	३.३३	७.६७	-४.३४
१९७२	२७०	१३	४.४४	८.०४	-३.६०
१९७७	२८८	११	३.८१	८.०४	-४.२३
१९८०	२८८	१५	५.१०	८.०४	-२.९४

(१)	(२)	(३)	(४)	(५)	(६)
१९८५	२८८	११	४.१६	९.२५	- ५.०९
१९९०	२८८	०७	२.७७	९.२५	- ६.४८
१९९५	२८८	०८	२.७७	९.६७	- ६.९०
१९९९	२८८	१३	४.८६	९.६७	- ४.८१
२००४	२८८	११	३.८१	१०.६०	- ६.७९
२००९	२८८	१०	३.४७	१०.६०	- ७.१३
एकूण	३१०८	११९	३.८२	११.०३	- ७.२१

टीप : तांबोली जमीर, महाराष्ट्रातील मुस्लीम समाजाचे राजकारण एक अभ्यास, राज्यशास्त्र विभाग, पुणे विद्यापीठ, पुणे (अवकाशीत लघू शोध निबंध)

विविध समूहाकडून अभिव्यक्ती स्वतंत्र्यावर नियंत्रणे

राजकारण हा गंभीरपणे समाजविषयक निर्णय घेण्याचा मार्ग आहे, सार्वजनिक धोरणांविषयी सहमती निर्माण करण्याचे ते एक साधन आहे. सार्वजनिकवाद विषय राजकारणात असतात. वादविषय हाच राजकारणाचा अर्थ आहे. सार्वजनिक व्यवहारामध्ये असलेल्या सार्वजनिकवाद क्षेत्राला राजकारण संबोधिले जाते. यामध्ये हितसंबंधाच्या वादविषयी, अस्मिताचा वादविषय आणि सत्तेच्या वाट्याला किंवा दाव्याचा वादविषय कळीचा असतो. अर्थातच हितसंबंधाचा वादविषय, अस्मिताचा वादविषय आणि सत्तेच्या वाट्याचा किंवा दाव्याचा वादविषयक अभ्यास म्हणजेच राजकारण होय (पळशीकर सुहास, विग्रहांकडून अ-द्वैतकडे) यावरुन राजकारण अस्मितेची जडणघडण होत असते. प्रत्येक समूहाला त्यांची इतिहासातील एक प्रतिमा आदर्श वाटते. त्याबद्दल चिकित्सक बोलण्यावर लिहिण्यावर बंदने येतात. यामुळे समाजात असहिष्णुवृत्ती संघटना आणि समूहाकडून वाढले. यामध्ये विविध जाज संघटना भर घातल आहेत. ईर्षा, परमताविषयी

असहिष्णूता, स्वमताचा पराकोटीचा आग्रह यामधून दुसऱ्याच्या मताचा आदर केला जात नाही. नेत्यांची मनमानी तयार होते. यामुळे विविध समूहामध्ये व्यक्तीस्वतंत्र विरोधी विचार मूळ धरतात. त्यामुळे स्वतंत्र्यास विरोध करण्याची एक मनोवृत्ती तयार होते. इतिहासातील पुरुषाचे दैवतीकरण केले जाते. भारतातील प्रत्येक जात संघटनेने अशी दैवतीकरणे केली आहेत. त्यांचा परिणाम राजकारण, धर्मकारण, अर्थकारण, सामाजिक शास्त्रे, ललित कला यांच्यावर झाला आहे. समाजाची घट्ट रचना व कार्याचा बंदिस्तपणा संघटनांच्या कामात राहातो. शासन संस्था अशा प्रकारच्या स्वतंत्र्यास विरोध कृती रोखण्यातून माघार घेत आहे. या उलट राज्यसंस्था नियंत्रण अभिवृत्ती स्वतंत्र्यावर घालत आहे. तसेच नोकरीहीचा प्रभाव वाढत आहे. राजकारणाचे नोकरशाहीकरण घडून येत आहे. नव्वदीच्या दशकांनंतर नोकरशाही जास्त मजबूत झाली आहे. सर्व निर्णयांची क्षेत्रे तिच्या नियंत्रणाखाली जात आहेत. त्यामुळे राजकारण पोकळ होण्यामुळे एकूण राज्यसंस्था अभिव्यक्ती स्वतंत्र्यावर नियंत्रण आणत आहे.

पोकळ राजकीय पक्षांचे राजकारण

सामाजिक चळवळी राजकीय पक्षांचा आधार असतात. उदा. स्वतंत्रपूर्ण काळात काँग्रेस पक्षाचा आधार भारतीय स्वतंत्र चळवळ हा होता. भारतीय रिपब्लिकन पक्षाचा आधार दलित चळवळ हा आहे. सामूदायिक कृती, विचारप्रणाली, नेतृत्त्व आणि बदलाभिमुखता ही चळवळीची वैशिष्ट्ये राजकीय पक्षांचा आधार ठरतात. राजकीय चळवळ घटल्यास राजकारण पोकळ होते. राजकीय चळवळ विस्तृत व व्यापक झाल्यास राजकारण जास्त अर्थपूर्ण स्वरुप धारण करते. ऐंशीच्या दशकानंतर नंतर काँग्रेस पक्षांचे राजकारण पोकळ झाले, यांचे एक कारण काँग्रेस पक्ष आणि चळवळ यांचे संबंध संपुष्टात आले. नव्वदीनंतर भारीपची ताकद कमी होत गेली. कारण दलित चळवळ कमी कमी होत गेली. त्यामुळे राजकारणाचे चळवळीकरण झाले पाहिजे असा दावा केला जातो. हिंदुत्ववादी पक्षांनी देखील हिंदू चळवळ उभी केली आहे. भाजपचा एक आधार हिंदुत्वादी संघटना या आहेत. त्यामुळे त्यांचे राजकारण नव्वदीच्या दशकात विस्तारले होते. चळवळ आणि विचारप्रणाली यांचे घट नाते असते. दलित चळवळीत आंबेडकरवाद, नक्षलवादी चळवळीत क्रांतीवाद, हिंदुत्ववादी चळवळीत हिंदुत्ववाद यांचे संबंध असतात. त्यामुळे चळवळीचा अभ्यास राजकीय विचारप्रणालीच्या संदर्भात केला जातो. सामाजिक चळवळीत मूल्य, संकल्पना यांचे समर्थन केले जाते. मूल्यांची राजकीय, सामाजिक आणि आर्थिक चौकटीत समिक्षा केली जाते. पडताळा करुन त्यांचा उपयोग केला जातो. यामुळे राजकीय पक्ष मूल्य, संकल्पना, विचारप्रणाली यांच्या नव्याने व्याख्या करतात. हा सामाजिक चळवळी आणि पक्ष यांच्यातील संबंध संपुष्टात येत आहे. यामुळे पक्ष व

संघटना आक्रमक झाल्या आहेत. त्यामुळे अभिव्यक्ती स्वतंत्र्यावर नियंत्रणे येत आहेत. समाजिक चळवळीचा ऱ्हास आणि राजकीय पक्ष पोकळ होण्यातून पक्षीय राजकारण हे बिगर राजकीय स्वरुपाचे झाले आहे. पक्ष वादाच्या क्षेत्रातून वाट काढत पुढे जाण्यास धजवत नाहीत. सहमती, तडजोडी हा राजकाराचा गाभा होत आहे. अर्थातच संघर्षापासून लोकशाही प्रक्रिया बाजूला जात आहे. निर्णय निश्चितीचे क्षेत्र विशेष लोकांच्या हात गेले आहे. त्यामुळे पोकळ राजकारण, घटत चालेले राजकारण किंवा राजकारण हरले आहे, अशी स्थिती निर्माण झाली आहे. हेच लोकशाही पुढील एक मोठे आव्हान आहे. लोकशाही जास्त आशय घन कशी करावी.

निष्कर्ष :

भारतीय लोकशाही ही अभिजन वर्गांची लोकशाही आहे. नव्वदीच्या दशकात भारतीय लोकशाहीचा ओबीसी वर्गांत विस्तार झाला. मात्र पन्नास, साठ, सत्तर आणि ऐंशी अशा चार दशकात भारतीय लोकशाही ओबीसी वर्गांत विस्तारली नाही. हे आव्हान भारतीय लोकशाहीने नव्वदीच्या दशकात पेलवले. नव्वदीच्या दशकात ओबीसी बरोबर महिला वर्गांत स्थानिक शासन संस्थांच्या पातळीवर विस्तार लोकशाहीचा झाला. मात्र लोकसभा व विधानसभा पातळीवर लोकशाही विस्ताराचे आव्हान लोकशाही पार करू शकली नाही. हाच मुद्दा अल्पसंख्याकांच्या संदर्भां स्पष्टपणे दिसतो. अल्पसंख्यांकांचा समावेश लोकशाहीत झाला नाही. त्यामुळे लोकशाहीला बहुसंख्यांकांच्या चौकटीत बंदिस्तपण आला आहे. हाच यांच मुद्द्याचा विस्तार केला तर भारतातील छोट्या जाती, ज्या समूहाकडे साधनसामुग्री नाही अशा जाती व जमातीकडे सत्ता सरकली नाही. त्यामुळे राखीव जागाच्या मार्फत लोकसभा व विधानसभा पातळीवर अनुसूचित जाती व जमातीच्या राजकीय समावेश झाला. मात्र सत्ता त्यांच्याकडे सरकली नाही.

सार्वजनिक धोरणाच्या क्षेत्रात लोकशाहीचा विस्तार करण्याचे आव्हान भारतीय लोकशाही समोर आहे. कारण महिला, मुस्लीम, अनुसूचित जाती व जमातीचा यांना केंद्रबिंदू करून सार्वजनिक धोरण निश्चित भारतीय लोकशाहीत झाली नाही. महिला, मुस्लीम, अनुसूचित जाती व जमाती या समाज घटकांचे प्रतिनिधी सत्तेत नव्हते. त्यामुळे सत्तेचा वापर सार्वजनिक धोरण निश्चित करताना या घटकांच्या बाजूने झाला नाही. महिला, मुस्लीम, अनुसूचित जाती व जमाती यांच्यासाठी योजना तयार करण्यात आल्या. महामंडळे स्थापन करण्यात आली. मात्र व्यापक दृष्टीकोन पुढे ठेऊन सार्वजनिक धोरण आखले गेले नाही. राज्यपातळीवर ही प्रकिया घडत नाही. त्यामुळे सार्वजनिक धोरणांमध्ये महिला, मुस्लीम, अनुसूचित जाती व जमाती यांना स्थान देणारी लोकशाही आकाराला आली नाही. हे भारतीय लोकशाही समोर एक आव्हान आहे. सार्वजनिक योजनाची

आखणी झाल्यानंतर त्या योजनांच्या अमंलबजावणीचा शासन व्यवहार फार चांगला नाही. उदा. लोकशाहीचा विस्तार म्हणून दलित वस्तीत वर्षांत एक तरी ग्रामसभा घेण्याची योजना आखण्यात आली. कागदोपत्री दलित वस्तीत ग्रामसभा झालेली असते. मात्र प्रत्यक्षात येते ग्रामसभा झालेलीच नसते. यांचा अर्थ योजनांच्या व्यवहारामध्ये देखील लोकशाही विस्ताराचे आव्हान आहे. थोडक्यात भारतीय लोकशाही समोर तिची अंतर्गत विस्ताराची आव्हाने आहेत. या क्षेत्रात लोकशाहीचा कसा विस्तार करावा, या पेचात भारतीय लोकशाही अडकली आहे.

संदर्भ

(१) पळशीकर सुहास, डॉ. नितीन बिरमल, डॉ. प्रकाश पवार, महाराष्ट्राचे राजकारण : राजकीय प्रक्रियेचे स्थानिक संदर्भ, प्रतिमा प्रकाशन, पुणे

(२) व्होरा राजेंद्र, डॉ. सुहास पळशीकर सत्तांतर, ग्रथांली प्रकाशन, मुंबई

(३) पळशीकर सुहास, २००९, समकालीन भारतीय राजकारणाचे विश्लेषण, मराठी वाचन साहित्य मालिका क्र. २, राज्यशास्त्र लोकप्रशासन विभाग, पुणे विद्यापीठ पुणे

(४) पळशीकर सुहास, २००९, भारताच्या राजकारणाचा ताळेबंद, मराठी वाचन साहित्य मालिका, १,२००९, राज्यशास्त्र लोकप्रशासन विभाग, पुणे विद्यापीठ, पुणे

(५) तांबोळी जमीर, महाराष्ट्रातील मुस्लीम समाजाचे राजकारण एक अभ्यास, राज्यशास्त्र विभाग, पुणे विद्यापीठ, पुणे (अपकाशीत लघू शोध निंबध)

(६) पळशीकर सुहास, डॉ. नितीन बिरमल, डॉ. प्रकाश प्रवार, महाराष्ट्राचे राजकारण : राजकीय प्रक्रियेचे स्थानिक संदर्भ, प्रतिमा प्रकाशन, पुणे

(७) सुमंत यशवंत, २०१२, भारतीय लोकशाहीचे चर्चा विश्व : काही निरीक्षणे, महाराष्ट्र राज्यशास्त्र व लोकप्रशासन परिषदेच्या २९ व्या अधिवेशनातील अध्यक्षीय भाषण

(८) यादव योगेंद्र, पळशीकर, पीटर डिसूझा, (संपादित) २०१०, लोकशाही जिंदाबाद, समकालीन प्रकाशन, पुणे

(९) व्होरा राजेंद्र आणि सुहास पळशीकर (संपादित) २०१०, भारतीय लोकशाही अर्थ आणि व्यवहार, डायमंड प्रकाशन, पुणे

लेखक परिचय

डॉ. उमाकांत सावंत
प्राचार्य, राजीव गांधी महाविद्यालय, मुतखेड, जि. नांदेड.

प्रा. पी. डी. सूर्यवंशी
राज्यशास्त्र विभागप्रमुख, स्वा. सै. सूर्यभानजी पवार महाविद्यालय, पूर्णा (जं), जि. परभणी.

डॉ. वैशाली प्रकाश पवार
सहाय्यक प्राध्यापक, श्री. शाहू मंदिर महाविद्यालय, पर्वती, पुणे ९.

डॉ. बाळ कांबळे
प्राचार्य, रयत शिक्षण संस्थेचे दादा पाटील महाविद्यालय, कर्जत, जि. अहमदनगर

प्रा. माधव चोले
सहाय्यक प्राध्यापक, पदवी व पदव्युत्तर, राज्यशास्त्र विभाग, देगलूर महाविद्यालय, देगलूर.

डॉ. सुवर्णा अ. बेनके
राजशास्त्र विभाग प्रमुख, संगमनेर महाविद्यालय, संगमनेर, जि. अहमदनगर.

प्रा. ए. बी. फलके
सहयोगी प्राध्यापक, जामखेड महाविद्यालय, जामखेड.

प्रा. श्रीरंग बाबुराव पाटील
राज्यशास्त्र विभाग प्रमुख, शिक्षणमहर्षी बापूजी साळुंखे महाविद्यालय, कराड, जि. सातारा.

प्रा. बाबासाहेब गं. फलके
राज्यशास्त्र विभागप्रमुख, आर्टस् ॲन्ड कॉमर्स कॉलेज, कडेपूर, जि. सांगली

प्रा. राजकुमार रिकामे
राज्यशास्त्र विभाग प्रमुख, कला महाविद्यालय, जेजुरी, ता. पुरंदर, जि. पुणे.

प्रा. दमयंती नलावडे
राज्यशास्त्र विभाग प्रमुख, रयत शिक्षण संस्थेचे, यशवंतराव चव्हाण महाविद्यालय, पाचवड, जि. सातारा.

प्रा. छाया भारत सकटे
रयत शिक्षण संस्थेचे, कला व वाणिज्य महाविद्यालय, पुसेगाव, जि. सातारा

प्रा. मिलींद खांदवे

सहाय्यक प्राध्यापक, इंद्रायणी महाविद्यालय, तळेगांव दाभाडे.

डॉ. नीता बोकील

राज्यशास्त्र विभाग प्रमुख, हरिभाई देसाई महाविद्यालय, पुणे.

प्रा. कांतीलाल सोनवणे

सहाय्यक प्राध्यापक, आदर्श कला महाविद्यालय, निजामपूर-जैताणे, ता. साक्री, जि. धुळे.

प्रा. मंजुषा जोशी

सहाय्यक प्राध्यापक, सरस्वती मंदिर नाईट कॉलेज, पुणे.

प्रा. मनोहर पाटील

उपप्राचार्य, श्री. शि. वि. प्र. संस्थेचे, साहित्य व वाणिज्य महाविद्यालय, धुळे.

प्रा. डॉ. संभाजी पाटील

सहाय्यक प्राध्यापक, श्री. शि. वि. प्र. संस्थेचे महाविद्यालय, शिंदखेडा.

प्रा. संदीप नेरकर

सहाय्यक प्राध्यापक, प्रताप महाविद्यालय, अमळनेर.

प्रा. डॉ. पि. यु. नेरपगार

सहयोगी प्राध्यापक, सि. गो. पाटील महाविद्यालय, साक्री.

प्रा. भागवत महाले

राज्यशास्त्र विभाग प्रमुख, कला व वाणिज्य महाविद्यालय, ताहाराबाद. ता. सटाणा, जि. नाशिक.

प्रा. डी. एन. खळेकर

सहयोगी प्राध्यापक, कला, विज्ञान आणि वाणिज्य महाविद्यालय , इंदापूर, ता. इंदापूर, जि. पुणे.

प्रा. डॉ. शंकर चव्हाण

उपप्राचार्य, बाबुजी आव्हाड महाविद्यालय, पाथर्डी, जि. अहमदनगर.

प्रा. अरुण राख

सहाय्यक प्राध्यापक, बावजी आव्हाड महाविद्यालय, पाथर्डी, जि. अहमदनगर.

प्रा. विलास आवारी

राज्यशास्त्र विभाग प्रमुख, के. जे. सोमय्या महाविद्यालय, कोपरगाव (जि. अहमदनगर).

प्रा. सुरेश देवरे

सहाय्यक प्राध्यापक, के. जे. सोमय्या महाविद्यालय, कोपरगाव (जि. अहमदनगर).

प्रा. उज्ज्वला दामाजीराव लोणकर

सहाय्यक प्राध्यापक, शारदाबाई पवार महिला शिक्षणशास्त्र महाविद्यालय, शारदानगर, तालुका-बारामती, जि. पुणे.

प्रा. एस. डी. गायकवाड

सहयोगी प्राध्यापक, कला व वाणिज्य महाविद्यालय, येवला. ता. येवला, जि. नाशिक

प्रा. डॉ. श्रीमती बी. आर. नागरे

राज्यशास्त्र विभाग प्रमुख, रयत शिक्षण संस्थेचे, एस. एस. जी. एम्. महाविद्यालय, कोपरगाव.

प्रा. जयराम ढवळे

सहाय्यक प्राध्यापक, कला व विज्ञान महाविद्यालय, शिवाजी नगर, गढी, ता. गेवराई, जि. बीड.

डॉ. पी. एस. पडूळ

सहाय्यक प्राध्यापक, डॉ. बाबासाहेब आंबेडकर मराठवाडा विद्यापीठ, औरंगाबाद.

प्रा. वीरेन्द्र शंकर धनशेट्टी

राज्यशास्त्र विभागप्रमुख, श्री. ढोकेश्वर महाविद्यालय, टाकळी ढोकेश्वर, ता. पारनेर, जि. अहमदनगर

प्रा. श्रीमती व्ही. आर. जाधव

सहाय्यक प्राध्यापक कला, वाणिज्य व विज्ञान महाविद्यालय चांदवड, जि. नाशिक.

डॉ. चंद्रकांत बन्सीधर भांगे

विभाग प्रमुख, सैनिक शास्त्र विभाग, श्री. शिवाजी महाविद्यालय, परभणी.

डॉ. सुनिल शिंदे

सहयोगी प्राध्यापक व संशोधन मार्गदर्शक, पदवी, पदव्युत्तर व संशोधन केंद्र, राज्यशास्त्र विभाग, ज्ञानोपासक महाविद्यालय, परभणी.

डॉ. प्रकाश रा. पवार

सहयोगी प्राध्यापक, अण्णासाहेब मगर महाविद्यालय, हडपसर, पुणे.